TRUYỀN THUYẾT VỀ
BỒ TÁT
QUÁN THẾ ÂM

TRUYỀN THUYẾT VỀ BỒ TÁT QUÁN THẾ ÂM

DIỆU HẠNH GIAO TRINH sưu tầm và kể chuyện
NGUYỄN MINH TIẾN hiệu đính và giới thiệu

Bản quyền thuộc về tác giả và Nhà xuất bản Liên Phật Hội (United Buddhist Publisher - UBP).

Copyright © 2018 by Nguyen Minh Tien

© All rights reserved. No part of this book may be reproduced by any means without prior written permission from the publisher.

DIỆU HẠNH GIAO TRINH
sưu tầm và kể chuyện
NGUYỄN MINH TIẾN
hiệu đính và giới thiệu

TRUYỀN THUYẾT VỀ BỒ TÁT QUÁN THẾ ÂM

NHÀ XUẤT BẢN LIÊN PHẬT HỘI
UNITED BUDDHIST PUBLISHER

LỜI GIỚI THIỆU

Bồ Tát Quán Thế Âm là một trong những hình tượng gần gũi nhất với hầu hết tín đồ Phật giáo, dù ở bất cứ nơi đâu, dù thuộc tầng lớp nào. Ngài là biểu tượng của lòng đại bi, nền tảng của mọi công hạnh tu tập, mà cũng là chỗ nương cậy mong cầu cứu khổ của tất cả chúng sinh. Vì thế, các bậc hành giả khi tu tập đều quy hướng về Ngài như một tấm gương sáng để noi theo, mà tất cả chúng sinh đang khổ đau cũng quy hướng về Ngài để được chở che, dắt dẫn. Cho nên, chúng ta cũng không lấy gì làm lạ khi từ kẻ quê mùa cho đến hàng trí giả, ai ai cũng thường cung kính niệm tưởng đến Ngài.

Hình ảnh Bồ Tát Quán Thế Âm Đại Từ Đại Bi được miêu tả trong rất nhiều kinh luận, đặc biệt là ở phẩm Phổ môn trong kinh Pháp hoa, nhưng đối với hầu hết những người dân quê chất phác thì họ thường không được biết đến Ngài qua việc học tập, nghiên cứu kinh luận, mà là trực tiếp qua những câu chuyện kể hoặc sự hiển linh của ngài trong cuộc đời mà họ đã có lần được trực tiếp chứng kiến, trải qua hoặc nghe người thân kể lại. Sự linh cảm của Bồ Tát Quán Âm cứu khổ cứu nạn bao giờ cũng chứng minh rõ ràng cho câu "hữu thành tất ứng" (có tâm chí thành chắc chắn sẽ được ứng nghiệm), nên là người Phật tử hầu như không ai hoài nghi về sự cảm ứng nhiệm mầu khi cầu khẩn vị Bồ Tát này.

Những câu chuyện kể về sự hiển linh cảm ứng của Bồ Tát Quán Thế Âm có thể nói là rất nhiều, từ những chuyện xa xưa truyền lại cho đến những chuyện vừa xảy ngay trong đời hiện tại này; mỗi mỗi đều cho thấy lòng đại từ đại bi và bản nguyện cứu khổ cứu nạn của Ngài là bất khả tư nghị, là nhiệm mầu không thể nghĩ bàn! Chính người viết những dòng này cũng đã từng tận mắt chứng kiến những sự linh hiển, và bản thân cũng đã từng cảm nhận được sự từ bi cứu khổ của Ngài, nên càng thấy rằng những điều ghi trong kinh luận là không thể nghi ngờ, mà những truyền thuyết về Ngài cũng không phải là hư huyễn!

Đạo hữu Giao Trinh, pháp danh Diệu Hạnh - hiện định cư tại Pháp - đã dày công sưu tầm và kể lại trong tập sách này rất nhiều truyền thuyết về Bồ Tát Quán Thế Âm. Đây đều là những câu chuyện hay đã được chọn lọc, chẳng những nêu rõ được tâm đại từ đại bi của Bồ Tát, mà còn cho thấy những sự nhân quả báo ứng như bóng theo hình, khiến người xem không khỏi phải tĩnh tâm suy ngẫm!

Vì là truyền thuyết, nên tất nhiên là không hoàn toàn giống như những gì được miêu tả trong chính văn kinh lục. Bởi hình tượng Bồ Tát Quán Âm ở đây được khắc họa bằng tâm thức của người kể chuyện, hoàn toàn khác với cách diễn đạt chuẩn mực trong kinh lục. Mà những người kể chuyện, truyền tụng những câu chuyện này từ đời này qua đời khác, từ thế hệ này sang thế hệ khác, đều là những người bình dân chất phác. Họ theo trí nhớ mà kể cho nhau nghe, nên đồng thời cũng thêm thắt hoặc miêu tả sự kiện ít nhiều theo với cách suy nghĩ, tâm tư của chính mình. Bởi vậy, người xem đừng lấy làm lạ khi bắt gặp những chi tiết như Bồ Tát "nổi giận" hoặc "căm giận", hoặc "giận muốn đứt hơi"... Đó đều là những cách nói chơn chất của người kể chuyện, vốn không phải là người học nhiều kinh luận, chỉ kính tin Tam Bảo bằng vào trực giác mà thôi. Ngay cả với những chi tiết diễn ra trong truyện, người xem cũng nên lưu ý phân biệt nhận hiểu theo cách này...

Nhưng dù sao đi nữa, các nhà nghiên cứu cũng đều phải thừa nhận một điều là những câu chuyện truyền thuyết luôn chứa đựng trong đó những sự kiện thật. Chẳng hạn, nhiều chi tiết lịch sử, nhiều nhân vật có thật cũng xuất hiện trong những câu chuyện này... Chỉ có điều là sự mô tả bao giờ cũng có ít nhiều thay đổi theo với sự nhận thức của quảng đại quần chúng. Hoặc như tên gọi các danh lam thắng tích được xuất phát từ những truyền thuyết có liên quan cũng có thể cho ta thấy tính chất thật có của một phần nào những câu chuyện như thế đã từng xảy ra trong quá khứ.

Nhưng điều quan trọng hơn cả là những truyền thuyết này đều đã tồn tại trong dân gian qua một quãng thời gian rất lâu. Điều này cho thấy sự cuốn hút của nội dung cũng như những tình tiết trong đó, và đồng thời làm nổi bật lên hình tượng của một vị Bồ Tát Quán Thế Âm Đại Từ Đại Bi Cứu Khổ Cứu Nạn trong tâm thức của quảng đại quần chúng, tuy có ít nhiều khác biệt nhưng cũng chính là bổ sung cho hình tượng trang nghiêm thanh tịnh của Ngài trong các kinh điển, và điều này càng cho thấy tính chất hòa nhập, chuyển hóa của đạo Phật trong cuộc sống đầy dẫy khổ đau này.

Với những nhận định trên, xin trân trọng có đôi lời giới thiệu cùng quý độc giả gần xa về một tác phẩm rất hay và có thể nói là vô cùng độc đáo trong văn chương Phật giáo, xem như thay cho lời cảm ơn của bản thân tôi đối với người đã dày công sưu tập một công trình giá trị và phổ biến để làm lợi ích cho nhiều người.

Trân trọng

Nguyễn Minh Tiến

1. BỒ TÁT QUÁN ÂM CHỌN ĐẠO TRÀNG

Sau khi triều bái đức Phật ở Tây phương về, Quán Âm Đại sĩ muốn tìm một chỗ lập đạo tràng để truyền kinh thuyết pháp. Nga Mi Sơn đã có Phổ Hiền Bồ Tát nhanh chân lên trước, Ngũ Đài Sơn thì Văn Thù Sư Lợi Bồ Tát tuyển dụng, Cửu Hoa Sơn đã có Địa Tạng Bồ Tát ngự trị; Bồ Tát Quán Âm nhất định tìm một thánh địa đủ đẹp để sánh tày với những đạo tràng kia mới nghe.

Hôm ấy, Bồ Tát Quán Âm bước lên đóa mây liên hoa, đến biển Đông Hải, từ trên không nhìn xuống thấy chi chít những quả núi hay hòn đảo với hình thù kỳ quái, giống như từng viên, từng viên ngọc phỉ thúy ẩn hiện trong một tấm thảm nhấp nhô sóng biếc ngàn trùng, quang cảnh quả thật là đẹp! Tuy nhiên, giữa hơn một ngàn hòn đảo ngọc, nên chọn đảo nào là thích hợp nhất?

Bồ Tát Quán Âm dùng trí huệ chọn tới chọn lui, thấy rằng đảo nào cũng được, nhưng lại hình như không có đảo nào hoàn mỹ cả. Ngài nghĩ, phải tìm một hòn đảo có đủ 100 đầu núi, thế mới xứng đáng được gọi là đất thánh của Phật.

Cuối cùng, ngài Quán Âm giáng đài sen xuống đỉnh cao nhất của ngọn Cù Sơn. Ngài thấy trên núi khói mây mù mịt, với những cây tùng xanh thẳng tắp, dưới chân núi thì chập chùng sóng bạc trên một nền màu xanh ngọc bích, điểm thêm những cánh buồm màu vàng nghệ căng gió. Phong cảnh tú lệ như thế khiến ngài Quán Âm vô cùng đẹp lòng, thế là Ngài đi từ đông sang tây, từ nam lên bắc, và bắt đầu đếm đầu núi.

Thấy ngài Quán Âm làm như thế, Long Vương ở dưới biển Đông thấp thỏm lo sợ. Biển Đại Cù rộng lớn diễm lệ vốn là kho báu của Long Vương, làm sao có thể để cho ngài Quán Âm lập đạo tràng ngay bên cạnh kho báu của mình được!

Thế là Đông Hải Long Vương bèn nổi gió to, dậy sóng lớn, che lấp những đỉnh núi, phá rối khiến cho ngài Quán Âm đếm đi đếm lại mà đếm hoài không xong. Ngài Quán Âm hiểu rất rõ nguyên do, nhưng Ngài cũng không muốn tranh đua cao thấp với Long Vương nên mau mau rời đi chỗ khác. Về sau người ta đặt cho tên đỉnh núi cao ấy là "Quán Âm Sơn".

Bồ Tát Quán Âm rời Cù Sơn, tiếp tục tiến tới phía trước tìm kiếm, đột nhiên thấy một hòn đảo nhỏ ngay dưới mắt mình, non xanh nước biếc, có những tảng đá linh ngạo nghễ đứng thẳng, thật là một nơi lý tưởng để thuyết pháp truyền kinh. Ngài lập tức thâu mây lành về, bước xuống đài sen ở địa điểm cao nhất của hòn đảo nhỏ, ngồi xếp bằng và cẩn thận đếm những đầu núi. Nhưng từ phải đếm sang trái, từ trái đếm trở về phải, đếm trọn một vòng rồi đếm tới đếm lui, mà cuối cùng vẫn chỉ có 99 đầu núi mà thôi!

Ngài Quán Âm vô cùng tiếc rẻ, quyến luyến không muốn rời, bước lên đài sen cưỡi mây lành đi. Từ trên tận mây cao quay đầu nhìn lại hòn đảo nhỏ, Ngài định thần đếm lại một lần nữa, thì lần này đếm được 100 đầu núi không dư không thiếu! Thì ra ban nãy Ngài không cẩn thận, quên đếm ngọn núi nơi mình đang ngồi! Ngài định quay trở lại, nhưng nghĩ rằng trên biển Đông có hơn một ngàn hòn đảo lớn nhỏ, lẽ nào lại chẳng có chỗ khác làm cho mình mãn ý hơn, nên hướng về phía đông tìm một ngôi Phật địa khác. Hòn đảo này dầu sao cũng được ngài Quán Âm dừng chân, nên người sau đặt tên là đảo Sóng Phật (Phật Ba Đảo).

Ngài Quán Âm rời đảo Sóng Phật, cưỡi mây liên hoa vừa bay vừa nhìn xuống, và cuối cùng đến Phổ Đà Sơn.

Nhìn chung thì thấy núi sông chầu mặt trời, trên núi sương mai lượn lờ, có những cây chương cổ thụ tỏa hương, có những dòng suối biếc róc rách, cát vàng óng ánh trải trên bờ biển. Ngài Quán Âm rất vừa ý, vội thâu mây lại bước xuống chỗ cao nhất của đảo. Lần này Ngài rất thận trọng, bắt đầu đếm từ ngọn núi dưới chân mình, đếm đi đếm lại mấy lần mà cuối cùng vẫn chỉ có 99 đầu núi mà thôi. Ngài nghĩ có thể cũng giống như lần trước mình đã quên đếm đầu núi ngay dưới chân mình chăng? Vì Ngài quá ưa thích hòn đảo này nên chẳng có tâm trí đâu để suy nghĩ kỹ, bèn cộng thêm đầu núi mình đang ngồi với 99 đầu núi kia, thế là gom vừa chẵn 100 đầu!

Ngài hài lòng cười lên, thế là Phổ Đà Sơn được Ngài tuyển chọn. Về sau, chùa chiền am miếu được cất trên đảo càng ngày càng nhiều, có một thời lên đến hơn 300 ngôi! Từ đó, Phổ Đà Sơn trở nên "Quán Âm Đạo Tràng, Hải Thiên Phật Quốc".

Kỳ thật, Quán Âm Đại sĩ thừa biết rằng đảo Phổ Đà không có đến 99 đầu núi chứ đừng nói gì tới 100 đầu! Chỉ vì Ngài quá ưa thích hòn đảo nhỏ xinh đẹp đầy linh khí này nên mới ở lại, thế thôi!

2. QUÁN ÂM KHIÊU

Quán Âm Đại Sĩ ở núi Phổ Đà đọc kinh thuyết Pháp và tu thành Phật rồi, bèn đi đến Tây Phương Cực Lạc tham bái Như Lai. Mới đó mà 81 ngày đằng đẳng đã trôi qua.

Hôm ấy Ngài Quán Âm rời Lôi Âm Tự, bước lên đài sen, gió thổi mây bay đưa Ngài trở về đạo tràng của mình. Khi Ngài ở trên không nhìn xuống biển Liên Hoa thì thấy trên núi Phổ Đà có khí độc mịt mù, cây khô cằn, lá vàng úa. Thắng cảnh Nam Hải ngày xưa tươi đẹp bao nhiêu thì nay đã trở thành một ngọn núi trọc, bao bọc bằng một màn chướng khí dày đặc.

Ban đầu, Ngài không thấy rõ ràng nguyên nhân của sự thay đổi ấy, bèn đáp xuống núi Lạc Ca.

Thì ra trong 81 ngày mà Ngài Quán Âm đã vắng mặt để lên Tây Phương Cực Lạc tham bái Như Lai thì ở cõi trần gian, thời gian ấy dài bằng mấy trăm năm. Trong thời gian đó, có một con rắn lửa đã thành tinh (Hồng Xà Tinh) từ động Vân Vụ của đảo Đông Phúc đến chiếm cứ Phổ Đà sơn, và tự xưng mình là Xà vương.

Hồng Xà Tinh này thân đỏ như lửa, mắt như hai ngọn đèn pha, miệng thì như cái thúng lúa. Nó chỉ ngáp một cái là toàn đảo nồng nặc chướng khí đen nghịt. Hắn còn thích du ngoạn đó đây trong đảo để giết hại sinh linh.

Ngày hôm sau, Ngài Quán Âm đi tìm con xà tinh, thì thấy từ xa có một người đàn ông mặt đỏ từ động Phạm Âm bước ra. Người đàn ông này tiến đến trước mặt Ngài Quán Âm, dùng giọng thô lỗ mà hỏi: "Ê, ngươi đến đảo rắn để làm gì?"

Thấy thái độ của hắn như thế, Ngài Quán Âm biết ngay đây là hóa thân của Hồng Xà Tinh, bèn nhẫn nại thi lễ và hỏi:

- Ông hẳn là xà tiên rồi! Tại sao lại đến chiếm Phật môn thánh địa của ta, rồi còn làm hại sinh linh nữa?

Xà tinh trợn mắt, gầm lên:

- Ta ở trên đảo này đã hơn mấy trăm năm, sao lại dám nói ta chiếm đất Phật của người?

Quán Âm thấy hắn lộ tướng hung dữ, giọng điệu ngạo mạn, biết rằng không thể nói phải trái cho hắn nghe được. Ngài nghĩ: "Con xà tinh này nóng nảy lỗ mãng, sao ta không dùng chút mưu kế để bắt hắn thần phục?" Nghĩ thế rồi, Ngài Quán Âm mới dùng lời nhã nhặn mà nói:

- Nguyên quán của ông vốn ở động Vân Vụ, bây giờ lại đến Phổ Đà sơn, chiếm cứ hai nơi như thế có ích gì? Thôi bây giờ xin ông phương tiện cho tôi mượn Phổ Đà sơn để dựng chùa thuyết pháp, được không?

Hồng Xà tinh thấy thái độ hòa nhã của Ngài Quán Âm, nghĩ rằng mình có thể tự tung tự tác, bèn nói:

- Vụ mượn núi thì có thể điều đình với nhau được, nhưng chỉ được mượn trong một thời gian ngắn thôi, không được mượn lâu.

- Không mượn lâu, không mượn lâu!

- Vậy thì mượn bao giờ trả?

Ngài Quán Âm cười:

- Bao giờ không còn tiếng mõ trên núi Phổ Đà, và sóng không còn vỗ trên bãi cát Thiên Bộ Sa thì ta sẽ trao trả đảo lại cho ông.

Con Xà Tinh nghe thế đùng đùng nổi giận: Thế mà dám nói là mượn, rõ ràng muốn chiếm đảo rắn của ta đây mà!

- Không cho mượn! Không cho mượn! Ngươi hãy đi khỏi núi Lạc Ca này mau lên!

Nói xong hắn quay mình bỏ đi. Nhưng Ngài Quán Âm đâu chịu bỏ cuộc, Ngài vội chận Hồng Xà Tinh lại, hỏi:

- Không lẽ núi Lạc Ca cũng là của ông luôn sao?

Hồng Xà Tinh trả lời:

- Thì từ trước tới giờ Phổ Đà Lạc Ca vốn là một ngọn núi, bộ ngươi không biết sao?

Ngài Quán Âm thấy Hồng Xà Tinh nổi giận, cố ý trêu tức thêm:

- Ông luôn miệng nói Phổ Đà sơn là của ông, vậy ông lấy gì làm chứng?

Hồng Xà Tinh dương dương tự đắc trả lời:

- Tại vì chân thân của ta có thể quấn đảo này đúng một vòng.

Ngài Quán Âm nắm lấy cơ hội, tiến đến một bước nói khích:

- Thân ông dài chừng ấy sao? Ta không tin, ông thử quấn một vòng cho ta xem!

Con Hồng Xà Tinh muốn phô trương bản lĩnh của mình, không hề thấy dụng ý của Ngài Quán Âm, bèn rùng mình một cái, biến thành một con rắn thật to. Trong nháy mắt, hắn giãn thân ra càng lúc càng dài, ven theo chân núi ngoằn ngoèo khúc khuỷu làm một vòng chu vi của núi Phổ Đà, không bao lâu thì đầu đuôi của hắn tiếp giáp với nhau. Ngài Quán Âm nhẹ nhàng dùng chân đạp xuống một cái, khiến núi Lạc Ca tách ra khỏi Phổ Đà thật xa. Từ đó Phổ Đà và Lạc Ca trở thành hai ngọn núi khác nhau.

Chờ Hồng Xà Tinh dùng thân quấn xong một vòng Phổ

Đà sơn, đầu đuôi gặp nhau rồi, Ngài Quán Âm đứng trên núi Lạc Ca cất tiếng cười khanh khách, nói với Hồng Xà Tinh rằng:

- Ông nói Phổ Đà và Lạc Ca chỉ là một ngọn núi, sao ông quấn một vòng Phổ Đà mà chưa quấn tới Lạc Ca?

Hồng Xà Tinh ngóc đầu lên nhìn, quả nhiên thấy núi Lạc Ca rất xa núi Phổ Đà, biết mình đã bị mắc mưu, không phục mà nói:

- Không tính, không tính, để ta quấn lại một vòng!

Ngài Quán Âm đưa ra một cái bát bằng vàng:

- Không cần ông quấn một vòng núi Phổ Đà Lạc Ca nữa. Nếu ông có thể quấn một vòng cái bát bằng vàng này, thì ta nhường Phổ Đà sơn cho ông đó.

Hồng Xà Tinh nhìn cái bát vàng, nói một cách khinh miệt:

- Chuyện đó có khó gì?

Nói xong hắn lại biến thành một con rắn lửa. Chỉ thấy con rắn lăn một vòng trên mặt đất, sột soạt một tiếng, thân hắn co nhỏ lại dần, rồi nhẹ nhàng tung người lên cuộn trên miệng bát một vòng. Ngài Quán Âm lợi dụng thời cơ lấy ngón tay khẽ búng, Hồng Xà Tinh rơi vào bát cái "bộp", rồi dùng tay đậy miệng bát lại khiến con rắn không còn hơi để thở, hổn hển luôn miệng kêu cứu:

- Quán Âm Đại sĩ tha mạng! Đại sĩ tha mạng!

Ngài Quán Âm suy nghĩ một lúc rồi nói:

- Được, tha cho ngươi một con đường sống, nhưng ngươi hãy trở về động Vân Vụ.

Nói xong Ngài thả Hồng Xà Tinh xuống biển. Hồng Xà Tinh lại cầu xin:

- Động Vân Vụ đã không có mây cũng không có sương

mù, lại hoang vu, một năm bốn mùa mặt trời như thiêu như đốt, thật khó cho tôi nương náu. Xin Đại Sĩ cho tôi ở chỗ khác!

Ngài Quán Âm thuận tay bẻ một đóa hoa sen, tung lên không trung, đóa sen biến thành một áng mây hình hoa sen. Ngài nói với hồng xà:

- Ngươi mà biết cải tà quy chính thì áng mây hình hoa sen này sẽ che nắng cho ngươi hoài. Còn nếu làm ác trở lại, ta sẽ không dung thứ!

Hồng Xà Tinh khấu đầu bái tạ, theo áng mây mà trở về động Vân Vụ. Cho đến nay, áng mây hình hoa sen này vẫn còn lãng đãng trên nền trời của động Vân Vụ!

Ngài Quán Âm đuổi được con rắn lửa rồi, bèn tung người lên nhảy từ núi Lạc Ca đáp xuống núi Phổ Đà. Trên tảng đá mà Ngài đáp xuống, hiện nay còn lưu lại một dấu chân thật sâu đậm, mọi người gọi tảng đá đó là "Quán Âm Khiêu".

3. LONG NỮ BÁI QUÁN ÂM

Trong những hình tượng của Quán Âm đại sĩ, thường có một cặp đồng nam đồng nữ đứng hai bên. Đồng nam tên là Thiện Tài, đồng nữ tên là Long Nữ.

Long Nữ vốn là con gái út của Long Vương ở biển Đông Hải, xinh xắn thông minh, được Long Vương cưng chiều hết mực. Một hôm, Long Nữ nghe nói ở nhân gian có lễ rước đèn rất nhiệt náo, cô bèn nằng nặc đòi đi xem.

Long Vương lắc đầu, bộ râu rồng rung rung:

- Chỗ ấy đất lạ, người lại hỗn tạp, con là công chúa rồng, không thể đến nơi ấy.

Long Nữ hết nhõng nhẽo đến giả bộ khóc lóc, nhưng Long Vương vẫn không nhường. Cô bé chu chiếc miệng nhỏ xíu nghĩ thầm: "Phụ vương không cho phép, nhưng con vẫn cứ đi!"

Vào canh hai, Long Nữ lẻn ra khỏi Thủy tinh cung không một tiếng động, biến thành một cô gái đánh cá xinh đẹp, bước lên ánh trăng thênh thang hướng đến chỗ rước đèn náo nhiệt kia.

Đó là một thị trấn chuyên nghề đánh cá, ở ngoài đường đèn lồng vô số kể! Có đèn con tôm, đèn con cua, đèn con sò, đèn con ốc biển và cả đèn san hô nữa. Long Nữ hết quay qua bên phải nhìn xong quay qua bên trái ngắm, càng nhìn càng ngắm càng vui thích.

Tại một ngã tư đường, cô nhìn thấy hết đèn con cá này tới đèn con cá khác, hết núi đèn này tới núi đèn khác, muôn màu muôn sắc, sáng rực chói lọi, thật là hứng thú nên cô đứng trước một ngọn núi đèn mà ngắm nghía một cách say mê, xuất thần.

Lúc ấy, từ một cái lầu cao bên đường, có người hắt xuống nửa chén trà lạnh. Nước trà quái ác không hắt xuống bên này hay bên kia, mà lại nhắm đúng đầu của Long Nữ mà hắt xuống. Long Nữ giật bắn người la oai oái! Số là, một khi công chúa rồng biến thành một thiếu nữ, nếu chạm phải nước thì phải hiện lại nguyên hình. Lòng cô nóng như lửa đốt, sợ rằng giữa đường mà hiện tướng rồng thì mưa to gió lớn sẽ nổi lên, các ngọn đèn lồng muôn màu muôn sắc sẽ bị hư hoại hết. Vì thế, không đếm xỉa tới gì khác nữa, cô gắng sức lách ra khỏi đám đông chạy về phía bờ biển. Vừa tới bãi cát, có tiếng "phù phù" vang lên, và Long Nữ lập tức biến thành một con cá rất lớn, nằm sống soài trên cát, vô phương động đậy.

Không bao lâu sau, có một anh ngư phủ đến bãi cát,

thấy con cá to lớn toàn thân vẩy màu vàng kim óng ánh, liền bắt lấy vác ra chợ rao bán.

Chiều hôm ấy, đang ngồi chơi trong rừng trúc tím, Quán Âm đại sĩ nhìn thấy rõ ràng những gì đã xảy ra ở thị trấn kia nên khởi từ bi tâm. Ngài nói với Thiện Tài đứng bên cạnh:

- Con hãy mau đến thị trấn đánh cá mua một con cá lớn, đem ra biển phóng sinh.

Thiện Tài khấu đầu bạch:

- Bồ Tát ơi, đệ tử lấy đâu ra tiền mà mua cá?

Quán Âm bật cười, dạy:

- Con bốc một nắm tro trong lư hương là được.

Thiện Tài gật đầu, vội vàng chạy về Quán Âm viện bốc một nắm tro, bước lên một đóa hoa sen và vun vút lướt như bay về phía thị trấn đánh cá.

Lúc ấy anh chàng ngư phủ kia đã vác cá ra đến đường cái rồi, mượn một cái rìu sửa soạn chặt đầu cá để bán lẻ. Đột nhiên trong số người đang vây quanh nhìn, có một cậu bé chỉ vào mắt con cá mà kêu lên:

- Con cá đang khóc kìa! Con cá khóc!

Mọi người nhìn kỹ, quả nhiên từ đôi mắt cá tuôn xuống hai hàng lệ châu lóng lánh. Điều ấy khiến cho người nhìn phải kinh ngạc và cảm động, có người cho là kỳ quái, có người thì tán thán, tiếng bình luận lao xao nổi lên tứ phía.

Anh chàng ngư phủ sợ rằng của trên trời rơi xuống mà mình mới nhặt được sẽ biến thành mây khói, bèn vội vàng vung chiếc rìu lên toan chém xuống, thì đột nhiên từ phía sau lưng có tiếng người kêu lên:

- Đừng chặt! Đừng chặt!

Người ta chỉ thấy một chú sa di nhỏ chạy đến vừa thở hổn hển vừa nói:

- Tôi muốn mua con cá này!

Vừa nói chú vừa dúi một nắm bạc vào tay anh chàng ngư phủ, và luôn miệng hối anh ta vác cá ra bờ biển trở lại. Anh chàng ngư phủ vui mừng thầm nghĩ:

- Đúng là tiền lời, số ta hôm nay hên quá! Ta vác cá ra bờ biển, rồi biết đâu khi chú tiểu quay lưng đi, cá lại rơi vào tay ta trở lại như trước!

Anh chàng ta vác cá đi theo chú tiểu ra bờ biển và thả cá xuống nước. Con cá vừa chạm nước biển thì lập tức quẫy mình khiến bụi nước bắn tung lên và bơi ra thật xa, thật xa. Ra tới ngoài khơi rồi, cá mới quay mình lại hướng về phía chú tiểu mà gật đầu, rồi biến mất trong nháy mắt.

Anh chàng ngư phủ thấy cá đã bơi ra xa rồi mới bỏ ý nghĩ bắt cá lại kiếm chác, bèn móc túi lấy bạc ra đếm. Nào ngờ mới mở lòng bàn tay ra thì bạc kia liền biến thành tro nhang! Hắn quay đầu lại tìm chú tiểu, nhưng chú tiểu cũng đã cao bay xa chạy rồi!

Trở lại Long cung, từ khi khám phá công chúa nhỏ đã biến mất, cung trong cung ngoài gì cũng đều loạn lên như cái tổ ong. Long Vương giận đến nỗi râu rồng dựng đứng, Thừa tướng rùa cuống quýt duỗi đầu cổ ra thật dài, Tướng quân sò giữ cửa sợ đến nỗi phun bọt trắng loạn xạ, và các cung nữ tôm ngọc cứ khom lưng mà run lẩy bẩy... Cứ thế mà hỗn loạn cho tới khi trời sáng, Long Nữ về tới Thủy tinh cung, mọi người mới thở phào nhẹ nhõm!

Long Vương tức giận vì con gái út tự tiện đi ra ngoài, vi phạm quy luật của cung đình, hầm hầm mắng cô một trận rồi còn nghĩ rằng: "Chuyện này mà đến tai Ngọc Hoàng Thượng Đế thì thế nào cái tội 'dạy con gái không nghiêm' cũng sẽ rơi lên đầu". Trong cơn tức giận, Long Vương đang tâm đuổi con gái ra khỏi thủy tinh cung!

Long Nữ đau khổ cùng cực, biển Đông mang mang, biết đâu là chỗ dung thân? Cô khóc tức tưởi, bơi đến biển Liên Hoa. Tiếng khóc của cô vọng đến rừng trúc tím, Bồ Tát Quán Âm nghe thấy biết ngay là Long Nữ đã đến, bèn sai Thiện Tài đi đón Long Nữ về. Thiện Tài tung tăng nhảy nhót đến trước mặt Long Nữ hỏi:

- Long Nữ muội muội, có nhận ra chú tiểu hôm nọ không?

Long Nữ vội vàng chùi nước mắt, đỏ mặt nói:

- Huynh là ân nhân cứu mệnh tiểu muội, làm sao tiểu muội không nhận ra được?

Nói xong liền khấu đầu lễ. Thiện Tài đưa tay kéo Long Nữ dậy:

- Đi, chúng ta đi, Bồ Tát Quán Âm bảo huynh đi đón muội về!

Thiện Tài và Long Nữ nắm tay nhau chạy về rừng trúc tím. Long Nữ thấy Bồ Tát Quán Âm đoan tọa trên tòa sen, liền sụp xuống lễ.

Bồ Tát Quán Âm rất mến thương Long Nữ, nên để cho hai anh em ở chung trong động đá Triều Âm cách đấy không xa. Về sau, người ta gọi động đá này là "Thiện Tài Long Nữ động".

4. CHỮ TÂM TRÊN ĐÁ
(HAY QUÁN ÂM ĐỘ THIỆN TÀI)

Từ nhỏ, Thiện Tài là đứa trẻ không cha không mẹ, sống rất khổ sở, phải gánh nước đi bán mà sống. Cậu nghèo thật là nghèo, nghèo đến nỗi không có lấy một cái thùng, mà phải lấy da trâu mỏng lót kín hai cái giỏ tre để đựng nước mà gánh.

Một hôm, Thiện Tài đến bờ giếng múc nước, bỗng nhiên nghe tiếng kêu ồm ồm:

- Thiện Tài! Bớ Thiện Tài!

Thiện Tài nhìn sang bên trái không thấy ai, nhìn sang bên phải cũng chẳng có bóng người. Cậu tưởng mình nghe lầm bèn gánh giỏ tre bỏ đi, nhưng không ngờ tiếng kêu lại vang lên nữa:

- Bớ Thiện Tài, tôi đang ở trong giếng đây! Cứu tôi với, tôi sẽ báo đáp cho cậu xứng đáng!

Thiện Tài là một đứa trẻ rất tốt bụng, nghe nói ở dưới giếng có người đang cần cậu cứu, bèn nhảy ùm xuống nước ngay. Cậu mở to mắt nhìn quanh, trong ánh sáng lung linh dưới đáy giếng cậu thấy có một khoảng trống rộng rãi nhưng chả thấy ai cả. Cậu mò bên trái, mò bên phải, giữa hai khe đá mới mò thấy một chiếc bình nhỏ bèn vớt lên, vặn nắp bình nhưng vặn hoài không ra, lắc thật mạnh thì không nghe gì cả, thì ra đó là một chiếc bình không. Cậu đập mạnh cho bể, "xoảng" một tiếng, từ trong bình bay ra một cụm mây đen như mực, cụm mây kết lại thành một người to lớn vạm vỡ, toàn thân đen như lọ nồi, nhảy ra trước mặt Thiện Tài nói lớn:

- Cậu đã cứu tôi ra khỏi bình!

Thiện Tài gật đầu:

- Đúng rồi.

Người ấy vội quỳ xuống đất, hướng về Thiện Tài mà lạy ba lạy. Thiện Tài vội ngăn lại:

- Đừng lạy! Đừng lạy! Ông là ai?

Gã đen khổng lồ nói:

- Tôi là Hắc xà tinh! Năm trăm năm về trước, Bồ Tát Quán Âm nhốt tôi trong bình và liệng bình xuống biển Liên Hoa. Ai ngờ biển Liên Hoa thông với đáy giếng này, nên sóng nước đã đẩy cái bình đến đây.

- Vậy sao, thôi ông hãy đi đi! Tôi đi gánh nước đây!

Thiện Tài nói xong bèn đặt đòn gánh lên vai toan bỏ đi.

- Chờ một chút!

Thiện Tài ngoảnh đầu lại nhìn, thấy xà tinh lè cái lưỡi đỏ như máu ra như muốn ăn tươi nuốt sống cậu. Thiện Tài giật mình sợ hãi:

- Ông muốn gì?

Xà tinh đáp:

- Ta bị nhốt trong bình suốt 500 năm không ăn không uống, bây giờ đói muốn chết đây! Mi đã làm ơn thì làm ơn cho trót, hãy để cho ta ăn thịt mi đi!

Thiện Tài thu hết can đảm đáp:

- Hồi nãy ông nói sẽ báo đáp cho tôi xứng đáng, tại sao đã không giữ lời còn muốn ăn thịt tôi?

Xà tinh nói một cách đắc ý:

- Mi phải biết, "lấy oán báo ơn" là cách đền ơn xứng đáng nhất.

Thiện Tài phẫn nộ nói:

- Nói bậy, thiên hạ đâu có cái loại lý lẽ gì kỳ cục vậy!

Xà tinh ngước mặt lên trời cười ha hả. Tiếng cười của hắn làm cho cuồng phong nổi lên, gió thổi cây đổ nhà sập, thổi luôn Thiện Tài ngã nhào xuống đất khiến cậu sợ hãi tê điếng cả người. Xà tinh trợn trừng mắt, há miệng thật to, tiến từng bước, từng bước đến gần Thiện Tài nói:

- Đói thì muốn ăn thịt người là một lẽ phải, hiểu chưa? Mi sắp sửa chết rồi, còn gì nói nữa không?

Thiện Tài từ dưới đất lồm cồm bò dậy, lại thu hết can đảm mà nói:

- Chết thì phải chết cho chính đáng, ăn cũng phải ăn cho có lý. Ta phải đi tìm người làm trọng tài phân xử xem lý của ai đúng.

Xà tinh nghĩ: "Trước sau gì ta cũng ăn thịt mi, muốn phân xử thì phân xử!". Thế là cả hai cùng đi tìm người phân xử.

Cả hai đi vòng qua một lối rẽ, vượt qua một con đường núi, đi hoài đi mãi. Đột nhiên, từ dưới chân núi vọng lên tiếng cãi cọ. Thiện Tài chạy xuống dốc núi nhìn, thì ra có một ông lão đứng dưới một gốc cây, tay cầm rìu, dáng vẻ giận dữ. Thiện Tài chạy đến hỏi:

- Thưa cụ, cụ đang làm gì thế?

- Cây không ra quả nữa thì chặt phứt đi làm củi đốt lửa chứ để làm gì!

Thiện Tài nhìn xung quanh, chỉ thấy có mỗi một mình ông lão, bèn hỏi:

- Thưa cụ, hồi nãy cụ cãi lộn với ai vậy?

Ông lão đáp:

- Ta muốn đốn cây mà cây không cho ta đốn, nên ta cãi lộn với cây.

Cây ăn quả đột nhiên nói:

- Lúc tôi còn trẻ, tôi cho quả đầy cây, quả vừa thơm vừa ngọt, ông ta ăn không hết còn đem bán lấy được nhiều tiền. Bây giờ ông ta chê tôi già, không ra quả nhiều nữa nên đòi đốn tôi đi, cậu nghĩ xem lý lẽ gì lạ vậy?

Ông lão nói:

- Cây do ta trồng, ta muốn đốn thì đốn, đó mới chính là lẽ phải!

Cây ăn quả không đồng ý, trả lời:

- Đó là ông lấy oán báo ân!

- Lấy oán báo ân thì đã sao, ta cứ đốn!

Ông lão nói xong vung rìu lên, "ầm" một tiếng, cây ăn quả bị đốn ngã xuống đất. Xà tinh thấy thế vui quá cười lên ha hả, nói với Thiện Tài:

- Mi nghe thấy chưa? Lấy oán báo ân mới là lẽ phải, bây giờ mi chịu thua rồi chứ?

Thiện Tài vội vàng nói:

- Khoan đã, khoan đã, người thì nói có lý, người thì nói vô lý. Có lý hay vô lý đều chưa rõ rệt, chúng ta phải tìm một người khác phân xử.

Xà tinh nói:

- Dù sao mi cũng không thoát khỏi tay ta, muốn kiếm người phân xử nữa thì cứ kiếm!

Thế là cả hai lại đi tiếp. Ra khỏi rừng cây ăn trái, đi hoài, đi mãi, đi tới một bờ sông nhỏ, thấy một con ếch xanh rất lớn nổi trên mặt nước, miệng kêu "oa, oa". Thiện Tài vội vàng chạy đến bờ sông, kể lại mọi sự cho ếch nghe, nhờ ếch phân xử xem đâu là lẽ phải.

Con ếch nghe xong, "bịch" một tiếng nhảy lên bờ, nhìn hắc khổng lồ đứng sau lưng Thiện Tài rồi ra sức mà kêu to:

- Bớ xà tinh! Ăn hiền gặp lành, ăn ác gặp ác, nếu còn làm ác, họa giáng lên đầu!

Xà tinh nghe vậy giận đùng đùng lời cả hai con mắt ra ngoài, gầm lên rằng:

- Con ếch nhỏ mọn kia, đừng có nói bậy! Mi tài giỏi bao nhiêu mà dám dạy đời ta? Coi chừng ta ăn thịt mi trước bây giờ!

Thiện Tài vội vàng chen vào giữa ngăn lại:

- Đừng! Đừng! Đừng giận cá chém thớt rồi đòi ăn thịt ếch!

Xà tinh đẩy Thiện Tài ra, tiến lại phía con ếch một cách hung tợn. Con ếch bay lên trời rồi "bõm" một tiếng, lặn xuống đáy sông mất hút. Xà tinh không bắt được con ếch thì giận dữ vô cùng, trợn trừng đôi mắt đỏ ngầu như máu, mở miệng toác hoác bày răng nanh ra, cười gằn:

- Thiện Tài ơi, mi còn nói gì nữa thì nói đi, để ta ăn thịt mi cho rồi!

Thiện Tài sợ quá vội vắt giò lên cổ mà chạy trốn. Thiện Tài chạy, Xà tinh đuổi, thấy như sắp bắt kịp rồi. Nào ngờ không biết từ đâu xuất hiện ra một cô gái nhỏ xông ra che chở cho Thiện Tài. Thiện Tài thấy cô, vội vàng đem mọi sự kể lại nhờ cô phân xử. Cô gái nhìn Xà tinh từ đầu tới chân rồi lắc đầu nói:

- Tôi không tin. Một cậu bé con như thế làm gì cứu nổi một vị khổng lồ như ông từ giếng lên?

Xà tinh vội vàng biện hộ:

- Thật mà, thật mà! Năm trăm năm trước Bồ Tát Quán Âm trách tôi tàn hại sinh linh, vi phạm giới luật của Phật nên nhốt tôi trong một cái bình nhỏ.

Cô gái cười vang:

- Tính ác của ngươi không chừa, bộ không sợ Bồ Tát Quán Âm phạt ngươi một lần nữa hay sao?

Xà tinh lắc đầu:

- Bồ Tát Quán Âm ở tận Nam Hải Phổ Đà xa lắc, làm sao biết được mà phạt!

Cô gái lấy một chiếc bình nhỏ ra, để trong lòng bàn tay. Xà tinh nhìn thấy giật mình kinh hoàng:

- Á! Tịnh bình!

Đột nhiên, cả vạn tia sáng bắn ra, từng áng, từng áng mây lành kết lại, cô gái nhỏ biến thành Bồ Tát Quán Âm. Xà tinh thấy tình thế không ổn bèn vội vàng biến thành một cụm mây đen bay lên không trung mà trốn. Ngài Quán Âm đưa tay lên, tịnh bình bèn cưỡi một áng mây ngũ sắc bay lên đuổi theo. Mây đen chạy, mây ngũ sắc đuổi, đấu pháp với nhau trong không trung tưng bừng. Từ từ, mây đen chống đỡ không lại, biến thành một làn khói xanh, phất phơ phất phới chui vào trong tịnh bình.

Ngài Quán Âm thâu tịnh bình về, nói với Thiện Tài rằng:

- Tuy con là người hiền lành nhưng xem ra con không biết phân biệt người thiện với người ác, thôi con hãy theo ta về núi Phổ Đà mà tu tập nhé!

Thiện Tài mừng khấp khởi, quỳ xuống đất liên tục dập đầu bái tạ…. và từ đó trở thành Thiện Tài đồng tử.

Ngài Quán Âm trở về Phổ Đà Sơn, nhốt hắc xà tinh đưới một tảng núi đá ở Tây thiên. Con ếch xanh thấy vậy bèn nhảy "phóc, phóc" đến gần xà tinh kêu "oa, oa" để thử tâm xà tinh.

Cho đến nay xà tinh vẫn còn bị giam ở dưới chân núi đá, chỉ còn có thể nghểnh dài cổ ra, nhìn con ếch xanh ngóc đầu ỡn ngực một cách hằn học nhưng không dám làm điều chi xằng bậy.

Về sau có người khắc một chữ "tâm" thật lớn trên tảng đá ở đằng trước đầu rắn, đó chính là "Tâm tự thạch", ý nghĩa là "tâm Phật, tâm rắn, thiện ác phân minh".

5. QUÁN ÂM ĐỘ VI ĐÀ

Vi Đà là một vị thiên tướng hộ Pháp của Phật giáo. Tương truyền rằng ngài là một trong 8 vị đại thần tướng của Nam phương Tăng Trưởng Đại Thiên Vương, một trong bốn Đại Thiên Vương, và là người đứng đầu 32 vị thần tướng thuộc quyền của bốn Đại Thiên Vương.

Tượng của ngài thường ở dưới dạng một người trai trẻ, thân mang áo giáp mũ sắt, hoặc một tay án chày kim cương, hoặc hai tay nâng chày lên, đứng trong điện Thiên Vương đâu lưng với Phật Di Lặc và đối diện với Phật Thích Ca Mâu Ni.

Tại sao Vi Đà lại được thờ ở Thiên Vương Điện, đâu lưng với Phật Di Lặc và đối diện với Phật Thích Ca?

Đó là vì ngài đã từng lập công trạng rất lớn trong việc diệt giặc bảo hộ Phật Pháp. Vi Đà, trong thánh điển Phật giáo còn được gọi là "Thần Hành Thái Bảo", vì ngài nổi danh là có tài đi như bay. Tương truyền lúc Như Lai nhập Niết-bàn, có một con quỷ mệnh danh là "nhanh như chớp" đến trộm hai cái răng của Phật rồi chạy mất. Vi Đà cấp tốc đuổi theo, không lâu sau bắt kịp tên cướp, lấy lại răng Phật. Từ đó, Vi Đà trở nên một vị thần hộ pháp nổi danh.

Lúc còn trẻ, Vi Đà là một chàng trai anh tuấn, uy phong lẫm lẫm, ăn mặc như một võ tướng nên được tạo tượng khá giống các dũng tướng Trung Quốc như Triệu Vân, Mã Siêu... Vi Đà cũng là hộ pháp của Bồ Tát Quán Âm, nếu ngài tu thành chính quả cũng là nhờ sự giáo hóa của Bồ Tát vậy.

Hồi xưa, Vi Đà là một chàng thanh niên sống ở nông thôn, ven bờ sông Lạc Dương, thuộc phủ Tuyền Châu, tỉnh Phúc Kiến.

Cậu là người siêng năng, lanh lẹ và tốt bụng, thông minh tài giỏi, nổi tiếng là một người thợ khéo trong vùng. Nhà cậu ở bên bờ sông Lạc Dương. Sông này rất rộng, nước chảy xiết, vì không có cầu bắc ngang nên dân chúng hai bên bờ qua lại rất gian nan, phải lệ thuộc vào những chiếc thuyền chở khách. Bởi vì nước chảy xiết và trũng nước xoáy lại nhiều, lúc trời tốt qua sông đã không an toàn mà khi mưa to sóng lớn hay bão bùng thì lại càng nguy hiểm hơn nữa, nên nạn lật thuyền rất thường xảy ra, người táng thân vào bụng cá cũng không phải là ít.

Vi Đà đã bao lần chính mắt trông thấy những thảm cảnh lật tàu như thế, bèn lập nguyện xây một cây cầu bắc ngang sông, nên trong mấy năm trời ngày bán giày cỏ, đêm đi đập đá để dành từng đồng từng cắc. Lúc cậu sắp sửa xây cầu thì Bồ Tát Quán Âm vân du ở phủ Tuyền Châu, và Ngài có một đoạn nhân duyên với Vi Đà từ đó.

Mùa xuân năm ấy, một hôm Bồ Tát Quán Âm tay cầm tịnh bình, chân đạp mây lành, đứng trên không trung nhìn xuống sông Lạc Dương, bỗng nhiên nghe vọng lên tiếng la khóc cầu cứu. Ngài cúi xuống, thấy dưới chân mình có dòng sông lớn cuồn cuộn trào dâng, một ông lão lái đò đang chèo thuyền sang sông và chiếc thuyền đang bị dòng nước xiết kéo tới một con nước xoáy. Ông lái thuyền cuống cuồng chống đỡ nhưng chiếc thuyền bị con nước xoáy làm cho quay mòng

mòng, dường như sắp sửa bị lật, hành khách trên thuyền kinh hoảng trăm bề, đàn bà trẻ con khóc la thảm thiết, tiếng kêu cầu thấu tới mây xanh và tới tai ngài Quán Âm.

Bồ Tát Quán Âm đại từ đại bi vội lấy nhành dương liễu từ tịnh bình ra, ném xuống chiếc thuyền đang lâm nạn trên mặt biển, thi thố thần lực áp cho sóng lặng xuống. Dòng nước giận dữ đang làm cho ba đào cuộn dâng, nước xoáy trũng sâu đang làm cho con thuyền lắc lư nghiêng ngửa bỗng tự nhiên bình lặng hiền hoà, con thuyền nhờ thế được thoát cơn hiểm nạn.

Dĩ nhiên, ông lái thuyền không biết mình đã được Bồ Tát Quán Âm cứu giúp, thấy con thuyền không còn tròng trành xoay vần và thoát ra khỏi con nước xoáy thì thở hổn hển, phần thì mừng rỡ, phần thì cố lấy lại can đảm để chèo nốt con thuyền đến bờ đối diện. Khách trên thuyền ai cũng tự cảm thấy mình đã may mắn thoát chết, và nhớ lại cảnh nguy hiểm vừa trải qua, ai cũng rùng mình rởn ốc.

Hơn ai hết, ngài Quán Âm hiểu rõ những ý nghĩ, những mong cầu của chúng sinh, vì thế Ngài lập tức quyết định ra tay làm một điều lợi ích cho dân. Thế là Ngài hạ mây xuống, biến thành một cô gái chài lưới trẻ tuổi xinh đẹp, bước lên khoang nói chuyện với ông lão chèo thuyền, hỏi ông có thể chèo trở về bờ bên kia ngay không? Lúc đó, một vài người dân làng cũng vừa đến và muốn qua sông. Ông lão còn chưa lấy lại hồn vía, bảo rằng:

- Lúc nãy suýt nữa thuyền bị lật, thoát được hiểm là một điều may mắn không ngờ. Dòng sông này nước chảy quá mạnh, mỗi lần chèo thuyền tôi đều nơm nớp phập phồng. Nói thật, bây giờ tôi hãy còn quá sợ, không muốn chèo thuyền về bên kia nữa, nhỡ có chuyện gì xảy ra thì sao?

Dân làng gấp muốn qua sông, xuống nước năn nỉ:

- Ông lão ơi, ông không đưa thì chúng tôi làm sao về được? Ông là tay nghề lão luyện, ai cũng đặt tin tưởng vào ông, xin ông chịu phiền một chút giùm đi!

Ông lão lái thuyền không từ chối được, đành để cho Bồ Tát Quán Âm cùng một vài người dân làng bước lên thuyền, một lần nữa đưa mái chèo hướng bờ đối diện, một mặt nói:

- Quý vị không biết chèo thuyền trên con sông Lạc Dương này nguy hiểm tới mức nào đâu! Mười năm trở lại đây, ngày nào tôi cũng chèo thuyền, gặp không biết bao nhiêu là cảnh nguy hiểm, tạm cho là tôi cứng tay nghề nên may mắn, lần nào cũng từ cõi chết trở về được. Trên dòng sông này, tôi đã chính mắt thấy vô số con thuyền bị lật, vô số người chết chìm làm mồi cho cá. Tôi già rồi, không còn khoẻ nữa, trước sau gì tôi cũng sẽ phải bỏ thuyền bỏ lái thôi!

Bồ Tát Quán Âm bèn xen vào hỏi:

- Thưa cụ, sông này nước chảy xiết, xoáy nước nhiều, chèo thuyền quả thật nguy khốn, làm sao không xảy ra tai nạn cho được! Tại sao chúng ta không xây một chiếc cầu bắc ngang qua sông? Cháu từ xa tới, chỗ cháu ở, nếu có dòng sông nào nguy hiểm như thế này cũng đều có cầu bắc qua cả.

Ông lão lái thuyền thở dài lắc đầu, một khách đi thuyền tiếp lời, nói:

- Trăm họ ở đây trông mong xây một cái cầu từ lâu rồi, quan huyện cũng mấy lần công bố xây cầu, nay thì kêu gọi đóng góp tiền tài, mai thì yêu cầu đóng góp thóc gạo, năm nào cũng ra công bố nhưng mấy năm rồi, cầu đâu không thấy, chỉ thấy hầu bao của quan huyện mỗi năm mỗi phồng to lên thôi.

Ngài Quán Âm hỏi:

- Dân chúng tự mình đứng ra xây cầu không được sao?

Ông lão nghe thế, cười buồn mà rằng:

- Nói thì dễ, muốn xây cầu thì một là phải có tiền, hai là phải có thợ giỏi. Dân chúng làm gì có chừng đó tiền, và cũng làm gì có người đủ tài để đứng ra tổ chức một việc to lớn như thế. Tuy nhiên cách đây vài năm có một anh chàng tên là Vi Đà cũng đã từng đề cập tới việc xây cầu. Đó là một thanh niên có chí lớn, cũng là một tay thợ khéo nổi tiếng tài giỏi ở vùng này. Một hôm thấy tôi chèo thuyền quá nguy hiểm, cậu đã nói với tôi là nhất định sẽ xây cầu. Thế mà về sau lại không thấy cậu xuất hiện nữa. Có người nói cậu đang ở nhà để dành tiền chuẩn bị việc xây cầu, mấy năm nay không thấy động tĩnh, có lẽ cậu không để dành được tiền. Chuyện xây cầu thật không phải dễ!

Quán Âm nghe thế bất giác cảm thấy hoan hỉ, nghĩ rằng ở đây mà có một chàng trai trẻ tuổi như thế thật là hy hữu, có cùng một chí nguyện với mình, về sau giao cho anh ta đứng ra tổ chức việc xây cầu không phải là một điều thích hợp lắm hay sao?

Một người dân bình thường khó mà có thể trù liệu được cần phải có bao nhiêu tiền để xây cầu, muốn cho việc xây cầu này thành tựu thì chính Ngài phải đứng ra tìm biện pháp mới xong.

Lúc ấy thuyền đã cặp bến, những người dân làng đã lên bờ và chia tay nhau ai về nhà nấy, nhưng cô gái chài lưới không lên bờ mà còn ngồi lại trong thuyền, chìm trong suy nghĩ. Ông lão chèo thuyền cảm thấy kỳ lạ, bèn hỏi:

- Cô nương, sao cô không lên bờ?

- Thưa cụ, cô gái chài lưới đáp, cháu đang suy nghĩ tới việc xây cầu. Vừa rồi cụ nói có anh chàng gì đó quyết tâm xây cầu, thật là hy hữu. Nhưng anh ấy một mình kiếm tiền thì chắc cả đời kiếm cũng không đủ. Tại sao tất cả chúng ta không cùng tìm cách giúp đỡ anh ấy?

Ông lão lái thuyền đáp:

- Cách nào bây giờ, ở đây ai cũng nghèo khổ cả, còn những người tài chủ có tiền thì ai mà chịu cắt núm ruột của mình ra!

Cô gái chài lưới đáp:

- Cụ à, muốn tìm biện pháp thì không khó, cháu nghĩ trên sông này hễ chưa có cầu là còn có tai nạn, vì thế cháu muốn giúp một tay.

Ông lão chèo thuyền nghe thế cảm thấy kỳ lạ:

- Cô ư? Cô có biện pháp nào? Trừ phi nhà cô có tiền và muốn làm việc thiện.

Cô gái đáp:

- Nhà cháu không có tiền nhưng cháu có biện pháp. Chẳng hạn, mình có cách nào lấy tiền của nhà giàu không?

Ông lão lái thuyền đáp:

- Lấy tiền của nhà giàu? Nhà giàu đời nào để cho mình lấy tiền, cô thật khéo mơ tưởng viển vông.

Có gái dân chài nói:

- Cụ ơi, cháu có cách này nhưng cần cụ giúp đỡ. Nếu cụ chịu làm chung việc này với cháu thì mình có thể lấy tiền của nhà giàu được.

Nói xong cô gái tới gần thầm thì to nhỏ vào tai ông lão, khua tay múa chân ra dấu, còn ông lão thì cứ thế mà gật gù từ đầu tới cuối.

Cuối cùng ông nói:

- Được, vậy bắt đầu từ ngày mai chúng ta bắt đầu thi hành kế hoạch của cô.

Hôm sau, vừa vặn đúng ngày mồng ba tháng ba, đó là

ngày hội đình chùa lớn nhất trong năm ở phủ Tuyền Châu. Dân chúng từ bốn phương tám hướng đổ dồn về dự hội, người đi người về thật là náo nhiệt.

Hôm ấy ông lão cũng chèo thuyền như mọi ngày nhưng hôm nay có điểm khác biệt là có một cô gái vô cùng xinh đẹp ngồi trong thuyền, còn ông lão thì cười tươi như hoa, thuyền không cập bến mà lại ngừng ở ngay chính giữa dòng sông.

Sông Lạc Dương rộng khoảng năm mươi thước, thuyền ở ngay giữa dòng sông tức là cách xa hai bên bờ khoảng hai mươi mấy thước. Ông lão lái đò cùng cô gái cứ ở giữa dòng sông như thế mà chuyện trò, không chịu đưa thuyền về bến. Người muốn qua sông cứ đứng hai bên bờ mà réo:

- Ông lão ơi, mau chèo thuyền rước khách, chúng tôi muốn qua sông đây!

Nhưng họ kêu mấy cũng mặc họ, ông lão không hề màng đến, vẫn bình an giữa dòng sông. Khách chờ thuyền càng ngày càng đông, ai cũng nhìn thấy chiếc thuyền của ông lái và ai cũng tò mò không biết ông muốn làm gì, và càng đông họ càng ồn ào. Nhất là khi họ thấy ngồi trên thuyền là cô gái chài lưới có một nhan sắc hơn người. Cô gái này thật sự lôi cuốn người ta, cô mặc một cái áo trên ngắn thêu hoa nhiều màu, dưới là chiếc váy màu xanh lá cây nhạt thanh nhã nổi lên trên cái quần màu đỏ sậm, đầu bới tóc cao, tai đeo khuyên bạc, khuôn mặt trái soan đoan trang diễm lệ, da trắng nõn mịn màng, mắt như nước hồ thu gợi tình, người nào nhìn cô cũng phải khen thầm là đẹp tuyệt.

Trong những người đứng nhìn, có một số là con nhà hào phú, họ nhìn cô gái mà hồn phách điên đảo, thần trí rối loạn. Người nào cũng kêu ầm lên:

- Ông lái ơi, mau trở về chèo thuyền qua sông!

Thấy người chờ càng ngày càng đông, ông lão mới đủng

đỉnh đứng dậy nhìn hai bên bờ mà vừa chỉ cô gái dân chài mà nói:

- Các vị nghe đây, hôm nay tôi không chèo thuyền vì tôi có cô cháu tức là cô nương đây, đã đi từ mãi tận Tô Châu lên đến phủ Tuyền Châu này. Cháu tôi năm nay vừa chẵn đôi tám, muốn tìm một chàng trai có duyên có số với mình để gá nghĩa trăm năm. Từ ngày hôm nay trở đi, cháu tôi sẽ ngồi trên thuyền, nếu có chàng trai nào muốn cưới cô về làm vợ, bất kỳ là người nào, đều phải tham dự vào cuộc thi này. Điều kiện duy nhất là phải ném một đồng tiền đồng hay một đồng tiền bạc về phía cháu tôi, nếu ai ném trúng người cô ấy thì coi như có duyên có số với cô vậy. Tôi sẽ đứng đây làm trọng tài, mọi người làm chứng, tuyệt đối không nói sai lời.

Lão lái thuyền nói xong, mọi người mới vỡ lẽ ra. Những người trai trẻ trong đám đông hiểu đây là một cuộc thi ném bạc kén chồng. Họ nhìn cô gái xinh đẹp, ai cũng nghe tim đập rộn ràng, tinh thần sung mãn, nhất là đám vương tôn công tử thì trở nên như điên như cuồng vậy. Đó là những người hiếu sắc và có tiền, họ thấy cô gái này đẹp hơn tất cả những cô gái khác mà họ đã từng gặp, nên ai cũng muốn ném tiền trúng người cô ấy để cưới cô về làm vợ, được như thế thì thật là tuyệt vời!

Cô gái ngồi trên chiếc thuyền đang bồng bềnh ngay giữa lòng sông, cách hai bên bờ không quá hai mươi mấy thước, nhìn thì thấy tợ như gần ngay bên cạnh, lo gì ném không trúng? Những vương tôn công tử, người nào cũng thèm rỏ dãi, sốt ruột, muốn chính mình là người đầu tiên ném trúng cô nương. Họ bèn lập tức lấy tiền đem theo tùy thân tranh nhau ném về phía cô gái. Trong chốc lát, những đồng tiền từ hai bên bờ sông bay tới khoang thuyền như mưa.

Tuy nhiên, lạ lùng thay, tuy bờ không xa và cô gái thấy gần như thể ở ngay bên cạnh, và chàng thanh niên nào cũng nhắm cô gái cẩn thận trước khi ném nhưng tiền cứ rơi lên thuyền, không có đồng nào trúng được người cô. Đám vương tôn công tử cảm thấy giống như đang ở trong một canh bạc, hễ hết tiền thì sai người hầu chạy về nhà lấy thêm. Họ cùng nhau tranh dành, cãi nhau chí choé, thi nhau mà ném từng giỏ, từng giỏ bạc vụn. Những đồng tiền ấy chỉ trượt bên cô gái trong đường tơ kẽ tóc, cho nên họ vừa hận vừa mừng, cho rằng ném lại một lần nữa thì chắc chắn thế nào cũng trúng. Và như thế, họ không ngừng thử ném trở lại, ném cho tới khi trời tối mà rốt cuộc vẫn chưa ai ném trúng được người đẹp.

Lúc ấy ông lão lái thuyền mới nói với mọi người là trời đã tối, không thể tiếp tục ném nữa, ngày mai hãy trở lại ném tiếp.

Chuyện kén chồng trên thuyền đã làm chấn động cả phủ Tuyền Châu, một đồn mười, mười đồn trăm, trăm đồn ngàn. Ngày hôm sau, ông lão lại chèo thuyền ra giữa giòng sông, và cô gái chài lưới lại ngồi trên thuyền. Người ham vui đến xem càng lúc càng đông, chen lấn nhau ở bên này và bên kia bờ sông, trong ngoài chật ních. Hai bên bến phà huyên náo giống như một buổi hát xiệc. Những vương tôn công tử chiều qua không ném trúng cô nương nhưng vẫn chưa mất hy vọng, tiếp tục chuyển tiền tới, những anh chàng này tâm hồn hoàn toàn si mê điên đảo trước nhan sắc của tuyệt thế giai nhân nên tổn phí bao nhiêu cũng không tiếc, tiền họ ném có thể đong thành bồ, thành sọt vậy.

Cứ thế hai ngày liền mà vẫn chưa có ai ném trúng cô nương mà chỉ thấy những đồng tiền cứ rào rào rơi xuống bên cạnh cô xuống tới khoang thuyền.

Lúc Bồ Tát Quán Âm lập kế kiếm tiền bằng cách kén chồng ở giữa dòng sông, Vi Đà cũng nghe nói đến sự việc lạ lùng ấy nên cũng tìm đến xem khung cảnh huyên náo. Vi Đà là một chàng thanh niên trẻ tuổi, nhìn thấy cô gái chài lưới trên thuyền cũng bị nhan sắc tuyệt vời của mỹ nhân hớp hồn, nên cũng đứng ngây người ra nhìn người ngọc. Cậu thọc tay vào túi, trên thân cũng có vài đồng tiền. Tâm cậu bị chấn động nên cũng muốn chen vào ném, nhưng lập tức cậu đè nén ý muốn ấy, nghĩ rằng bao nhiêu đó người ném mà chưa ai ném trúng, mình không nên ném mấy đồng tiền một cách oan uổng, thì thôi nên bỏ ý nghĩ ấy đi.

Nhưng vừa vặn lúc ấy có Lữ Động Tân, một trong Bát Tiên, cũng vân du đến chỗ này. Ông nhìn thấy bên dưới người đông như kiến, không biết đang có chuyện gì nên đáp mây xuống lẫn lộn trong đám đông người chen vào xem. Ông biến thành một ông lão tóc trắng như bông, mới nhìn cô gái chài lưới trên thuyền liền biết ngay đó chính là Bồ Tát Quán Âm và hiểu ngay tự sự, nên rất ngầm thán phục phương pháp kiếm tiền của ngài Quán Âm, nhưng đồng thời không khỏi cảm thấy buồn cười, thầm nghĩ:

- Đại sĩ, Đại sĩ, thật đã khổ công tìm cách làm việc thiện để nghĩ ra một diệu kế như thế. Nhưng hôm nay tôi muốn làm cho Ngài phải xuất đầu lộ diện chơi. Ngài làm cho con em các nhà hào phú ném tiền một cách oan uổng, không ai có thể ném trúng Ngài, Ngài kén chồng như thế đủ để xây cầu rồi. Nếu không có chuyện gì xảy ra thì thật là toi công cho đám công tử thiếu gia kia quá, nên tôi muốn xem Ngài đối phó làm sao nếu phải làm vợ một kẻ phàm phu!

Lữ Động Tân bèn đưa mắt tìm một anh chàng thanh niên để giúp anh ta ném trúng cô gái chài lưới, làm khó dễ Bồ Tát Quán Âm xem sao! Khéo sao ông lại đứng ngay bên cạnh Vi Đà. Ông thấy anh chàng này phúc hậu lại chín chắn, chứ không phải loại công tử để bọc điều kia, và ông cũng đã bắt gặp động tác móc tiền ra rồi lại bỏ vào của anh chàng. Ông nghĩ:

- Được rồi, Đại sĩ, tôi sẽ làm cho anh chàng này ném trúng Ngài, để xem Ngài làm sao?

Thế là ông vỗ vai Vi Đà, cười nói:

- Này cậu, cậu có muốn thử một chuyến không?

Vi Đà bị hỏi bèn đỏ bừng cả mặt, xấu hổ cúi đầu. Lữ Động Tân nói:

- Cậu không có gì phải xấu hổ, trai lớn phải có vợ, một tuyệt sắc giai nhân như thế đang kén chồng thì không nên bỏ qua cơ hội, biết đâu hữu duyên thiên lý năng tương ngộ, cậu có duyên có phần với cô ấy thì sao?

Chàng thanh niên nhìn ông lão nói:

- Ông ơi, cháu cũng muốn thử chứ, nhưng nghĩ lại hai ngày vừa qua, biết bao nhiêu là vương tôn công tử ném không biết bao nhiêu là tiền mà ném không trúng, còn cháu chỉ có mấy đồng bạc trên thân, nếu đem ra ném thì chỉ có phí tiền thôi chứ làm sao trúng được. Hơn nữa, mấy năm vừa qua, cháu chỉ nghĩ tới có một điều mà thôi, đó là làm sao để dành tiền xây cầu. Tiền kiếm được hãy còn ít lắm, cháu không thể tự tiện nghĩ tới vấn đề lấy vợ của cá nhân mình mà đi tiêu phí những đồng tiền này.

Lữ Động Tân nghe thế cảm thấy rất mến anh chàng này và nghĩ thầm:

- Thì ra chàng trai trẻ này cùng có chung một ý nguyện với ngài Quán Âm, thật là hy hữu, hy hữu! Ta phải giúp cho anh chàng ném trúng Quán Âm Đại sĩ, phá Ngài chơi. Rồi khi nào Ngài biết được và có nổi giận thì cũng dễ gỡ thế bí bằng cách để cho anh chàng này giúp đỡ Ngài trong việc xây cầu là xong!

Nghĩ thế rồi Lữ Động Tân nói với Vi Đà:

- Này cậu, để tôi nói cho cậu biết tại sao cô nương này lại kén chồng. Cô kén chồng bằng cách này là cũng chỉ vì muốn kiếm tiền xây cầu, cậu và cô ấy đều có cùng một ý chí nên tôi nghĩ rằng cậu sẽ ném trúng. Đôi bên kết hôn rồi chung lưng sát cánh với nhau lo chuyện xây cầu, không phải là thượng sách hay sao? Cậu cứ ném thử đi, nếu đúng duyên đúng phận, người khác ném mấy cũng không trúng nhưng cậu ném một lần là trúng. Không tin cậu cứ thử, mà dù ném không trúng đi nữa thì tiền này xem như cậu tặng cho cô ấy xây cầu chứ có mất mát đi đâu, cậu nghĩ tôi nói có đúng không?

Đúng ngay lúc ấy, giọng ông lão lái thuyền vọng tới:

– Bà con làng xóm ơi, trời đã tối rồi nên hôm nay ngừng ở đây, tôi muốn gác mái chèo về nhà nghỉ.

Lữ Động Tân nghe vậy vội thúc Vi Đà ném, Vi Đà luống cuống bèn ném bừa về phía cô gái một đồng tiền. Có lẽ vì trong suốt hai ngày Ngài Quán Âm dùng thần lực nên tiền không thể nào trúng tới mình Ngài, nay ông lão chèo thuyền đã ra hiệu ngừng để về nghỉ nên Ngài bèn xả thần lực. Thêm vào lại có Lữ Động Tân cố ý làm cho đồng tiền ném trúng Ngài nên ông thổi một cái, đồng tiền của Vi Đà theo hơi thần của ông mà rơi lên người cô gái chài lưới, không rơi bên phải, không rơi bên trái, không rơi ở trên hay ở dưới mà rơi ngay tim của cô. Lúc ấy ai cũng đã ngừng tay, chỉ còn có Vi Đà ném tiền, người đứng hai bên bờ ai cũng thấy rõ ràng, thế là sau hai ngày trời cuối cùng cũng có người ném trúng, không ai bảo ai mà mọi người đều reo hò nhảy cẫng lên vỗ tay hoan hô:

– Giỏi! Giỏi! Trúng rồi! Trúng rồi! Anh chàng này tốt phước quá!

Bồ Tát Quán Âm giật mình kinh ngạc, bị ném trúng một cách bất ngờ nên Ngài lúng túng, không biết chuyện chi xảy ra, bèn nhìn Vi Đà đang được mọi người hoan hô. Nhìn thấy rồi Ngài giận muốn đứt hơi vì trong đám đông, có Lữ Động Tân đang nhìn Ngài mà cười ha hả. Do đó Ngài biết ngay là có bàn tay phá rối của Lữ Động Tân.

Có tiếng người kêu:

- Ông lái thuyền ơi, mau chèo qua đây, chú rể đứng ở đây nè!

Bồ Tát Quán Âm rất bối rối nhưng không có cách nào hơn là để cho ông lão chèo thuyền về rước Lữ Động Tân và Vi Đà lên thuyền, một lời đã hứa đâu có dễ gì nuốt lại được!

Ông lão lái thuyền nhận ra Vi Đà, mừng rỡ nói với cô gái chài lưới:

- Cô nương, cậu này chính là anh chàng thanh niên muốn xây cầu đây, đúng là trời có mắt!

- Đúng rồi, đúng rồi, đây là duyên trời định - Lữ Động Tân nói. Cô nương à, lão phu đặc biệt tới đây để tác hợp cho hai người.

Bồ Tát Quán Âm nhìn Lữ Động Tân như thể ông là con quái vật, vừa tức vừa giận mà không thể để lộ ra ngoài mặt. Tuy nhiên, nghe nói rằng anh chàng thanh niên này chính là Vi Đà, người muốn xây cầu, thì cũng đổi giận làm vui, thầm nghĩ rằng:

- Anh chàng này phúc hậu lương thiện lại là một tay thợ đá giỏi, để cho anh ta đứng ra xây cầu thì không có gì bằng.

Còn Lữ Động Tân, Ngài Quán Âm biết ông là người hay phá phách trêu ghẹo người khác, nên Ngài cũng không giận nữa mà lại bảo rằng:

- Ông làm việc tốt, tôi xin cám ơn ông. Nhưng ông đùa lần này là quá lố, không nên đắc ý như vậy. Ông đã gieo gió thì bây giờ hãy gặt bão, theo tôi nghĩ, ông nên mau nói lên sự thật.

Ông lão lái thuyền và Vi Đà nghe ngài Quán Âm và Lữ Động Tân nói chuyện với nhau như thể là người quen biết từ lâu, cảm thấy kỳ lạ nên hai người đều đứng ngây người ra nhìn. Lữ Động Tân nghe Ngài Quán Âm dạy như thế rồi thì cũng không dám đùa nữa, và cũng nghĩ rằng mình chỉ nên đùa vừa phải thôi, phải mau nói lên sự thật kẻo càng để lâu càng khó xử. Nghĩ thế rồi, Lữ Động Tân bèn nói sự thật cho ông lão chèo thuyền và Vi Đà nghe.

Khi biết mình đang đứng trước mặt Bồ Tát Quán Âm và Lữ Động Tân, hai người vừa kinh sợ vừa vui mừng. Lại nghĩ đến ngài Quán Âm vì muốn có đủ tiền xây cầu mà phải nhọc tâm nghĩ diệu kế, mấy ngày qua thu được tiền đầy cả một khoang thuyền, hai người vô cùng kính phục tấm lòng từ bi và trí huệ của Ngài nên khấu đầu lễ bái không ngừng.

Chuyện kén chồng chỉ là một mưu kế của Bồ Tát, tiên và phàm vĩnh viễn cách biệt nên một khi giải thích rồi, không có vấn đề gì nữa.

Bốn người đếm xong tiền thu được rồi, Bồ Tát Quán Âm nói với ông lão lái thuyền và Vi Đà:

- Chuyện xây cầu là chuyện quan trọng, nay ta ủy thác cho hai người. Vi Đà là người tốt, hãy chịu khó cố gắng thêm chút nữa. Hiện tại thì số tiền này đủ để xây cầu, mong hai người hãy mau tiến hành công việc, tranh thủ thời gian để cầu được xây càng mau càng tốt. Khi nào cầu xây xong, ta sẽ trở lại.

Nói xong, Ngài hiện ra Quán Âm bảo tướng trang nghiêm, rồi cùng Lữ Động Tân lên mây mà đi.

Ông lão lái thuyền và Vi Đà được Ngài Quán Âm ủy thác việc này thì ngay ngày hôm sau là bắt tay vào việc, làm ngày làm đêm không dám trễ nãi, không tới một năm sau, một cây cầu hùng vĩ tráng lệ được bắc ngang sông Lạc Dương.

Đúng ngày cầu vừa xây xong, quả nhiên Ngài Quán Âm trở lại. Tuy Ngài vẫn xuất hiện dưới lốt một cô gái chài lưới, nhưng lần này ai cũng biết đó là Bồ Tát Quán Âm giáng lâm nên tất cả đều sụp xuống lễ lạy.

Bồ Tát nói với mọi người:

- Các vị hãy mau đứng dậy, không nên tạ ơn ta. Cầu này mà hoàn thành là do sức đóng góp của tất cả quý vị, chính ta mới phải tạ ơn các vị.

Bồ Tát Quán Âm chúc mừng việc cầu đã hoàn thành, rồi lên mây trở về Nam Hải. Nhưng trước khi đi Ngài nói riêng với Vi Đà:

- Vi Đà, ngươi đã hoàn thành tốt đẹp việc xây cầu. Ngươi đã ném tiền trúng ta vì ta với ngươi có duyên phận. Ta thấy ngươi là người có tâm thiện lành, ngươi có muốn cùng ta về Phổ Đà Sơn không? Nếu muốn thì có thể ở bên ta mà tu hành cho tới chính quả, làm thần Hộ Pháp cho ta, nếu không muốn thì cứ ở lại đây.

Vi Đà vội vàng đáp:

- Bồ Tát trên cao, Vi Đà con được Bồ Tát giúp đỡ, một lòng thề nguyện xây cầu viên mãn, cầu xây xong rồi, con luôn tạc dạ ghi lòng tâm đại từ đại bi của Bồ Tát. Nếu được theo Bồ Tát mà tu hành, thì đó là điều vinh hạnh mà con vẫn hằng mơ tưởng mà không dám nghĩ có thể thành sự thật. Con nguyện theo Bồ Tát về Phổ Đà Sơn.

Bồ Tát Quán Âm bèn đưa Vi Đà về Phổ Đà Sơn. Một vài năm sau, Vi Đà tu hành thành chính quả, được phong là thần Hộ Pháp, và được gọi là "Vi Đà Thiên Tôn", thời thời khắc khắc đứng trước mặt Bồ Tát Quán Âm để hộ vệ Ngài.

6. QUÁN ÂM ĐỘ DI LẶC

Trước khi Bồ Tát Di Lặc thành Phật, ngài là con của một gia đình tài chủ rất giàu có.

Từ nhỏ sinh ra đã trắng trẻo mập mạp, suốt ngày cười hà hà, đặc biệt tốt bụng, luôn luôn đem tài sản trong nhà ra bố thí cho người nghèo. Khi Di Lặc lớn lên thì gia sản kếch sù kia đã bị đem cho hết sạch sành sanh rồi, cuối cùng cả quần áo trên thân cậu cũng bố thí hết, chỉ còn lại cái quần duy nhất. Nhưng cậu không hề hối hận cũng chẳng hề buồn, cả ngày mình trần trùng trục vẫn vui vẻ uỡn bụng mà cười.

Quán Âm Đại Sĩ biết được việc này thì trong tâm rất tán thưởng nhân cách của Di Lặc. Nhưng chuyện tai nghe sao rõ bằng mắt thấy, Ngài muốn tự mình thử thách anh chàng thanh niên này, nếu như danh bất hư truyền thì sẽ hóa độ cho cậu ta về Phổ Đà Sơn thành Phật.

Một hôm, Ngài Quán Âm giả trang thành một cô gái nghèo, tìm đến Di Lặc để cầu xin bố thí. Di Lặc thật là khó xử, trên thân chỉ còn có cái quần, ngoài ra không có lấy một vật gì khác, đứng trước mặt một cô gái làm sao cậu có thể cởi quần đem bố thí cho cô ta được! Cậu xoa bụng cười hề hề mà rằng:

- Cô nương chờ một chút, tôi đến nhà mấy người nhà giàu xin cái gì về cho cô nương nhé!

Nói xong bèn xoay lưng đi ngay. Ngài Quán Âm nhẹ mỉm cười, kêu giật Di Lặc lại:

- Khoan đã! Bần nữ có hai chậu hoa ở đây, tiên sinh một chậu tôi một chậu. Nếu hoa trong chậu của tiên sinh nở trước, thì tôi sẽ không xin tiên sinh bố thí cho gì cả; còn nếu hoa trong chậu của tôi nở trước thì tiên sinh phải cho tôi cái gì của chính tiên sinh, không được đi xin vật gì của ai khác.

Di Lặc nghe xong, không đòi hỏi gì hơn, vui vẻ cười dài, luôn miệng nói "được!", nhưng thật ra trong tâm thì cậu không có một chủ ý gì.

Ngài Quán Âm và Di Lặc đến một nơi vắng vẻ, cả hai nhắm mắt ngồi bệt xuống đất trước mặt chậu hoa của mình.

Hai giờ trôi qua, Ngài Quán Âm hé mắt ra nhìn thì thấy chậu của mình thì không có lấy một nụ hoa, còn chậu của Di Lặc thì có một đóa hoa đã nở rồi. Bồ Tát Quán Âm vẫn cố tình muốn thử Di Lặc nên mới nhẹ nhẹ đổi chỗ hai chậu hoa, rồi giả bộ làm ra vẻ ngạc nhiên và mừng rỡ kêu lên rằng:

- Hoa trong chậu của tôi đã nở rồi!

Tuy Di Lặc rất thật thà nhắm nghiền đôi mắt nhưng vẫn cảm biết khi Ngài Quán Âm đổi chỗ hai chậu hoa, cậu nghĩ thầm: "Người ta là một đại cô nương, ta phải nhường nhịn cô ta chứ có lý gì mà tị nạnh hơn thua!" Cậu bèn mở banh hai mắt, cười hề hề:

- Tôi thua rồi! Tôi thua rồi!

Bồ Tát Quán Âm thấy dáng điệu của cậu như thế thì cười:

- Tiên sinh thua rồi, bây giờ phải bố thí cái gì cho tôi!

Di Lặc gãi đầu, xoa bụng và cười hì hì:

- Cô nương ơi, cô nương cũng thấy rồi mà, thật ra tôi không có gì để tặng cô nương hết. Tuy nhiên tôi hãy còn cái giải quần này!

Nói xong Di Lặc tháo cái giải quần ra trao cho Ngài Quán Âm, còn mình thì lấy hai tay xách quần, vui vẻ cười hoài.

Ngài Quán Âm rất cảm động nên nói thật cho Di Lặc biết mình là ai, và chủ ý của mình là gì. Di Lặc đồng ý ngay, theo Quán Âm Đại sĩ về Phổ Đà Sơn.

Thần Hộ Pháp của Quán Âm viện là ngài Vi Đà, thấy Bồ

Tát Quán Âm đã về, đi theo sau có một anh chàng thanh niên mình trần trùng trục lại hai tay xách quần miệng cười hề hề, thì bất giác cau mày, mắt toé lửa, đưa chày hàng ma lên, khí lực hùng dũng uy nghi chận cửa đại điện nhìn Di Lặc hét: "Đứng lại!"

Bồ Tát Quán Âm thấy Di Lặc bị chận ở ngoài đại điện thì vội vàng đến giải thích mọi sự cho ngài Vi Đà nghe, lúc ấy ngài Vi Đà mới ngây người ra để cho Di Lặc bước vào.

Ngài Quán Âm nhìn Di Lặc, rồi lại nhìn ngài Vi Đà, nói rằng:

- Di Lặc miệng luôn tươi cười, có thể đón khách thập phương. Vi Đà uy nghi lẫm liệt, làm Hộ Pháp bảo vệ điện Phật đúng lắm!

Từ đó trở đi, ngài Di Lặc, ngài Vi Đà, và tứ đại Kim Cương cùng nhau thủ hộ chùa chiền ở Thiên Vương Điện. Phật Di Lặc ngồi đối mặt với cửa chính, lúc nào cũng mang bộ mặt vui vẻ tươi cười hỉ hả.

7. QUÁN ÂM VÀ 18 VỊ LA HÁN

Ở chân núi Thiên Thai, khoảng hơn 3 cây số về phía bắc huyện Thiên Thai tỉnh Triết Giang, hiện nay có một ngôi chùa rất nổi tiếng tên là Quốc Thanh tự, do Kim Vương Dương Quảng đời nhà Tùy năm Khai Hoàng thứ 18 (598 DL), vâng lời Trí Giả Đại Sư mà xây nên, cũng là tổ đình Thiên Thai Tông của Phật giáo Trung Hoa. Trong giới Phật tử, ngôi chùa Thiên Thai này vẫn còn nổi danh trên khắp hoàn cầu.

Trong Đại Hùng Bảo Điện (Chính Điện) của chùa Quốc

Thanh, có một bức tượng Quán Âm "Từ Hàng Phổ Độ" ở ngay trung tâm, và ngồi dọc xếp thành hai hàng ở hai bên điện có tượng 18 vị La Hán khắc bằng gỗ lim, từ đời nhà Nguyên.

Ban đầu, 18 vị La Hán chính là 18 người thợ đến làm công ở chùa này. 18 người thợ đã tỉ thí với Bồ Tát Quán Âm và thua cuộc nên được Ngài thâu làm 18 La Hán.

Sau khi chùa Quốc Thanh được xây lên rồi, Kim Vương Dương Quảng ban cho chùa rất nhiều ruộng đất, nên hòa thượng trụ trì phải mướn thợ đến cày cấy trồng trọt, tổng cộng là 18 người.

Còn việc cơm nước trong chùa thì có một bà lão rất già, đầu tóc bạc phơ, một tay đảm nhiệm. Các vị tăng trong chùa nói là lúc chùa còn đang xây thì đã thấy bà có mặt ở chùa rồi. Nhưng hiện nay chùa có 327 vị tăng thường trụ cùng 18 người thợ, bà vẫn còn là người duy nhất lo chuyện bếp núc, thế mà dọn cơm chưa từng một lần trễ giờ, cơm nấu chưa bao giờ khê cũng chưa bao giờ sống! Bà lão cũng chưa từng ngồi không, ngày ngày phải đi nhặt củi ở gần chùa rồi chất sẵn thành một núi to ở ngoài cửa, sau đó còn đi trồng rau ở trên núi trong một miếng đất của chùa. Các thầy trong chùa, từ lớn tới nhỏ ai cũng phải khen ngợi tán thán tính siêng năng cần cù của bà lão.

Sự thật thì bà lão này không ai khác hơn là Quan Thế Âm Bồ Tát, vì Kim Vương Dương Quảng muốn xây chùa Quốc Thanh nên Ngài bí mật đến giúp một tay, để biến vùng đất này thành một thánh địa nổi danh của Phật giáo.

18 người thợ là những cậu thanh niên vạm vỡ khỏe mạnh, hiếu chiến, háo thắng. Họ đến chùa này, ngày ngày ăn cơm của bà lão nấu, vừa thơm vừa ngon, đáng lẽ phải biết mang ơn, nhưng trong đầu lại nảy ra một ý kiến quái gở.

Họ thấy bà lớn tuổi dường ấy mà làm việc lại giỏi như thế,

nấu cơm cho rất nhiều người ăn mà bữa nào dọn cơm rau ra cũng đúng giờ, thật là kỳ lạ! Thế là một buổi sáng, ăn sáng xong, họ ra đồng làm việc, vừa làm vừa bàn tán với nhau, hay là mình tìm cách phá bà ấy chơi? Họ bàn mưu tính kế với nhau xong, thừa lúc bà lão vắng mặt, bèn lấy nước đổ lên đống củi dùng để đốt lửa thổi cơm trước cửa, khiến củi ướt sũng, rồi mới xuống núi. Họ cười thầm trong bụng rằng để trưa nay trở về xem bà làm sao để dọn cơm đây? Thế nào lại chẳng có dịp cười bà một phen!

Nào có ngờ đâu rằng, buổi trưa trở về thì cũng như mọi bữa, cơm đã dọn ra sẵn cho mấy trăm người ăn, mười mấy mâm cơm vẫn thơm ngon như mọi bữa! 18 người thợ chạy ra ngoài cửa xem, thì thấy đống củi bị họ tưới ướt sáng nay bây giờ lại khô rang khô ráo, nên há hốc mồm đứng thừ người ra.

Nhưng họ đâu có chịu thua, họ lại bàn mưu tính kế kiếm một cách khác quỷ quái hơn. Hôm ấy, họ đem từ ngoài vào một thúng cát vàng, chờ bà lão ra ngoài xếp củi, bèn đổ hết thúng cát vào nồi cơm rồi đắc ý cười hỉ hả xuống núi làm việc, xem lần này bà lão sẽ đương đầu cách nào nhé?

Bà lão gánh củi về, đã biết đám thợ giở trò gì rồi, trong lòng không khỏi buồn cười. Bà bèn dở nắp nồi lên, cầm một cái vớt bọt bằng đồng lớn, miệng nói "vớt cát đừng vớt gạo", khuấy vào nồi cơm như thế vài dạo thì bao nhiêu cát bọn thợ đã đổ vào hồi sáng nay đã vớt ra hết không còn một hạt.

Đến trưa, cơm vẫn nấu xong như thường lệ, và cũng như thường lệ không sống không khê, thơm phưng phức, ngon tuyệt vời, không hề lẫn lộn một hạt cát nào. 18 người thợ trở về ăn cơm thấy thế lại ngẩn người ra, họ vẫn chưa phá được bà lão nên ăn mất ngon.

Nhưng những cậu thanh niên hiếu chiến háo thắng ấy đời nào chịu thua, họ lại bàn với nhau kiếm một kế khác hiểm hóc hơn nữa. Gạo trong chùa vốn được giao tới mỗi tháng trong vựa lúa. Vựa lúa của chùa Quốc Thanh cách nhà bếp rất xa, đầu tháng nào cũng có mấy vị tăng gánh về đổ vào trong một cái lu lớn cho bà lão. Hôm ấy là ngày cuối tháng, 18 người thợ ăn xong, chờ bà lão lên núi nhặt củi rồi bèn lấy bao nhiêu gạo còn lại trong lu giấu mất, "không bột đố gột nên hồ", lúc nhặt củi về không có gạo để nấu cơm trưa, mà muốn đi gánh về thì cũng không thể kịp, để xem lần này bà làm sao trở tay?

Bà lão nhặt củi về, nhìn lu gạo thấy trống trơn, biết ngay đây là mấy cậu thanh niên giỏ trò nữa, bà lại cười thầm. Chừng ấy mà có thể làm khó dễ Bồ Tát được sao? Ngài lấy thúng cát vàng mà bọn thợ đem tới hôm nọ, miệng nói "cát vàng biến thành gạo", thế là trong nháy mắt, Ngài có một thúng gạo lớn.

Đến giờ ăn trưa, 18 người thợ trở về, lại thấy trên bàn cơm rau đã dọn sẵn, thì ra bà lão vẫn nấu cơm được như thường khiến họ một lần nữa ngẩn tò te. Lần này, họ dần dần cảm nhận rằng bà lão không phải là người tầm thường, mà họ cũng không nghĩ được cách khác để phá bà, nên trong tâm đã cảm phục nhiều rồi.

Một hôm, 18 người thợ đang gặt lúa trên đồng, bà lão nhặt củi trên núi về bèn ghé đến. Nhìn họ gặt lúa nhanh như gió, Bồ Tát cũng phải công nhận họ thật là những người thợ giỏi và thầm tán thán, nghĩ rằng nếu thâu 18 anh chàng về làm La Hán bảo vệ chùa chiền thì không phải là một điều rất tốt hay sao?

Thế là Ngài nảy ra một ý kiến, nên tiến đến chào những người làm công ấy.

- Các cậu mười mấy người nghe này, tôi hỏi các cậu, có phải các cậu đã phá tôi ba lần liên tiếp không? Các cậu có sao nói vậy, phải nói thật.

18 người làm công ngượng ngùng nói:

- Bà lão ơi, đúng thế, chính chúng cháu đã tinh nghịch muốn phá bà lão chơi. Nhưng nay thì chúng cháu không dám nữa, bà lão thật là thần thông quảng đại, chúng cháu đã khuất phục rồi, chúng cháu thật tình xin lỗi, mong bà bỏ qua cho chúng cháu.

Bồ Tát cười:

- Bọn thanh niên các cậu mà biết khuất phục người khác sao, thí dụ như hôm nay tôi gặt lúa thi với các cậu xem ai gặt mau, thì các cậu có phục hơn không?

18 người làm công nghe nói tới chuyện thi gặt lúa thì không phục nữa mà nói:

- Bà lão ơi, nấu cơm thì chúng cháu không phá nổi bà, chứ mà gặt lúa thì trong vòng 10 dặm, 100 dặm quanh đây không ai qua mặt chúng cháu được! Chúng cháu là tay nghề mà, không sợ bà đâu! Bà muốn thi thì thi, mà người thua mất gì, người thắng được gì, bà lão quyết định đi!

Bồ Tát nói:

- Nếu tôi thua thì tôi sẽ đãi các cậu một bữa tiệc 18 món, còn nếu các cậu thua thì phải ở lại chùa Quốc Thanh này làm La Hán, các cậu chịu không?

18 người làm công đâu có sợ bà lão, bèn đồng thanh trả lời:

- Chịu!

Sau đó bà lão đem tới một lưỡi liềm, cùng 18 người làm công mỗi người chiếm một luống cày, bắt đầu gặt xem ai gặt mau nhất. 18 người làm công nghĩ, chúng tôi trẻ tuổi khỏe mạnh, chân tay lanh lợi, còn bà thì già nua mà còn bị bó chân, làm sao chúng tôi thua bà được!

Nghe tiếng Bồ Tát nói "Bắt đầu!", thế là 19 người như ngựa phi điện chớp bắt đầu gặt lúa. Bà già tuy chân bó thật nhưng khi bắt đầu gặt thì hoàn toàn biến dạng, bà làm thoăn thoắt như bay. 18 người làm công chuyên tâm cúi đầu làm việc, thoáng một cái là xong nửa luống, có một người ngẩng đầu lên xem bà lão đã làm tới đâu rồi, nghĩ rằng không chừng bà đã ngã xuống đất cũng có, nào ngờ người ấy nhìn xong bỗng sững sờ, bà lão đã gặt xong luống cày, đang đứng ở đầu bên kia mà cười!

Bây giờ thì 18 người làm công hoàn toàn phục thiện. Họ gặt xong luống của mình rồi bèn nói với bà lão:

- Bà cụ ơi, chúng cháu hoàn toàn phục bà rồi. Bà không phải là người phàm, chắc bà là Bồ Tát, chúng cháu tình nguyện xin làm đệ tử của bà.

Bấy giờ Bồ Tát Quán Âm mới hiện bảo tướng Bồ Tát, nói với 18 người làm công rằng:

- Đúng rồi, ta là Bồ Tát Quán Âm, đến đây giúp Kim Vương Dương Quảng xây chùa lập thánh địa. Nếu các ông bằng lòng theo ta, ta sẽ thâu các ông làm La Hán, cùng ta bảo hộ ngôi chùa này, các ông nghĩ sao?

18 người làm công thấy bảo tướng của Bồ Tát Quán Âm rồi liền quỳ xuống dập đầu lạy lia lịa, bạch rằng:

- Bồ Tát đại từ đại bi, chúng con nguyện xin theo Bồ Tát.

Từ đó 18 người làm công biến thành 18 vị La Hán, ai đi chùa Quốc Thanh cũng có thể thấy tượng của họ ngồi dọc hai bên Đại Hùng Bảo Điện.

8. QUÁN ÂM THÂU TỨ ĐẠI KIM CANG

Bồ Tát Quán Âm thâu Long Nữ và Thiện Tài rồi thì Phổ Đà Sơn, đạo tràng của Ngài trở nên càng ngày càng hưng thịnh, khách hành hương càng ngày càng đông đảo, xa gần ai cũng nghe danh và còn gọi đảo này là Hải Thiên Phật Quốc.

Bốn đại Thiên Vương hộ vệ cửa Nam Thiên nghe thế, quyết định chính mắt mình nhìn thấy mới tin, thế là mỗi vị cầm vũ khí của mình, cưỡi mây lành hướng về Phổ Đà Sơn.

Bốn đại Thiên Vương còn được gọi là bốn đại Kim Cang.

Quan điểm nhà Phật chia vũ trụ này làm ba cõi là cõi Dục, cõi Sắc và cõi Vô sắc. Ở cõi Dục có Lục dục thiên, và tầng trời thứ nhất của Lục dục thiên, gần với thế gian nhất, chính là Tứ Thiên Vương Thiên, là nơi ngự trị của bốn vị Kim Cang này. Kinh Phật nói các vị này trụ ở lưng chừng núi Tu Di, ở đấy có ngọn Kiên Đà La, và ngọn này có bốn đỉnh tên là Tu Di Tứ Bảo Phong (bốn đỉnh báu của núi Tu Di).

Nhiệm vụ của bốn Đại Thiên Vương là mỗi ngài bảo hộ một phương của thế gian, vì thế bốn Thiên Vương còn được gọi là Hộ thế Tứ Thiên Vương.

Vị Thiên Vương ở phương đông tên là Trì Quốc Thiên Vương, âm Phạn là Đa La Sất (*Dhṛtarāṣṭra*), thân màu trắng, mang áo giáp mũ sắt, tay cầm cây đàn tì bà. Trì Quốc có nghĩa là giữ gìn bảo vệ cho cõi nước, vì ngài lấy từ bi làm đầu, bảo hộ chúng sinh. Vị này là thần âm nhạc nên tay cầm cây đàn tì bà, lấy âm nhạc để cảm hóa chúng sinh quy y Phật giáo. Thiên Vương này có tên khác là "Điều".

Thiên Vương ở phương nam tên là Tăng Trưởng Thiên Vương, âm Phạn là Tỳ Lưu Ly (*Virūḍhaka*), thân màu xanh, mang áo giáp mũ sắt, tay nắm bảo kiếm. Vị Thiên Vương này có nhiệm vụ là làm cho chúng sinh tăng trưởng thiện căn, hộ trì Phật giáo, nên tay cầm bảo kiếm để bảo vệ cho Phật Pháp không bị xâm phạm. Vị này còn có tên là "Phong".

Thiên Vương của phương tây tên là Quảng Mục Thiên Vương, âm Phạn là Tỳ Lưu Bác Xoa (*Virūpākṣa*), thân màu đỏ, tay có quấn con rồng. Quảng Mục có nghĩa là dùng tịnh thiên nhãn để luôn luôn quán sát thế gian, hộ trì nhân dân. Tay cầm con rồng, hay cũng có thể coi như sợi dây thừng màu đỏ, nghĩa là dùng dây thừng trói người không tin Phật, khiến cho họ quy y Phật giáo. Vị này còn có tên là "Thuận".

Thiên Vương của phương Bắc tên là Đa Văn Thiên Vương, âm Phạn là Tỳ Sa Môn (*Vaiśravaṇa*), thân màu đen, mang mũ giáp, tay cầm dù báu. Vị này dùng phúc đức để nghe ngóng khắp bốn phương, dù báu là để chế phục chúng ma, bảo hộ tài sản của nhân gian. Vị này còn có tên là "Vũ".

Bốn vị Thiên Vương, hay còn gọi là bốn đại Kim Cang, hợp nhau để mang lại "phong điều vũ thuận" cho nhân gian.

Bốn vị Thiên Vương này là những vị thiên tướng lừng lẫy, người cao lớn, so với bậc thần tiên thường thì cao lớn gấp mười lần.

Bốn vị Kim Cang uy phong lẫm lẫm bước xuống bãi cát Thiên Bộ Sa, lấy đường Vân Đầu, dọc theo đường Ngọc Đường vừa đi vừa ngắm cảnh núi. Họ thấy trên núi tự viện hùng tráng, chùa chiền mọc như rừng, cây cổ thụ cao chọc trời, hoa cỏ xanh rì rậm rạp, sóng biếc, cát vàng bủa quanh tứ bề, nên bị cảnh Hải Thiên Phật Quốc làm cho mê đắm, thật quả danh bất hư truyền, nên trong lòng ngầm thán phục.

Họ vừa đi vừa thưởng ngoạn, vừa đi vừa say sưa nhìn ngắm nên đến giờ ăn cơm trưa lúc nào mà không hay. Họ đã ra đi lúc trời tảng sáng, đi không biết bao nhiêu là dặm đường, đến giờ là đã hơn nửa ngày trời nên cảm thấy bụng đói cồn cào, ruột sôi sùng sục, vội lo tìm xuôi tìm ngược xem có chỗ nào bố thí cơm chay mà tìm mãi không có. Trên thiên giới, bốn đại Kim Cang vốn quen muốn gì được nấy ngay, chưa bao giờ phải chịu cảnh đói khát như thế này nên tìm hoài mà không có gì ăn đâm ra cáu kỉnh, một vị Thiên Vương nổi giận la lên:

- Đạo tràng của vị Bồ Tát này chỉ là hư danh, cái gì mà một bát cơm chay cũng không có chỗ nào bố thí cả!

Bốn đại Thiên Vương bản tánh vốn nóng nảy, gặp điều không vừa ý là lửa giận bùng lên ngay, thế là cả bốn nhao nhao đả kích:

- Đại sĩ với chẳng tiểu sĩ, thật là không biết điều chút nào, bốn đại Kim Cang chúng ta giá lâm mà tại sao lại không ra đón tiếp!

- Đại sĩ dỏm, không biết nể mặt anh em chúng ta gì cả, khi nào gặp thì thế nào cũng phải làm cho bà ta biết tay mới xong!

Bồ Tát Quán Âm thật ra đã biết sự có mặt của bốn đại Kim Cang từ lâu, nay nghe họ càu nhàu như thế, trong lòng không khỏi buồn cười, lập tức nảy ra một ý kiến.

Đương lúc bốn vị Kim Cang đang lớn tiếng mạt sát, bỗng nhiên từ rừng trúc tím trước mặt bay ra một làn khói bếp. Họ bèn rảo bước về phía rừng trúc tím, tìm quanh một lúc mới thấy khói bếp ấy là từ một căn nhà bé nhỏ, vừa thấp vừa hẹp bay ra. Bốn đại Kim Cang nhìn qua khe cửa thì thấy trong nhà có một thiếu phụ đang ngồi trước bếp nhóm lửa thổi cơm.

Thiếu phụ trạc ngoài 30 tuổi, khuôn mặt thanh tú, cử chỉ an tường, trang nhã. Cơm thổi đã chín, từng cụm, từng cụm khói thơm phức bay lọt ra ngoài khiến cho bốn đại Kim Cang càng cảm thấy đói thêm, không chờ được nữa, bèn gõ cửa nói:

- Cô nhỏ ơi, chúng tôi là bốn đại Kim Cang từ thiên giới xuống đây, xin cô bố thí cho chúng tôi nồi cơm ấy đi!

Người thiếu phụ chẳng tỏ vẻ gì là kinh sợ, trả lời:

- Mời quý vị vào nhà. Nồi cơm này là để đãi khách, đủ cho bốn vị dùng.

Bốn đại Kim Cang muốn bước vào nhà nhưng người nào cũng cao lớn, nhà lại nhỏ hẹp cao không tới đầu gối của họ, làm sao chui vào cho lọt đây? Họ còn đang lúng túng, người thiếu phụ mỉm cười thúc giục:

- Quý vị vào đi chứ, tại sao lại không vào?

Bốn vị quá muốn ăn cơm nên đành cúi đầu uốn lưng tiến vào nhà. Kỳ lạ thay, bước vào rồi thì căn nhà bé nhỏ ấy dường như được nới rộng ra, bốn vị Kim Cang có thể cử động thư thái, không thấy nhà nhỏ hẹp nữa mà còn thấy rộng rãi thoải mái là khác.

Người thiếu phụ mời họ ngồi xung quanh một cái bàn vuông và nói:

- Tôi xới cơm cho quý vị dùng.

Một vị Kim Cang nói:

- Cô nhỏ à, chúng tôi đói rã rời rồi, anh em chúng tôi lại ăn rất khoẻ, xin cô làm ơn nấu thêm cơm chứ cái nồi bé tí thế kia sợ không đủ cho chúng tôi no.

Ba vị còn lại cũng phụ họa:

- Đúng rồi, đúng rồi, nồi cơm bé tí ăn không đủ no.

- Xin bốn vị tướng quân yên lòng, đừng thấy nồi nhỏ mà lo sợ, cơm trong nồi ấy đủ cho quý vị ăn no bụng.

Người thiếu phụ nói rồi, xới cơm vào bốn cái bát đem đến bàn rồi tiếp:

- Nồi hãy còn cơm, quý vị dùng xong hãy tự tiện xới thêm, tôi ra ngoài giặt quần áo một chút, không ở lại hầu chuyện với quý vị được. Mời quý vị tự nhiên ăn cơm cho no.

Nói xong cô bèn xách một cái giỏ bước ra khỏi nhà. Bốn đại Kim Cang vội vàng nâng bát, vừa ăn vừa canh chừng nồi, ai cũng nghĩ "cái nồi có chút xíu, cơm này thì đủ cho ai ăn, ta nên ăn cho mau để xới trước". Cả bốn người đều nghĩ như nhau nên ai nấy đều ăn thật mau. Kết quả là vị Kim Cang mặt trắng ăn xong trước, chỉ và mấy cái là cả bát cơm đã vào bụng, thế là vị này chạy mau như bay đến trước bếp lửa mở nồi xúc cơm. Nào ngờ cái vung như thể bị gắn dính vào nồi, không cách nào dở lên. Ông bèn buông bát xuống, dùng hai tay để mở nồi, dùng hết cả sức lực mà cái vung vẫn trơ trơ bất động.

Vị Kim Cang mặt trắng đỏ mặt tía tai, đứng ngây người ra. Vị Kim Cang mặt đen cũng vừa ăn xong bát cơm bèn qua xúc thêm, thấy vị Kim Cang mặt trắng mở vung không ra bèn cười chế nhạo và đẩy vị ấy sang một bên, tự mình đến giở nồi. Ông những tưởng việc này dễ như trở bàn tay mà thử mấy lần không xong, bèn đứng dạng hai chân, dồn hết sức mạnh nắm chặt vung, nhưng vì dùng sức quá mạnh, vung đã không nhúc nhích mà nồi lại vuột ra khỏi bàn tay khiến ông ngã lăn đùng xuống đất, giận quá chửi toáng lên.

Hai vị Kim Cang còn lại cũng đến thử và cũng thất bại, họ dùng sức đến đâu đi nữa vung vẫn dính chết vào nồi, trơ trơ bất động!

Cuối cùng, bốn vị Kim Cang bèn đứng xếp thành hàng, vị đứng đầu cầm vung, vị đứng sau ôm bụng vị đứng trước, hễ nghe hiệu lệnh thì cùng nhau kéo về phía sau: "dô ta! dô ta!". Họ dùng hết sức lực để "nhổ" cái vung ra khỏi nồi như người ta nhổ một củ cải ra khỏi đất, nhưng cái vung vẫn không hé ra chút xíu nào! Bốn vị cứ kéo tới kéo lui một hồi lâu, mệt quá nằm dài xuống đất thở phì phò, không còn nhúc nhích được, thật là xấu hổ!

Bỗng có tiếng cửa mở, người thiếu phụ bước vào phòng, thấy bốn đại Kim Cang nằm la liệt dưới đất nhăn răng méo miệng, buồn cười quá mà vẫn phải làm bộ kinh ngạc:

- Hẳn là bốn vị tướng quân ăn no rồi nên nằm xuống nghỉ ngơi chăng?

Vị Kim Cang mặt đỏ vội vàng cải chính:

- Không phải, không phải, chúng tôi chưa ăn xong, mới chỉ ăn được có một bát cơm mà thôi!

Người thiếu phụ nói:

- Tại sao quý vị không ăn cho xong? Hay là quý vị chê nồi nhỏ, cơm trong nồi hãy còn đầy mà, sao quý vị không múc ăn thêm?

Vị Kim Cang mặt đỏ đáp:

- Vì mở vung không ra!

Thiếu phụ nói:

- Sao lạ vậy? Cái vung bé tí ti thế này, bốn vị tướng quân sao lại mở không ra? Bốn vị là thiên tướng lừng danh trên thiên giới, sức mạnh vô địch, làm gì dở không lên một cái vung?

Bốn đại Kim Cang không trả lời được, người nào cũng cảm thấy ngượng ngùng, nhìn nhau không nói mà trong lòng phát hoảng.

Mọi người còn đang nghĩ ngợi thì người thiếu phụ bước đến trước bếp, đưa tay ra nhẹ nhàng nhấc vung lên và nói:

- Vung dễ mở lắm mà, bốn vị tướng quân, xin mời dùng thêm cơm!

Bốn đại Kim Cang sững sờ nhìn người thiếu phụ nhấc cái vung một cách ung dung nhẹ nhàng, nghĩ lại ban nãy bốn anh em phí bao nhiêu sức mà giở mãi không ra, cảm thấy thật là bất khả tư nghì!

Vị Kim Cang mặt trắng cuối cùng nhanh trí nhất, trong thoáng chốc hiểu rõ ngọn nguồn, biết người thiếu phụ này không phải là người phàm, sau đó thoắt nhiên tỉnh ngộ la lên:

- Ối! Tôi hiểu rồi! Ngài là Quán Âm đại sĩ, anh em chúng con không thấy núi Thái Sơn, xin Bồ Tát thứ lỗi!

Ba đại Kim Cang kia cũng lớn tiếng nói:

- Bồ Tát thứ lỗi! Xin Bồ Tát tha thứ cho bọn chúng con ngu si!

Nói rồi, bốn đại Kim Cang quỳ xuống trước mặt người thiếu phụ dập đầu lạy liên tiếp. Quán Âm Đại sĩ mỉm cười:

- Xin bốn đại tướng quân đứng dậy, đứng dậy đi, dùng cơm xong hãy nói chuyện.

Ăn cơm xong, bốn đại Kim Cang nói:

- Đa tạ Đại sĩ, hôm nay chúng con nhờ ơn từ bi của Bồ Tát, vô vàn cảm tạ, bây giờ xin phép Đại sĩ cho chúng con trở về thiên đình.

Quán Âm Đại sĩ nói:

- Bốn đại tướng quân còn muốn trở về sao? Bốn vị muốn trở về thì không có vấn đề gì, tuy nhiên uy danh của bốn vị chấn động thiên đình, hôm nay chỉ có một cái vung mà nhấc không lên, chỉ e... thiên binh thiên tướng có còn tôn trọng quý vị chăng? Hay là họ sẽ cười chê? Theo ta nghĩ, hay là các vị ở lại đây theo ta tu hành, các vị nghĩ sao?

Sự thật, khi Bồ Tát Quán Âm biết có bốn đại Thiên Vương

đến Phổ Đà Sơn, Ngài nghĩ rằng đất này đang thiếu thần hộ Pháp, nếu có cách nào giữ bốn đại Kim Cang này ở lại thì thật là thích hợp! Vì thế Ngài đã lập ra một kế kích thích ngạo khí của họ để giữ họ ở lại.

Bốn đại Kim Cang nghe Quán Âm Đại sĩ nói như thế thì không có lời lẽ nào để trả lời, thật sự họ không còn mặt mũi nào mà trở về thiên đình nữa.

Trải qua chuyện này rồi họ mới được thấy uy lực của Phật Pháp và thần thông vô tỉ của Bồ Tát Quán Âm. Họ vô cùng kính phục Đại sĩ, đồng lòng chấp thuận ở lại Phổ Đà Sơn, theo ngài Quán Âm học Phật Pháp và hộ vệ Phổ Đà Sơn.

Từ đấy, ở hai bên trái và phải của Thiên vương điện xuất hiện những bức tượng uy vũ hùng tráng của bốn đại Thiên Vương.

9. QUÁN ÂM THU PHỤC GIÀ LAM

Ngày xưa, có một con tàu cướp biển ngày ngày cứ lãng vãng quanh vùng cửa sông Hoàng, mà cầm đầu là tên giặc cướp Lam Lễ Dụ. Hắn tung hoành trên mặt biển, không có chuyện ác nào là không làm, thấy tàu buôn thì cướp hàng hóa, thấy thuyền chài thì đoạt cả mẻ cá của người ta, còn nếu gặp du thuyền thì lột hết vàng bạc của khách du lịch trên tàu.

Tuy nhiên tên giặc cướp thô bạo kệch cỡm này vẫn còn một điều húy kỵ, đó là hắn không dám béng mảng tới Phổ Đà sơn cướp bóc chùa chiền hay nhiễu hại tín đồ, vì hắn rất sợ bị đức Bồ Tát Quan Thế Âm đại từ đại bi trừng phạt.

Một hôm, tàu cướp biển đi ngang qua hải phận bãi cát

Thiên Bộ Sa, Lam Lễ Dụ đang ngồi trong khoang thuyền uống rượu, giương cặp mắt kèm nhèm nhìn quanh nhìn quất, bỗng hắn thấy dọc theo bờ biển Thiên Bộ Sa có một cô gái tay cầm giỏ tre, đang đùa nghịch bằng cách đạp trên đầu sóng mà đi đi lại lại.

Lam Lễ Dụ ngẩn người ra mà nhìn, nghĩ rằng: "Cô gái này bản lãnh thật cao, biết đạp trên đầu sóng mà đi!" Rồi hắn ra lệnh cho tên lâu la lái tàu chạy sát lại bờ biển. Khi có thể nhìn rõ, hắn đờ đẫn cả người vì cô gái đang đạp sóng kia là một thiếu nữ xinh đẹp như một nàng tiên trên thiên giới!

Lam Lễ Dụ vừa kinh ngạc vừa vui mừng, nghĩ rằng nếu bắt cô gái này về làm áp thuyền phu nhân thì ta chẳng phải như cọp thêm vây sao? Thật là nhất cử lưỡng tiện! Càng nghĩ càng thấy đẹp lòng, càng thấy ham muốn, bất giác nghếch mặt lên trời cười hô hố, rồi lập tức truyền lệnh cho một tên lâu la thả chiếc thuyền tam bản xuống chèo cho hắn đi vào bờ.

Không ngờ thiếu nữ nọ nhìn thấy Lam Lễ Dụ bơi thuyền tới gần thì nhoẻn miệng cười và quay đi, tiếp tục đạp sóng hướng tới động Triêu Dương. Lam Lễ Dụ lòng nóng như lửa đốt, luôn miệng hối lâu la: "Chèo mau, chèo mau đuổi theo cô ta!" và nhắm hướng động Triêu Dương mà thẳng tiến. Nhìn thì mắt thấy như đã gần bắt được cô gái rồi, nhưng cô gái lại quẹo về hướng miếu Hải Triều. Lam Lễ Dụ không nhẫn nại được nữa, vừa đuổi theo vừa la: "Cô kia đứng lại! Đứng lại ngay!"

Cô gái không lộ chút gì là lo sợ, cứ chốc chốc quay đầu lại nhìn, nhưng vẫn khoan thai tiến tới phía trước, mỗi bước chân đi làm cho những giọt hoa biển bắn lên tung toé, trông thật là hồn nhiên và dễ thương! Lam Lễ Dụ chạy theo mà cả người bốc khói, tâm ác nổi dậy, bèn rút cung tên bắn cô gái một phát.

Làm như cô gái có cặp mắt đằng sau đầu, cô chờ tên bay tới gần mình rồi mới ung dung đưa cánh tay ngọc lên "phụp", chụp lấy mũi tên trong tay, không quay đầu mà cũng không dừng lại, chân vẫn tiếp tục đạp trên đầu ngọn sóng mà đi. Lam Lễ Dụ thấy thế giật mình, miệng la oai oái: "Giỏi! Thật là cao cường! Bản lãnh cô gái này quả là phi phàm!"

Hắn vừa kinh sợ vừa thích thú, nhưng cũng lại vừa cáu vừa thẹn, bèn nhắm hai cánh tay của cô gái bắn liên tiếp hai mũi tên, trong lòng nghĩ: "Bây giờ xem cô mình có thoát được tay ta không nhé!" Ý tưởng chưa dứt trong đầu đã thấy bàn tay phải của người thiếu nữ đưa lên chụp lấy mũi tên thứ nhất, và chuyển qua phía trái chụp lấy mũi tên thứ hai, xong cô còn quay đầu lại cười, và tiến vào một con đường nhỏ hướng tới miếu Hải Triều.

Lam Lễ Dụ ngây người kinh hoàng, sững sờ đứng lại, khi tỉnh hồn thì không thấy bóng dáng cô gái đâu, mà chỉ thấy chiếc giỏ tre của cô bỏ lại dưới đất. Hắn vội vàng tiến tới nhìn, thấy trong giỏ chỉ có một con cá không to không nhỏ, đang yếu ớt quẫy quẫy đuôi. Thật lâu sau tên ma đầu kia mới hiểu thông ra, nổi trận lôi đình la lên: "Cá trong giỏ![1] Cô ta muốn ám chỉ ta đây mà! Cô nương thật là to gan, dám đem tên ta ra mà giễu cợt!".

Lập tức hắn giận dữ dùng chân đá chiếc giỏ tre bay xuống biển và hậm hực chạy tiếp đi tìm người thiếu nữ kia.

Hắn điên cuồng chạy vào đại điện của miếu Hải Triều, nhưng ngước đầu lên chỉ thấy tòa sen của Ngài Quán Âm, phía trước có một lư hương, và trong lư hương có cắm ba mũi tên nhọn mà hắn đã bắn ban nãy, đuôi tên còn bốc khói nghi

---

[1] Chữ Lam (藍) trong họ Lam đồng âm với chữ lam (籃) là cái giỏ tre; chữ Lễ (禮) trong tên người này đồng âm với chữ lễ (鱧) là tên một loại cá (cá chuối); chữ Dụ (芋) là tên người này với nghĩa "to lớn", lại cũng có nghĩa khác là "ở trong". Do đó, ba chữ Lam Lễ Dụ có thể hiểu khác đi thành "con cá nằm trong giỏ"!

ngút, giống hệt ba cây hương thơm dịu! Hắn bước đến một cách tức tối toan rút tên ra khỏi lư nhưng kéo tới lồi cả con mắt, ba cây tên vẫn trơ trơ bất động. Lúc ấy tên cướp biển mới cảm thấy sợ hãi, mặt mày tái mét không còn một giọt máu, toàn thân toát mồ hôi lạnh, muốn quay đầu chạy trốn ra khỏi miếu nhưng tại sao chân hắn như có mọc rễ, cất bước không lên như thế này!

Người đời thường nói: "Kẻ xấu mới hay thấp thỏm lo sợ." huống chi là một tên cướp biển đã tạo bao nhiêu tội ác! Nhưng khi hắn ngước mắt lên nhìn tượng Ngài Quán Âm trên tòa sen, và lại nhìn những mũi tên đang bốc khói thì đột nhiên đại ngộ, vội lập cập quỳ xuống đất, dập đầu lạy không ngừng.

Hôm sau hắn giải tán hết bọn lâu la, nhận chìm tàu cướp, còn mình thì tự đóng một cái gông bằng gỗ, cạo đầu nhẵn thín và từ đó ngày ngày quay mặt vào tường cầu xin ngài Quán Âm tha thứ tội lỗi cho mình.

Về sau, Quán Âm Đại sĩ thấy ông đeo gông quay mặt vào tường ròng rã ba năm, biểu lộ rõ ràng sự quyết tâm sám hối tội lỗi xưa để trở thành một con người mới, bèn chính thức truyền giới cho ông, đặt tên là Già Lam,[1] làm đệ tử của Phật.

Từ đó ông đi theo Quán Âm Đại sĩ, trải qua không biết bao nhiêu là chướng nạn, hoàn toàn lột xác, tu hành chứng được chính quả và được mọi người gọi là Bồ Tát Già Lam.

---

[1] Chữ già (枷) nghĩa là cái gông, cũng đồng âm với chữ già trong già lam (伽藍) chỉ cảnh chùa chiền.

10. QUÁN ÂM KHÔNG CHỊU ĐI

Tương truyền đời vua Đường Tuyên Tông, có một vị tăng người Nhật tên là Huệ Ngạc đến Trung Quốc. Thầy đã từng viếng thăm rất nhiều núi cao sông rộng, đã từng lễ bái rất nhiều chùa cổ, chùa lớn.

Hôm ấy, phong trần dày dạn, thầy rảo bước lên núi Ngũ Đài, một trong những thánh địa Phật giáo ở Trung Quốc. Cảnh Ngũ Đài Sơn rất đẹp, với những tảng đá linh sừng sững, những cây tùng cổ chọc trời, những dòng nước róc rách từ khe núi chảy ra, với trăm hoa đua nhau khoe sắc, hoặc những mái chùa ẩn hiện sau lùm cây, núi thẳm. Thật là một phong cảnh huyền bí, thanh tịnh.

Thầy Huệ Ngạc và phương trượng của Ngũ Đài Sơn cùng nhau tụng kinh, nói Pháp, tham thiền, đánh cờ, hai người trở thành đôi bạn tri kỷ.

Một hôm, thầy Huệ Ngạc thấy được một bức tượng Bồ Tát Quán Âm ở hậu viện của chính điện. Tượng khắc bằng gỗ đàn hương, thần thái an tường, mọi chi tiết được khắc một cách cân xứng và tỉ mỉ, cho tới búi tóc, lông mi cũng tinh vi sinh động như người sống.

Thầy Huệ Ngạc đứng trước tượng Bồ Tát Quán Âm, hết ngắm nghía đến tán thán, say mê đến nỗi thầy phương trượng đến mời dùng cơm, thầy cũng không nghe thấy.

Thầy phương trượng thấy thầy say mê như thế bèn hỏi:

- Pháp sư thấy tôn tượng Bồ Tát điêu khắc thế nào?

Thầy Huệ Ngạc không tiếc lời khen ngợi:

- Đẹp! Đẹp! Tôi đến từng tuổi này, lần thứ nhất mới thấy được một bức tượng như thế! Điêu khắc tinh vi đến nỗi biểu hiện được thái độ an tường của Đại Sĩ, thật là một đức Đại Từ Đại Bi Quan Thế Âm Bồ Tát sống vậy!

Thầy phương trượng thấy thầy quá ưa thích nên cười tủm tỉm mà nói:

- Nếu Pháp sư ái mộ Ngài như thế thì tôi xin cúng dường pháp sư đem về thờ đó!

Thầy Huệ Ngạc nghe thế vội vàng chắp tay lễ tạ. Thầy tiếp lấy bức tượng, mừng quá không kềm chế được nên quyết định trở về Nhật Bản lập tức, xây chùa thờ tượng của Ngài để cho người Nhật có cơ duyên đến lễ bái Bồ Tát.

Thầy Huệ Ngạc rời Ngũ Đài Sơn rồi còn đến Cửu Hoa Sơn, cuối cùng từ Thiên Đài Sơn xuống tàu ở cửa biển Linh Giang, giương buồm về nước.

Hôm ấy, tàu đến hải phận Phổ Đà Sơn, bỗng nhiên có một ngọn gió lớn thổi đến, thổi mạnh đến nỗi tàu nghiêng bên này, ngả bên kia rồi cuối cùng xoay vòng vòng tại chỗ. Thầy Huệ Ngạc không còn cách nào hơn là cho tàu tiến đến một thung lũng trong đảo Phổ Đà, hạ buồm thả neo, chờ sóng yên gió lặng rồi mới tính chuyện đi tiếp.

Hôm sau, gió đã yên và sóng đã lặng. Thầy Huệ Ngạc lại cho giương buồm nhổ neo. Nhưng tàu vừa mới rời khỏi thung lũng, mặt biển đột nhiên nhả ra từng cuộn từng cuộn sương mù màu trắng xám. Sương mù bay lên mỗi lúc mỗi cao, giống như một bức mành vải được treo ngay trước mặt tàu vậy, ngăn không cho tàu đi tiếp.

Thầy Huệ Ngạc thấy chuyện kinh dị, đứng trên boong tàu ngước mặt lên trời, thì trên đầu là một khoảng trời xanh biếc; nhìn trái nhìn phải, thì hai bên bức mành sương mù là màu nước biển xanh trong. Thầy Huệ Ngạc đành cho quay mũi tàu, đi vòng bức mành sương mù mà tiến tới phía trước. Những hễ mũi tàu hướng về bên trái thì mành sương mù cũng bay về bên trái; hễ quay về bên phải thì mành sương mù cũng phất phới bay về bên phải. Con tàu cứ chuyển lui chuyển tới trên biển mà không tiến lên được, cuối cùng phải quay về hải phận của Phổ Đà Sơn.

Thầy Huệ Ngạc không nghĩ ra cách nào khác nên lại đành một lần nữa cho tàu đến thung lũng, hạ buồm thả neo, chờ sương tan rồi sẽ đi tiếp.

Qua sáng sớm thứ ba, mặt trời đỏ ửng từ đáy biển từ từ trồi lên, phóng ngàn tia ánh ráng nhuộm sáng cả bốn phương trời. Thầy Huệ Ngạc ra đứng ở khoang tàu ngước nhìn lên trời thì thấy giữa những áng mây ngũ sắc có một toà lầu nguy nga lộng lẫy, cờ phướng sáng ngời, tiên nữ vây quanh, phóng ánh sáng màu ngọc chói lòa cả mắt. Thầy rất hoan hỉ, chắp tay đảnh lễ, rồi lập tức cho giương buồm, nhổ neo. Nhưng kỳ lạ thay, tàu vừa rời khỏi thung lũng thì những cảnh vật kỳ diệu trên trời cũng đột nhiên biến mất, mây đen che kín mặt trời, gió biển khơi dậy những ngọn sóng khổng lồ.

Thầy Huệ Ngạc đâm ra lo lắng, nghĩ rằng mình đã trì hỗn ở đây hết mấy ngày trời rồi, lần nào cũng kết thúc như vậy thì bao giờ mới có thể thỉnh tượng Ngài Quán Âm về Nhật Bản đây? Thôi thì chút gió, chút sóng có là gì đâu, cứ cho tàu chạy! Mau cho tàu chạy!

Thầy Huệ Ngạc yêu cầu đoàn thủy thủ lái tàu đi ngược gió, rẽ sóng hướng về phía trước mà đi. Gió trở nên dữ dội hơn, sóng vọt cao hơn, nhưng thầy Huệ Ngạc không hoảng không loạn, cứ điềm tĩnh đứng ở mũi tàu mà chắp tay tụng kinh niệm Phật.

Tuy gió và sóng từ từ bình lặng trở lại, nhưng tàu chưa đi được bao xa bỗng nhiên đứng lặng như thể mọc rễ rồi vậy. Thầy cúi đầu nhìn thì thấy có từng đóa, từng đóa hoa sen sắt nổi lên, trong nháy mắt, cả mặt biển Phổ Đà Sơn đều phủ kín hoa sen sắt, con tàu buồm bị bao vây và kềm chặt ở giữa.

Thầy Huệ Ngạc quá sợ hãi, tâm nghĩ rằng cứ mỗi lần tàu chạy là đều bị sóng gió ngăn chặn, hôm nay lại có hoa sen sắt kềm chặt khóa tàu đứng yên, không lẽ đó là vì Quán Âm Đại sĩ không chịu đi Nhật Bản chăng? Thầy trở lại khoang tàu, quỳ trước tượng Bồ Tát Quán Âm khấn nguyện rằng:

- Nếu như chúng sinh ở Nhật Bản không có cơ duyên được chiêm ngưỡng thánh nhan, đệ tử nguyện tuân lệnh Bồ Tát, Bồ Tát chỉ đâu đệ tử đi đó, và xây chùa viện để thờ Bồ Tát ở nơi ấy.

Khấn chưa dứt lời đã nghe "lập cập, lập cập", từ đáy biển nổi lên một con trâu sắt. Trâu sắt một mặt bơi thẳng về phía trước, một mặt há miệng thật to nuốt chửng những đóa hoa sen sắt. Chỉ một lúc sau, trên mặt biển bỗng mở ra một con đường vừa đủ cho tàu chạy.

Thầy Huệ Ngạc cho tàu chạy theo con trâu sắt, và nương theo con đường mới được mở ra ấy mà tiến. Không lâu sau, lại nghe "lập cập, lập cập", con trâu sắt chìm xuống đáy biển sâu, và những đóa sen mới đây còn tràn đầy mặt biển cũng không còn nữa. Thầy Huệ Ngạc định thần nhìn kỹ, thì ra con tàu đã trở lại thung lũng của Phổ Đà Sơn.

Mây đã tan, trời quang đãng, mặt trời đã treo cao trong hư không. Lúc ấy có một người đánh cá họ Trương từ trên núi xuống, nói với thầy Huệ Ngạc rằng:

- Tôi đã thấy hết những gì xảy ra mấy hôm nay, ngài đi không được đâu! Thôi chi bằng thỉnh Pháp sư đến nhà tôi ở lại vài bữa rồi hãy đi!

Thầy Huệ Ngạc thấy vị này sốt sắng như thế thì nhận lời. Tay thầy ôm bức tượng Bồ Tát Quán Âm, đi theo người đánh cá trèo lên núi Phổ Đà. Phóng tầm mắt nhìn ra xa thì thấy một bãi cát vàng óng ánh, thủy triều lúc dâng lúc lùi, những đỉnh núi cây cỏ xanh tươi vây quanh đảo, rồi xa hơn nữa là mặt biển như một tấm gương sáng mang mang không biên giới.

Sáng thì thưởng thức mặt trời mọc, đêm thì lắng nghe tiếng thủy triều, nếu so với Ngũ Đài Sơn thì đảo này có một nét đặc sắc khác hẳn. Thầy Huệ Ngạc lại nghĩ, Bồ Tát Quán Âm đã không muốn sang Nhật thì mình ở lại đây xây chùa, để Ngài Quán Âm định cư ở Phổ Đà Sơn vậy!

Người đánh cá họ Trương nghe tới chuyện xây chùa thì mừng rỡ vô cùng, tình nguyện nhường căn nhà tranh của mình biến thành một ngôi miếu nhỏ. Tạo miếu xong thầy Huệ Ngạc bèn đặt tượng lên thờ, và sáng tối lễ bái.

Từ đó, bức tượng Bồ Tát Quán Âm khắc bằng gỗ đàn hương đã lưu lại ở Phổ Đà Sơn. Còn căn miếu nhỏ kia thì được mang tên "Bất Khẳng Khứ Quán Âm Viện" (Viện Quán Âm không chịu đi).

11. HẢI THIÊN PHẬT QUỐC

Dưới chân núi Phật Đỉnh, ở bên đường Hương Vân có một tảng đá lớn nghiêng hẳn về phía trước như chực đổ xuống, trên đá có khắc bốn chữ "Hải Thiên Phật Quốc" với nét bút hùng tráng, nét khắc tinh xảo. Bốn chữ đẹp như một bức tranh thư pháp ấy không phải do một văn nhân học sĩ nào viết, mà là bút tích của một vị tướng quân nổi danh đời nhà Minh, tên là Hầu Kế Cao, nhờ dẹp tan giặc Nụy mà sử sách đề tên.

Hầu Kế Cao là một vị tướng quân văn võ song toàn, ra trận thì cầm binh như thần, tài ba vũ bão, mà bình thường thì lại là một tín đồ Phật giáo thuần thành. Năm Vạn Lịch, ông lãnh đạo quân binh diệt giặc Nụy, nhờ chiến thuật cao cường nên đánh trăm trận trăm thắng, khiến Nụy quân phải rút tàn binh ẩn náu trên đảo Lãng Cương, một hòn đảo hiểm trở, núi đồi nhấp nhô như sóng nước.

Người ta nói "Lãng Cương 3 quả núi, lên xuống thật nguy nàn" cũng không ngoa. Đảo này rất xa đất liền, giáp với biển sâu, trên biển thì sóng to gió lớn và nhiều đá ngầm, chỉ có những con thuyền nhỏ và nhẹ mới có thể lách giữa những tảng đá ngầm ấy mà đi, người nào không biết đường đi nước bước thì không cách gì đến gần bờ được.

Lúc ấy, Hầu Kế Cao cùng binh lính trấn thủ trên mặt biển, mấy lần đem quân chinh phạt nhưng vì giặc Nụy ẩn trốn rất sâu trong đảo nên mấy lần đi không đều lại về không. Ông khổ tâm suy nghĩ tính toán, nhưng không làm sao tìm được mưu chước nào để đánh đuổi bọn giặc này.

Dầu cho việc quân gian khổ, nhưng đêm đêm Hầu Kế Cao vẫn ngồi trước tượng Ngài Quán Âm tĩnh tọa một lúc, một là để tịnh dưỡng tâm thần, và hai là lợi dụng những lúc an tĩnh như thế để mà mưu tính kế hoạch.

Đêm hôm ấy, Hầu Kế Cao ngồi trước bàn thờ ngây người ra mà nhìn tượng Ngài Quán Âm. Đột nhiên, ông nghe hương thơm từ bàn thờ tỏa xuống, định thần lại nhìn kỹ thì thấy tượng Ngài Quán Âm lớn dần, lớn dần, đôi mắt hơi mở to một chút, và còn nghe Ngài nói:

- Thiên thời, địa lợi, nhân hòa! Thiên thời, địa lợi, nhân hòa!

Hầu Kế Cao mừng quá kêu lên:

- Đúng rồi! Thiên thời, địa lợi, nhân hòa!

Nhưng trong chớp mắt, tượng Ngài Quán Âm đã nhỏ lại như cũ.

Lúc ấy trời đã tờ mờ sáng, nhưng Hầu Kế Cao không hề cảm thấy mệt mỏi hay buồn ngủ. Ông lên tàu chiến chạy thẳng tới đảo Câu Kỷ. Trên đảo này, một mặt ông hỏi han dân chài, một mặt ông quan sát tình hình. Lên tới chóp đỉnh của hòn đảo nhỏ, thấy những chiếc thuyền đánh cá lấm tấm trên mặt biển ông chợt nghĩ ra một diệu kế, vội vàng trở về căn cứ và bắt đầu xếp đặt một chiến thuật khôn khéo, tinh tế.

Một vài ngày sau, có bốn chiếc thuyền đánh cá giăng lưới trên mặt biển Lãng Cương. Tướng giặc Nụy nhìn thấy mừng thầm, vung đao lên hét:

- Mau! Hãy mau bắt lấy thuyền chài!

Trong khoảnh khắc, từ thung lũng Lãng Cương túa ra hơn mười chiếc thuyền Nụy, đâm thẳng vào những chiếc thuyền đánh cá. Dân chài trên thuyền vội vàng cắt dây, vứt bỏ lưới mà chạy trốn. Giặc Nụy đuổi sát theo sau không nhả, thẳng tiến đến đảo Câu Kỷ. Bỗng nhiên, tiếng hiệu lệnh tù và vang dậy, bốn chiếc thuyền câu nhanh nhẹn quay đầu lại đối mặt với thuyền Nụy và xông thẳng tới, những người dân đánh cá ban nãy ai cũng có giáo mác, chuẩn bị hỗn chiến với giặc Nụy. Quân lính trên đảo Câu Kỷ cũng ào ạt đánh trống hỗ trợ, lên thuyền trợ chiến. Giặc Nụy thấy bị tấn công bốn bề thì hoảng hốt mở đường máu mà chạy.

Đúng vào lúc thuyền Nụy đuổi theo thuyền đánh cá, rời xa hải phận Lãng Cương thì Hầu Kế Cao dẫn một đoàn "nam phương binh" rất giỏi về thủy chiến, lên thuyền nhỏ đi đường tắt âm thầm đến đảo Lãng Cương. Như những bóng ma, họ tiêu diệt đám Nụy binh ở lại hậu cứ thủ đồn trong chớp nhoáng và chiếm lấy đảo.

Đám bại quân từ đảo Câu Kỷ chạy thoát về đến Lãng Cương thì vội vàng bỏ thuyền lên bờ, những tưởng thu thập tàn binh tổ chức kháng chiến. Nhưng Hầu Kế Cao đã phi thân nhảy lên một tảng đá lớn, dương cung lắp tên, "phụp" một tiếng, tên tướng Nụy bị một mũi tên vào cổ chết tốt. Lính Nụy như rắn mất đầu luống cuống chạy tán loạn. Hầu Kế Cao hô "sát", thế là binh sĩ từ trên núi đổ xuống xáp la cà với binh Nụy. Sau một trận đánh kịch liệt, giặc Nụy bị dồn vào ngõ bí, lớp nhảy xuống biển, lớp mổ bụng tự sát, chẳng bao lâu không còn một người.

Nhờ chiến thuật thần diệu lấy ít đánh nhiều, Hầu Kế Cao đã toàn thắng.

Trong lòng tràn ngập niềm vui, ông bèn đến đảo Phổ Đà nào xây chùa, nào tạo tượng, và tự tay viết cuốn "Phổ Đà Sơn ký" để biểu lộ lòng thành của mình đối với Ngài Quán Âm.

Trong lúc du ngoạn, ngắm thắng cảnh cùng các chùa miếu cổ xưa của đảo, nhìn quanh thấy trời và nước hỗ tương chiếu sáng cho nhau, phong cảnh quá ư tráng lệ, bất giác ông buột miệng khen rằng:

- Phổ Đà Sơn thật là một cõi Phật giữa trời và biển!

Tức thì ông vung bút viết lên bốn chữ "Hải Thiên Phật Quốc", rồi mướn thợ khắc lên đá ngay sau đó.

Từ đó, Hải Thiên Phật Quốc trở thành một tên khác của Phổ Đà Sơn.

12. THÁP ĐA BẢO

Xưa thật là xưa, giữa chùa Phổ Tế và động Phạm Âm có một bãi cát rất dài, mặt đưa ra ngoài biển chính là Bách Bộ sa ngày nay. Khi thủy triều lên thì sóng biển vọt cao lên tới trước cửa chùa Phổ Tế. Đến mùa nước lũ tháng tám thì sóng còn cao hơn thế nữa.

Có một năm nọ, vị hoàng thái tử đương triều đến Phổ Đà Sơn dâng hương cúng dường Bồ Tát Quán Âm. Hôm ấy rơi đúng vào ngày lễ trung thu tháng 8, hoàng thái tử ngồi trước cửa Đại Viên Thông điện, ngắm trăng, nghe sóng vỗ. Bỗng nhiên một trận cuồng phong nổi lên xô ngã thái tử, ngay cả cái mũ cũng bị gió thổi rơi xuống biển. Thái tử kinh hãi hỏi vị hòa thượng trụ trì:

- Gió sao lại thổi mạnh đến thế, có yêu quái gì gây ra nông nỗi?

Vị hòa thượng trụ trì đáp rằng:

- Ở dưới bãi cát trước cửa chùa có một con rồng nhỏ. Con rồng này ban đầu ở trong biển, thường hay nhảy lên cao rồi lặn xuống đáy làm cho sóng to gió lớn, bị thần hộ pháp quất cho một roi gãy xương sống, nên mới chui xuống bãi cát tịnh dưỡng vết thương. Có khi nó hắt hơi, lăn lộn hay duỗi chân cho khoan khoái, hễ nó động đậy thì trên núi liền nổi gió, trên biển liền nổi sóng, thật là làm tình làm tội người ta!

Thái tử nói:

- Đúng là nghiệt súc! Có cách nào giữ cho nó nằm yên không?

Hoà thượng trụ trì đáp:

- Muốn cho con nghiệt súc ấy nằm yên không có gì khó, chỉ cần xây một tòa bảo tháp là xong!

Thái tử nghe thế vui mừng nói:

- Thế thì quá tốt, tôi về tâu việc này lên cho phụ vương rõ, rồi truyền chỉ xây tháp, giữ con nghiệt súc nằm yên!

Hòa thượng trụ trì liền chắp tay thi lễ:

- Thái tử vui lòng xây tháp, thật là Bồ Tát hộ trì!

Hôm sau Hòa thượng trụ trì đưa một số người thợ nề, thợ đá đến bãi cát, bốc một nắm cát bùn đưa lên mũi ngửi, cúi rạp người xuống dán lỗ tai lên cát nghe ngóng, từ đông sang tây, từ tây sang đông, đi tới đi lui. Cuối cùng, ngài đến cửa núi Phạm Sơn không xa Bách Bộ sa, lấy thiền trượng vẽ lên một vòng tròn và nói:

- Đây là chỗ xây tháp!

Hoàng thái tử tỏ vẻ không hiểu, vị trụ trì bèn giải thích rằng:

- Muốn xây tháp trấn rồng thì phải xây đúng tại chỗ yết hầu của nó tính lên bảy tấc.

Hoàng thái tử nghe thầy trụ trì nói có lý, bèn phái một ông quan áo vàng lưu lại Phổ Đà Sơn trông coi việc xây cất bảo tháp, còn mình thì trở về kinh.

Trọn một năm trời trôi qua, một tòa tháp bốn góc xinh xắn được xây lên, đó chính là tháp Đa Bảo hiện nay vậy. Vì tháp này do một vị thái tử triều nhà Nguyên cúng dường việc xây cất nên cũng có tên là tháp Thái Tử.

Hôm ấy tháp vừa xây xong xuôi, cũng rơi đúng vào ngày lễ trung thu, con rồng nhỏ cũng vừa mới tỉnh dậy sau một giấc ngủ dài. Nó tính duỗi chân, trườn mình cho thư thái thân rồng, nhưng nó cảm thấy toàn thân không được tự tại, bèn mở to mắt rồng xem xét, thấy có bốn cây cột trụ vừa to vừa dài kềm chặt đầu cuống họng, khiến cho nó không có cách nào động đậy. Nó cảm thấy nóng nảy vô cùng, muốn lấy sừng rồng húc gãy cột trụ nhưng phía trên lại có một cuốn kinh Pháp Hoa trấn giữ, cho nên nó húc thế nào đi nữa cũng không vùng vẫy được.

Nó bèn nổi giận, hất đầu rồng, hắt hơi thật mạnh, một trận cuồng phong bèn nổi lên cuốn đỉnh tháp xuống biển. Thấy thân tháp cũng gần muốn xiêu đổ, vị quan thái giám áo vàng lo sợ vô cùng, vội chạy đi tìm hòa thượng trụ trì.

Đúng ngay lúc ấy, đột nhiên trong viện sau của thiền tự có ánh sáng vàng chiếu lên rực rỡ, một gian phòng từ trước đến nay vốn bị bỏ trống khóa chặt bỗng bật mở, khóa rơi xuống đất. Mọi người chạy lên xem, bên trong thấy có một bàn thờ Phật, trên bàn có đài sen báu, trên đài sen chỉ có một bình bát bằng lưu ly đang phóng ánh sáng vàng, trên bát có đắp một giải lụa vàng với hàng chữ: "Đa Bảo tháp trấn nghiệt long, lưu ly bát bình yêu khí" (Đa Bảo tháp trấn giữ nghiệt long, bình bát lưu ly dẹp trừ yêu khí).

Vị hoà thượng trụ trì thấy thế vội bưng cái bình bát lưu ly, cứ ba bước lễ một lễ, lên tới tháp Đa Bảo, đặt bát lưu ly lên đỉnh tháp.

Thật là kỳ lạ, sóng gió lập tức lặng yên và tháp Đa Bảo không còn lung lay nữa.

Từ đó, nước thủy triều chỉ dâng lên đến Bách Bộ Sa là ngừng, Đa Bảo Tháp vững vàng đứng cao sừng sững trên đảo Phổ Đà!

13. HAI RÙA NGHE PHÁP

Trên một dốc núi gần Bàn Đà Thạch ở Tây Thiên có hai hòn đá hình dáng giống hai con rùa biển, được người ta đặt tên là đá "hai rùa nghe Pháp" (Nhị quy thính Pháp thạch). Có người đã viết về hai con rùa đá mấy câu thơ như sau:

Thuở xưa nghe đất Bàn Đà linh,

Muôn loài từng ở đấy nghe Kinh.

Vì sao hai rùa phải hóa đá?

Hay vì trộm Pháp bởi tư tình?

Tương truyền vào thuở xưa thật là xưa, trên núi Phổ Đà chưa có tăng có tục và chùa chiền, Ngài Quán Âm tu hành một mình, cứ đêm đêm đoan tọa trên tảng đá Bàn Đà tụng kinh. Trong những đêm trăng sáng rực rỡ, dưới ánh nguyệt lung linh giọng của Ngài càng thêm truyền cảm, hấp dẫn nên lôi cuốn hết tất cả thú vật chim chóc trên núi cũng như cá tôm rùa ốc dưới biển. Cứ mỗi lần Ngài Quán Âm tụng kinh là chúng túa đến bao vây tảng đá Bàn Đà, Ngài chưa đi thì chúng cũng chưa về.

Tin này truyền đến long cung dưới đáy biển, khiến Long vương lấy làm quái lạ. Một đêm nọ, Long vương lén đến biển Liên Hoa, quả nhiên thấy rất nhiều loài thủy tộc đang say sưa, mê mẩn ngẩng đầu nghe Bồ Tát Quán Âm tụng kinh. Long vương nghĩ rằng:

- Quán Âm Đại sĩ đang tụng kinh gì khiến cho loài thủy tộc động lòng đến dường ấy? Nếu lấy được kinh này đem về Thủy Tinh cung mà đọc, biết đâu các loài thủy tộc sẽ phục tòng ta hơn?

Càng nghĩ Long vương càng đẹp dạ, khoái trá, bèn trở về Thủy Tinh cung và lập tức triệu thừa tướng Rùa đến hầu, truyền cho ông ta làm sao lấy về cho được bộ kinh mà Ngài Quán Âm đang tụng. Thừa tướng Rùa duỗi dài cổ ra, vỗ ngực bẩm Long vương rằng:

- Ý kiến của bệ hạ thật là tuyệt diệu! Thần xin bảo đảm với bệ hạ rằng sau 81 ngày, thần sẽ lấy trộm được bộ kinh ấy đem về đây hiến dâng cho bệ hạ!

Trong đám thuộc hạ của thừa tướng Rùa có hai con rùa biển trí nhớ rất tốt, thừa tướng bèn truyền lệnh cho chúng mỗi chiều phải lén đi nghe Bồ Tát Quán Âm tụng kinh, cho đến khi trời sáng mới được về long cung phục mệnh.

Hai con rùa vâng lệnh đi nghe lén kinh. Ban đầu chúng chỉ đến biển Liên Hoa, lẫn lộn trong đám cá tôm, nhô đầu lên im lặng ghi nhớ thuộc lòng, nhưng về sau càng nghe càng thấm, bèn dần dần xích lại gần Quán Âm động. Đến đêm thứ 81, chúng lại càng bò đến gần tảng đá Bàn Đà hơn khiến cho chim muông thú vật đang đứng trên dốc núi lúc ấy phải hoảng sợ, con thì bay, con thì chạy, náo động hẳn lên.

Trên tảng đá Bàn Đà, Bồ Tát Quán Âm chỉ cần nhìn lướt qua hai con rùa liền biết ngay đấy là mật thám của Long Vương sai đến trộm kinh, bất giác nhè nhẹ mỉm cười, tiếng tụng kinh của Ngài nghe càng êm ái hơn, lôi cuốn hơn. Hai anh chàng rùa nghe mê say đến nỗi tiếng mõ canh tư không nghe thấy, qua đến tiếng mõ canh năm cũng chẳng nhúc nhích, mà trời hừng sáng rồi chúng cũng không động đậy. Chuyện gì đã xảy ra vậy?

Số là Ngài Quán Âm vốn luôn luôn chủ trương "chúng sinh bình đẳng", bây giờ Long vương muốn hai con rùa đến trộm kinh, chỉ với dụng ý muốn dùng kinh làm khí giới để chế ngự các loài thủy tộc. Điều này hoàn toàn ngược lại với tôn chỉ của nhà Phật, làm sao Bồ Tát Quán Âm lại cho Long vương toại ý được?

Do đó trong lúc tụng kinh, Ngài đã phương tiện dùng chút pháp thuật điểm hai con rùa khiến chúng đứng yên. Vì thế, từ đó trở đi chúng cứ giữ nguyên tư thế của mình, con thì duỗi cổ, con thì ngóc đầu.

Long vương và thừa tướng Rùa ngồi dưới Thủy Tinh cung khoái trá đợi hai con rùa đem kinh về, nhưng đợi hoài đợi mãi mà không thấy chúng về. Họ nào có biết là hai con rùa đã hóa đá rồi!

14. ĐÀI THIÊN ĐĂNG

Lúc ban đầu, Phật Đỉnh Sơn không có chùa chiền, chỉ có một cái đình bằng đá nhỏ xíu. Trong am Duyệt Lĩnh có một chú sa di tên là Viên Huệ vừa đúng 15 tuổi. Mỗi ngày chú đều trèo lên Phật Đỉnh Sơn đốn củi. Từ sáng sớm chú đã lên tới đỉnh núi, trời tối mịt mới trở về am, trong ngày khi mệt thì ngồi nghỉ trong cái đình bằng đá, cứ thế mãi không bao giờ gián đoạn.

Có một buổi trưa nọ trời oi bức lạ thường, Viên Huệ ngồi trong đình hóng mát, ngẩng đầu lên nhìn ra xa, thấy trên mặt biển mây trời sắc màu lộng lẫy thật là huy hoàng. Một đoàn chim biển từ xa bay đến, xoay tròn trên Phật Đỉnh Sơn thật lâu như không muốn rời xa. Ngắm những cảnh tượng ấy, Viên Huệ như có ý nghĩ riêng tư gì, chú nghĩ:

- Phật Đỉnh Sơn đối diện với biển rộng, đẹp như tiên cảnh, giá như xây được mái chùa trên này thì không những hấp dẫn được hàng vạn hàng ngàn du khách hành hương mà còn có thể tăng thêm phần tráng lệ cho Nam Hải Phật quốc này.

Ý nghĩ này như mọc rễ trong tâm chú, thế là chú vội vàng thu xếp gánh củi rồi gấp rút trở về am Duyệt Lĩnh, mới vào cửa đã nói ầm lên:

- Sư Phụ, con đã thấy ánh sáng của Phật trên Phật Đỉnh Sơn! Đó là một mảnh đất lành, mình phải cất ngôi chùa lớn trên ấy mới được!

Vị hoà thượng đương gia không đồng ý, đáp rằng:

- Tuy Phật Đỉnh Sơn quả thật là một vùng đất quý, nhưng dễ gì mà cất ngôi chùa lớn trên ấy? Nào ngói, nào gạch, nào gỗ, lấy ở đâu ra?

Viên Huệ chớp chớp mắt trả lời:

- Đệ tử nguyện đi bốn phương hoá duyên.

Vị hòa thượng già nhìn Viên Huệ, vừa tò mò lại vừa cảm thấy buồn cười, bèn nói bừa rằng:

- Con mà hóa duyên xây được chùa thì thầy nguyện sẽ nhóm lửa thổi cơm cho con làm trụ trì trong ba năm.

Viên Huệ liền xin thầy một bộ cà sa cũ và một cái mõ, rồi rời Phổ Đà Sơn lên đường đi hóa duyên.

Qua biển rồi, chú lênh đênh vượt suối băng ngàn, lên thác xuống ghềnh, ngày đi đêm nghỉ, đi hết 6 tháng mới đến tỉnh Phúc Kiến.

Một hôm, chú đi theo con đường mòn khúc khuỷu, băng qua một quả núi, quẹo qua một chỗ ngoặt thì đột nhiên thấy một ngôi làng, đằng trước là biển, đằng sau là một dãy núi cao. Chú đi nghe ngóng một hồi thì biết rằng trong làng có một ông tài chủ giàu có, mẹ ông là tín đồ Phật giáo, ăn chay niệm Phật đã lâu năm. Viên Huệ mừng rỡ, ba chân bốn cẳng chạy đến trước cửa nhà tài chủ, nhắm mắt đứng thẳng, gõ mõ không ngừng tay.

Tài chủ nghe tiếng mõ bèn ra cửa xem, thấy một chú sa di vừa nhỏ con vừa nhỏ tuổi, mặc một bộ cà sa vừa dài vừa rộng lại vừa cũ kỹ, trên lưng cõng cái mõ bằng gỗ vừa to lại vừa nặng, bộ dạng thật khôi hài, ai thấy cũng phải buồn cười. Ông bèn hỏi:

- Chú tiểu ơi, chú xuất gia ở chùa nào, hóa duyên gì, và đọc kinh nào rồi?

Viên Huệ chắp tay vái chào, cười đáp một cách chân thành:

- Xuất gia ở Quán Âm miếu, miếu ở Phổ Đà Sơn, miệng tụng kinh Di Đà, xin thí chủ bố thí kết duyên lành!

Tài chủ nghe xong, kêu người bưng ra bát cơm chay và mời:

- Từ Phổ Đà Sơn đến đây đường xa thăm thẳm, mời chú dùng bát cơm chay này cho đỡ đói, nghỉ ngơi một chút rồi hãy tiếp tục đi!

Viên Huệ nhìn bát cơm chay, lắc đầu mà rằng:

- Ngài Quán Âm hiển linh, phóng ánh sáng chiếu lên Phật Đỉnh Sơn, thí chủ có duyên xin ủng hộ chút gỗ để xây chùa!

Tài chủ nghe chuyện ủng hộ gỗ xây chùa thì trong lòng không vui, bèn lắc đầu bỏ đi.

Viên Huệ đã quá hoan hỉ lúc mới đến hóa duyên, ngờ đâu tài chủ không cho gì cả nên cảm thấy trong lòng lo lắng. Chú chớp mắt, trong đầu nghĩ ra một kế, bèn làm như thái độ của tài chủ chẳng hề làm cho chú quan tâm chút nào. Chú ngồi xuống xếp bằng, và ra sức bình sinh gõ mõ "cốc, cốc" vang lừng.

Tiếng gõ mõ làm kinh động bà mẹ già của tài chủ. Bà lão này chuyên ăn chay niệm Phật, đã lâu muốn đến Phổ Đà Sơn hành hương một chuyến nhưng chỉ vì bị con trai ngăn trở nên chưa đi được. Vì vậy bà cứ u uất trong lòng, sầu não lâu ngày nên sinh căn bệnh kỳ lạ. Nay bỗng nghe tiếng mõ, liền hối a hoàn ra cửa xem đó là chuyện chi. Nghe nói đó là một chú tiểu từ Phổ Đà Sơn tới, bà lên tinh thần ngay, đứng dậy ra cửa tiếp đón.

Viên Huệ thấy bà lão từ trong nhà bước ra, cách ăn mặc của bà làm cho chú đoán được ngay rằng đây là mẹ của tài chủ. Chú khoan thai đứng dậy, miệng lẩm bẩm:

- Tin Phật phải thành tâm! Thành tâm Phật mới linh!

Nói xong, chú quày quả bỏ đi.

Bà cụ vội vàng gọi lại:

- Chú tiểu ơi, trở lại đây! Chú tiểu ơi, trở lại!

Viên Huệ nghe tiếng kêu, không những không trở lại mà đi càng lúc càng mau rồi mất hút trong nháy mắt. Bà cụ lo lắng, cảm thấy lồng ngực như bị thắt nghẹn, đôi chân mềm nhũn và ngã nhào xuống đất. Tài chủ thấy vậy, vội vàng bồng mẹ già trở về phòng, nào xoa ngực, nào đấm lưng, cứ thế thật lâu bà lão mới từ từ hồi tỉnh lại, miệng cứ kêu lên "Phổ Đà Quán Âm! Phổ Đà Quán Âm!"

Hôm ấy, người nhà của tài chủ ai cũng lo mời thầy, sắc thuốc, bận rộn cho đến nửa đêm. Đúng lúc bà lão sắp chợp mắt ngủ thì đột nhiên từ rừng cây trên núi sau nhà vọng lại âm thanh một hồi mõ dòn tan. Bà lão ngồi nhổm dậy, lắng tai chăm chú nghe. Nghe một hồi lâu, bà cười khúc khích, mãi cho đến khi trời tảng sáng, tiếng mõ dừng bặt thì bệnh tình của bà lại tái phát.

Sự kiện như thế kéo dài liên tục ba ngày ba đêm. Tài chủ hoảng hốt, đành đi kiếm Viên Huệ. Nhưng kiếm khắp cùng, từ trên núi xuống đến thung lũng, kiếm cũng không ra tăm tích của chú.

Thật ra, cái hôm Viên Huệ bỏ đi rồi, chú bèn trốn trong một cái động đá trên núi, chờ tới nửa đêm mới ra khỏi động, đến khu rừng sau nhà tài chủ ngồi gõ mõ không ngừng, ngày nào cũng thế. Nay chú thấy tài chủ đưa người đi tìm mình thì cố ý lãng tránh, đi đường vòng lẻn vào nhà tài chủ, đứng trước giường bệnh ra sức gõ mõ nữa.

Bà lão mở bừng đôi mắt ra nhìn, thấy chú tiểu của Phổ Đà Sơn ngày nào thì hoan hỉ vô cùng, bệnh tình thuyên giảm rất nhiều. Bà nhất định cho rằng Viên Huệ là Quán Âm sống, nên vừa đốt hương vừa hứa lễ tạ ơn, luôn mồm nguyện cúng gỗ xây chùa. Khi bà lão khấn hứa như thế và cúng dường chú rồi thì như uống được thuốc tiên, chỉ mấy ngày sau là hoàn toàn khỏi căn bệnh kỳ quặc kia. Tài chủ thấy Phổ Đà Quán Âm quả có linh nghiệm thật, cũng đồng ý ủng hộ.

Viên Huệ bó mớ gỗ đã hóa duyên được lại thành từng bè và thuận theo dòng nước mà chở về Phổ Đà Sơn. Tuy nhiên Phật Đỉnh Sơn trên núi cao, đường đi lại hẹp, gỗ thì vừa thô vừa dài, làm sao đem số gỗ ấy lên núi được đây? Chính đương lúc Viên Huệ đang nhìn đống gỗ to lớn ấy một cách ưu sầu thì bỗng nhiên gió nổi lên, mây cuồn cuộn, một lớp sương mù u ám bao phủ cả mặt biển rộng. Viên Huệ thấy thế tự bảo:

- Thôi chết rồi, thuyền đánh cá trên biển lâm nguy rồi!

Chú lo sợ quá, phăng phắc trèo một mạch lên Phật Đỉnh Sơn, và trên vách đá cheo leo của Bồ Tát Đỉnh, chú thu một đống củi thật lớn nhóm lửa lên. Chỉ trong chớp mắt, lửa bốc lên phừng phực trên đỉnh núi chiếu khắp bốn phương, từ xa cũng nhìn thấy, giống như một ngọn đèn trời vậy.

Lúc ấy những chiếc thuyền chài đang lạc hướng thấy trên núi có một ngọn đèn đỏ, ai cũng nghĩ rằng đó là Bồ Tát Quán Âm treo đèn trời để dẫn đường cho đám thuyền chài trở về đúng hướng. Không bao lâu, đám thuyền chài trên biển nhắm ngọn đèn đỏ mà chèo và tất cả đều hướng về hải cảng của Phổ Đà Sơn.

Viên Huệ thấy họ bèn la to lên:

- Bồ Tát hiển linh, chúng ta phải xây chùa trên Phật Đỉnh Sơn! Mọi người mau lại góp một tay khiêng gỗ! Góp một tay khiêng gỗ!

Dân chài nghe tiếng kêu gọi bèn kẻ gánh người gồng, kẻ khiêng người vác, tranh nhau mà làm, chẳng bao lâu toàn bộ số gỗ ấy đều được khiêng lên Phật Đỉnh Sơn.

Trên Phật Đỉnh Sơn, lấp ló trong màu xanh thúy ngọc của cây cỏ, một mái chùa lớn được xây lên, hiện nay là Huệ Tế thiền tự vậy.

Ngày chùa vừa xây xong, vị đương gia hòa thượng của Miếu Duyệt Âm mừng khấp khởi trèo lên Phật Đỉnh Sơn, tìm xuống nhà bếp tính thổi cơm ba năm, Viên Huệ can mãi nhưng vị thầy già nhất định không nghe, Viên Huệ đành phải để thầy xuống bếp nhóm ba bếp lửa để đền bù lại lời nguyện của ba năm về trước.

Về sau, Viên Huệ còn xây một ngôi miếu nhỏ trên Bồ Tát đỉnh và đêm nào trời phủ sương mù, chú sẽ "mở đèn trời" để hướng dẫn đám thuyền chài trở về bến an ổn.

Từ đó, Bồ Tát Đỉnh cũng có tên là Thiên Đăng Đài (Đài đèn trời).

15. ĐOẢN CÔ ĐẠO ĐẦU

Xưa thật là xưa có hai người chị dâu em chồng sống chung với nhau. Hai chị em ăn tiêu rất cần kiệm ròng rã suốt mười năm trời, khó khăn lắm mới dành dụm được một số tiền. Thế là hai chị em chuẩn bị một giỏ hương đèn hoa quả, cùng nhau lấy thuyền đến Phổ Đà Sơn dâng hương và lễ bái Bồ Tát Quán Âm.

Lúc ấy Phổ Đà Sơn chưa có bến đò, thuyền bè cứ thế mà đậu dọc theo một bãi cạn đầu phía tây của Nam Thiên Môn, và lấy dây thừng cột thuyền lại ở đấy.

Thuyền đến Phổ Đà Sơn đúng lúc thủy triều xuống, khách hành hương vội xuống thuyền đi mất, chỉ có cô em chồng là còn ngồi đó ôm bụng, yên lặng cúi đầu không nhúc nhích. Nguời chị dâu gấp đi nên thúc giục, cô bèn lí nhí nói với chị rằng mình đang có kinh nguyệt, thân không thanh tịnh nên không dám bước chân lên đất thánh. Người chị dâu nghe thế, giậm chân thình thịch trách rằng:

- Cô lớn đầu như thư thế mà tới ngày kinh nguyệt cũng tính

không ra. Bây giờ lên không lên, xuống không xuống, ái dà! Đó chính là nghiệp tội của cô đó thôi!

Người chị dâu khiển trách cô em chồng một trận xong, chỉ đành tự xách giỏ lên bờ đi dâng hương một mình.

Ông lão lái đò cũng lên bờ uống rượu rồi, trong khoang thuyền chỉ còn lại mỗi một mình cô gái nhỏ. Nghĩ đi nghĩ lại thân phận mình, muốn dâng hương mà không dâng được còn bị chị dâu chê trách cho một trận, cô tủi thân chỉ biết khóc, nước mắt tuôn thành dòng, vừa ân hận mà cũng vừa sợ hãi. Bốn giờ đã trôi qua, nước triều lại dâng lên cao. Nước triều phủ cả bãi cát, con thuyền theo sóng mà lắc tới lắc lui, cô gái ngồi một mình trên thuyền vừa đói vừa khát, nghĩ lại thật là đau lòng!

Ngay lúc ấy, từ rừng trúc tím có một bà lão bước ra, một tay chống gậy, một tay xách giỏ tre, bước những bước chân run rẩy đến chỗ chiếc thuyền. Bà còng lưng xuống nhặt một vốc đá nhỏ, và vừa đi vừa ném từng viên đá xuống nước biển nghe "bõm, bõm". Viên đá vừa chìm xuống đáy biển thì lập tức biến thành một tảng đá ngầm trồi lên khỏi mặt nước. Bà lão đi đến đâu ném đá đến đó, và trên bãi cạn một hàng đá ngầm mọc lên ngay ngắn, thẳng đến chỗ chiếc thuyền, giống như một cái bến đò vậy.

Bà lão lên thuyền, cười tủm tỉm nói với cô gái:

- Cô nương, cô đói rồi phải không?

Vừa nói bà vừa dở chiếc khăn hoa đậy giỏ tre, lấy ra một bát cơm rau thơm phưng phức đặt trước mặt cô gái.

Cô em chồng thấy bà lão đem thức ăn tới, kinh ngạc hỏi:

- Thưa bà, bà làm sao biết được là cháu đang đói bụng ở nơi này?

Bà lão cười cười:

- Chị dâu của cô bảo tôi đem cơm đến cho cô dùng đó, cô dùng mau đi!

Cô em chồng đói chịu không nổi nữa, nghe nói chị dâu gởi thức ăn đến thì bưng bát đũa lên và lấy và để . Ăn no rồi, cô mới đỏ mặt cám ơn bà lão. Bà lão không nói không rằng, thu dọn bát đũa, xách giỏ bỏ đi. Cô em chồng mỏi mệt, dựa vào khoang thuyền mà đánh một giấc.

Ông lão lái thuyền uống rượu xong trở lại, mở to cặp mắt kèm nhèm. Quái lạ! Làm sao chỗ này lại biến thành một cái bến đò? Hay là ta đi lộn đường rồi chăng? Ông lão dụi dụi mắt, tính toán cẩn thận. Đâu có lộn! Chiếc thuyền nhỏ nhà mình đây mà!

Lúc ấy bà chị dâu cùng những người khách dâng hương cũng vừa về đủ, nghe lão lái đò nói họ cũng lấy làm lạ. Bà chị dâu bước mau vào khoang thuyền lay cô em chồng dậy, hỏi cô bến đò làm sao hiện ra? Cô gái lắc đầu nói không biết. Bà chị dâu vừa lấy trong giỏ ra hai cái bánh lớn, vừa trách cô rằng:

- Đoảng như cô là cùng! Chỉ biết ngủ chứ không biết gì nữa hết. Thôi, mau ăn bánh đi!

Cô em chồng ngạc nhiên:

- Chị cho người đem cơm về cho em rồi mà?

Bà chị dâu cũng ngạc nhiên:

- Ai cho người đem cơm về cho cô hồi nào? Cô nằm mơ đấy hẳn?

Cô em chồng kể lại chuyện bà lão đem cơm ban nãy. Ông lái đò nghe xong vừa kinh ngạc vừa vui mừng, vỗ đùi reo lên:

- Người đã tạo cái bến đò này và đem cơm đến cho cô, chắc chắn là Quan Thế Âm Bồ Tát!

Những người đồng thuyền, ai cũng mừng cho cô gái vì cô

đã được chính mắt nhìn thấy Ngài Quán Âm hiện thân, lại còn được Bồ Tát đem thức ăn cho ăn nữa.

Bà chị dâu hãy còn nghi ngờ, bèn chạy một mạch đến Đại Hùng Bảo Điện của ngôi chùa trước mặt nhìn lên tượng Ngài Quán Âm, nhìn kỹ thì quả nhiên thấy vạt dưới của chiếc áo Ngài mặc hãy còn vết ướt của nước biển. Lúc ấy bà mới chịu tin lời của ông lão lái đò là đúng.

Từ đấy, Phổ Đà Sơn mới có bến đò. Lại vì có câu chuyện chị dâu chê trách em chồng ở đấy nên bến đò này mới có tên Đoản Cô Đạo Đầu (Đầu đường cô bị trách).

16. BÁT GIÁC ĐÌNH

Có một lần, vua Ung Chính nhà Thanh nghe nói rằng Phổ Đà Sơn là một thắng cảnh nổi danh toàn quốc, bèn tỏ ý muốn thân hành lên núi lễ bái Quán Âm để cho trăm họ trong thiên hạ biết rằng mình đây là một vị minh quân thánh hiền đại từ đại bi. Các quan trong triều nghe thế, đều can gián rằng Phổ Đà Sơn cách xa ngàn trùng, đường xá hiểm trở, chi bằng vua viết một bài văn khắc lên ngự bia, phái khâm sai đến Phổ Đà Sơn cai quản việc xây một mái đình để thờ bia văn ấy cho toàn dân có dịp kính phục ngưỡng mộ.

Ung Chính nghe thế hết sức đẹp lòng, bèn phái khâm sai đến Phổ Đà Sơn để xây dựng mái đình.

Mái đình che chở ngự bia phải xây ở đâu mới thích hợp? Vị khâm sai đứng ở khung cửa sổ chùa Phổ Tế, nhìn về phía trước chỉ thấy một bãi đầm lầy, nếu xây đình ngự bia ở bên cạnh đầm lầy thì cửa vào của chùa Phổ Tế sẽ bị che kín, không được! Nếu xây trên bờ đối diện của cái đầm thì lại rất thích hợp, nhưng phải đi vòng qua cầu Vĩnh Thọ, thế cũng không được!

Vị khâm sai thấy thật khó xử, ông nhíu chặt đôi lông mày, băng qua cầu Vĩnh Thọ, bước qua rồi đột nhiên kêu lên một tiếng:

– Đúng rồi! Xây cầu mới! Ở giữa đầm thì xây cái đình tám góc (bát giác), hai bên đình thì xây cái cầu bằng đá, khiến cho chùa Phổ Tế và đình ngự bia thông qua lại với nhau. Như thế vừa có cầu vừa có đình, thật là hùng tráng và trang nhã. Nếu vua mãn ý thì thế nào cũng thăng cho mình ba cấp quan là ít!

Quả nhiên, Ung Chính nhìn qua bản tấu thư, hỏi han một phen rồi bảo ông phải lo trông coi việc xây cất cho cẩn thận, để sớm về kinh thành phục chỉ.

Khâm sai đắc ý vô cùng, lập tức sai người tìm thợ thuyền xa gần, nào thợ đá, thợ mộc, thợ hồ, tới Phổ Đà Sơn nghe ông đọc thánh chỉ, và ra kỳ hạn trong vòng 100 ngày công việc phải xong.

Đầm lầy này nước thì sâu, bùn thì dơ, đám thợ thuyền ngâm mình trong đầm, mệt bở hơi tai sống dở chết dở, tốn một tháng tròn nền móng của đình mới xuất hiện lên khỏi mặt nước. Nền đình mỗi ngày một cao lên, không lâu nữa có thể dựng cột lợp ngói rồi. Khâm sai thấy tiến trình như thế thì rất vui mừng, vuốt râu gật đầu cười lên thích chí. Nào ngờ tiếng cười chưa dứt, chỉ nghe vọng lên "cô lô, cô lô", bọt nước từ giữa đầm sủi lên và "bõm", nguyên cái móng đình đổ sụp xuống đáy không còn thấy đâu nữa.

Khâm sai lo lắng quá hai chân nhảy cỡn, mắng người cai thợ một trận, ra lệnh xây lại, không được trì hoãn kỳ hạn. Vị cai thợ chỉ biết ngậm đắng nuốt cay không nói ra lời, hướng dẫn mọi người đi kiếm vật liệu khác chở tới, lại ngâm mình trong đầm cả ngày lẫn đêm, một lần nữa mệt bở hơi tai sống dở chết dở, một tháng sau móng đình mới xuất hiện lên mặt nước trở lại. Khâm sai nóng ruột muốn cho mau xong, thôi thúc thợ thuyền khiêng gỗ xây đình. Có ai ngờ, cột đình mới dựng lên xong thì cũng một lần nữa, từ giữa đầm lại vọng lên "cô lô cô lô", bọt nước sủi lên và "bõm", nguyên cái móng đình chìm xuống đáy nước không còn thấy đâu nữa.

Hai tháng đã trôi qua rồi, đừng nói gì tới cái đình tám góc, nội bóng dáng cái móng đình vẫn chưa thấy được. Khâm sai sốt ruột như thiêu như đốt, cả người cứ thế mà quay mòng mòng. Những tưởng mau xong việc mà về kinh lãnh thưởng, nay sự thể như thế này, đừng nói tới chuyện đầu đội mũ lông công (mũ của quan liêu trong lễ phục đời nhà Thanh), mà tính mạng của cả nhà chưa chắc đã giữ được. Ông càng nghĩ càng sợ, càng sợ càng dữ dằn, bèn hét lên ra lệnh lôi người cai thợ ra chém đầu làm gương!

- Khoan đã!

Chỉ thấy một ông già khoan thai, từ tốn đến trước mặt khâm sai, cung tay vái chào và nói:

- Đại nhân bớt giận, đây là đất Phật thanh tịnh, làm sao có thể động dao giết người được?

Khâm sai liếc mắt nhìn, thấy lão già đầu đội mũ cỏ, chân mang dép cỏ, áo bằng vải thô, dáng vẻ tầm thường nhưng mở miệng nói chuyện thì giọng thật oai hùng, sang sảng. Viên khâm sai đúng lúc đang bực bội, thấy một ông già không biết từ đâu lại mà còn tự nhiên xía vào chuyện của mình, lại càng thêm bực tức, lửa giận bốc lên phừng phừng gắt rằng:

- Ông là ai mà dám to gan đến thế?

Lão già không lộ ra chút gì là hoảng hốt sợ hãi, đáp rằng:

- Tôi từ vạn lý xa xăm đặc biệt tới đất Phật xây đình.

Khâm sai nghe ông lão nói mình biết xây đình vừa mừng vừa nghi, nhíu mắt nhìn ông lão từ trên xuống dưới để đánh giá rồi quát rằng:

- Ông đừng nói xằng nói điên, người như ông mà có thể xây nổi một cái đình tám góc sao?

- Xây một cái đình tám góc nhỏ xíu, có gì là khó? - Ông già trả lời thẳng thắn. Nhưng phải chịu ba điều kiện của tôi.

Khâm sai thấy cử chỉ của ông không giống phàm nhân, sau một lúc dò xét, suy nghĩ chín chắn rồi mới nói:

- Được rồi. Chỉ cần ông biết xây một cái đình tám góc, ra điều kiện gì ta cũng chịu.

- Thứ nhất, thả ông cai thợ.

Khâm sai đáp:

- Ta bằng lòng.

- Thứ hai, tạo đình trên đất Phật thì phải lấy từ bi làm căn bản, không được tùy tiện mắng mỏ công nhân.

Khâm sai đáp:

- Được, được!

- Thứ ba, xin đại nhân thêm cho kỳ hạn.

Đến đây khâm sai lắc đầu lia lịa:

- Không được! Phải xây đúng kỳ hạn, nếu không ta sẽ bắt tội ông!

- Ha ha!

Ông lão ngẩng mặt cười dài, rồi nghiêm sắc:

- Xử tử người thì dễ, xây đình mới khó. Bây giờ kỳ hạn 100 ngày gần tới rồi, ông làm sao để về kinh phục chỉ đây?

Câu hỏi này đánh trúng vào chỗ yếu của khâm sai, ông

suy nghĩ mãi thấy không có cách nào khác, chỉ đành gật đầu chấp thuận.

Ngày hôm sau, ông lão không nói không rằng, một mình một thân nhảy xuống đầm cỏ sình lầy, sờ soạn bên này, rờ rẫm bên kia, suốt cả ba ngày mới tìm ra một cái "miệng rồng" ngay ở giữa đầm. "Miệng rồng" này thông qua biển lớn Đông Hải, bình thường thì bị bùn dơ bịt kín, nhưng đến ngày thủy triều lớn thì "cô lô, cô lô", bọt sủi lên mặt nước, và bùn dơ hay rác rưởi gì cũng đều bị hút xuống đáy biển.

Ông lão tìm ra được "miệng rồng" rồi thì hớn hở trèo lên bờ. Lúc ấy tất cả đám thợ thuyền đều đứng chờ xem ý định của ông lão là gì, bèn vây xung quanh ông xin giao cho việc làm. Ông lão chỉ cười mà đáp:

- Không có gì gấp, các ông hãy chuẩn bị vật liệu đi!

Mọi người nghe thế đều ngẩn người ra:

- Vật liệu đã chuẩn bị xong từ lâu rồi, bây giờ ông giao việc gì khác đi chứ!

Ông lão nhìn mọi người rồi chỉ lên núi, chỗ có một đống đá vụn mà nói:

- Gánh hết chỗ đá vụn ấy xuống đây, chất lên hai bên bờ đầm, sẽ có lúc cần dùng!

Mọi người không biết ông lão đang nghĩ gì trong đầu nhưng không dám cưỡng lệnh, chỉ đành đi gánh đá vụn, không đầy một ngày, hai bên bờ đầm chất một đống đá vụn cao thật là cao. Tuy nhiên, ông lão trốn biệt trong một gian thiền phòng của chùa Phổ Tế, cửa đóng kín mít nhưng đèn đuốc sáng choang, và cả ngày chỉ nghe "sầm sập, sột soạt" chẳng ai biết ông đang làm gì trong ấy.

Sau ba ngày, mọi người vẫn thấy ông lão trốn trong thiền phòng chưa ló mặt ra, họ bắt đầu bàn tán xôn xao, người thì nói:

- Ông già này không có tài cán gì cả, chúng ta bị lừa rồi!

Người khác cho rằng:

- Ông già này dường như không muốn sống, tới đây tìm cái chết hay sao ấy!

Trong lúc mọi người đang bàn tán như thế thì đột nhiên nghe tiếng "cô lô cô lô" quen thuộc từ giữa đầm vọng lên, và nước sủi bọt không ngừng.

Ông già nghe âm thanh ấy, "sầm" một tiếng từ thiền phòng phóng ra, hai tay ôm một con rồng gỗ điêu khắc thật tinh xảo, đầu hất lên trời, duỗi chân giương móng, hệt như một con rồng thật. Ông già chạy đến gần đầm phóng con rồng gỗ lên trời, nghe "vù vù", rồi có một con rồng toàn thân dát vàng đâm đầu xuống đầm, chúi xuống đáy nước. Đám thợ thuyền há hốc mồm ngây người ra mà nhìn, ông lão lớn tiếng giục giã họ đẩy đống đá vụn xuống đầm. Trong nháy mắt, từ giữa đầm lầy không còn thấy nước sủi lên nữa.

Ông lão lại nhẹ nhàng phi thân xuống ao, hướng dẫn đám công nhân khiêng đá đắp móng đình.

Kỳ lạ, lần này móng đình xây xong vững như bàn thạch, không còn sụp đổ nữa.

Chẳng bao lâu sau, một ngôi đình tám góc trang nhã xinh xắn được xây lên, hai bên đình là cây cầu đá nối ngự bia với cửa chính của chùa Phổ Tế.

Về sau người ta dọn sạch đầm lầy xung quanh đình, biến đầm trở thành một hồ sen. Mỗi lúc hoa sen nở rộ, tòa đình tám góc này trở nên một quang cảnh đặc biệt đẹp mắt.

17. THUNG LŨNG CÁT BAY

Ngày xưa có một người rất nghèo, nghèo rớt mồng tơi, tên là Đắc Tài, đã 30 tuổi đầu mà vẫn còn chưa vợ. Có một năm kia, Đắc Tài đến Phổ Đà Sơn dâng hương, nguyện cầu Bồ Tát Quán Âm gia hộ cho mình sớm phát tài. Hắn lễ từ chùa trước đến chùa sau, lên Phật Đỉnh Sơn, rồi theo đoàn khách hành hương đến Phạm Âm Động lễ bái Bồ Tát Quan Thế Âm.

Phạm Âm Động nằm ở mé đông của Thanh Lũy Đầu. Lúc ấy, giữa Thanh Lũy Đầu và Phổ Đà Sơn là một nhánh sông rộng, hai đầu thông với biển, lúc triều lên thì gió to sóng lớn và nước chảy xiết, mà lúc triều xuống thì lại trở thành một dải đất bùn lầy, khi dẫm lên thì chân lún xuống, dính bùn chặt cứng. Những người muốn đến Phạm Âm Động chỉ đành chờ nước triều xuống rồi cởi giày, xắn quần đạp trên con đường bùn lầy ấy mà đi.

Khi Đắc Tài đến chỗ ấy, nhìn thấy dải bùn lầy thì đột nhiên nghĩ ra một kế để làm tiền, bèn âm thầm suy đi tính lại: nếu tậu được con thuyền tam bản thì có thể chèo thuyền ở chỗ này, một là làm việc thiện kiếm phước, hai là nửa phần còn lại của cuộc đời coi như chắc ăn.

Càng nghĩ hắn càng thấy ý kiến này rất hay, nên sau khi rời Phạm Âm Động, hắn bèn đến bờ sông xây một mái nhà lá, ngày ngày quyên tiền khách hành hương qua lại để mua một chiếc thuyền nhỏ. Hương khách cũng thấy ý kiến này rất hay nên ai nấy hùn nhau mở hầu bao dốc tiền ra giúp hắn.

Sau vài tháng, Đắc Tài tính lại số tiền quyên được thì thấy đã dư sức mua một chiếc thuyền tam bản. Nhưng những đồng tiền bạc sáng lòa loà, những đồng tiền đồng khua leng keng khiến hắn đổi ý:

- Hề hề, đang phát tài phát lộc thế này thì làm sao bỏ ngang cho được! Vả lại ta cũng chưa xây nhà gạch cơ mà!

Đến năm thứ ba, Đắc Tài đã dùng tiền mua thuyền mà khách hành hương đã đóng góp để xây lên một căn nhà gạch ba gian trang bị đầy đủ, và còn cưới được một bà vợ nữa! Khi thấy những điều cơ bản mà mình hằng mong muốn nay đã có đủ, Đắc Tài mới kêu người đóng cho mình một chiếc thuyền tam bản, chèo đò qua lại giữa Thanh Lũy Đầu và Phổ Đà Sơn.

Nhưng chèo được vài ba ngày, hắn cảm thấy cách kiếm ăn này quá vất vả mệt mỏi mà tiền thâu vào lại chẳng có bao nhiêu, bèn nảy ra một ý kiến mới.

Hắn đi mua một bức tượng Quán Âm nhỏ thờ ở đầu thuyền rồi đặt trước bàn thờ một cái vại đã rửa sạch, trên vại dán một tấm giấy đỏ với hàng chữ "thuyền từ độ khắp, vui lòng giúp đỡ". Từ đó ngày nào hắn cũng móc từ vại ra một số tiền không nhỏ. Nếu có ngày hương khách ném quá ít tiền vào vại, hắn sẽ cố ý chèo làm sao cho thuyền dao động thật mạnh, thế là thiện nam tín nữ phải kinh sợ, không thể không quỳ trước tượng Bồ Tát khấn nguyện và ném thêm tiền đồng, tiền bạc vào vại.

Hương khách rất hận nhưng không dám làm mất lòng hắn, dầu sao họ cũng lệ thuộc vào hắn để đi đi về về trên dòng sông ấy!

Có một hôm thuyền không có khách, Đắc Tài bèn đậu thuyền ở ven bờ sông, đem bầu rượu già cùng vài khúc cá khô, ngồi dưới đuôi thuyền mà nhâm nhi hưởng nhàn.

- Ông lái thuyền ơi, cho tôi qua sông nào!

Đột nhiên có một giọng nói thanh tao trong trẻo từ bờ sông vọng lại. Đắc Tài ngoảnh mặt lại nhìn, ôi chao, thì ra đấy là một cô nương xinh đẹp mỹ miều! Cô gái tay đeo làn tre nhỏ, nửa làn đựng cát vàng óng ánh. Cô mặc nguyên một bộ quần áo màu tím thật là thanh tân, trông cô không khác gì tiên nữ xuống trần. Đắc Tài cảm thấy lòng rạo rực, vội vàng đặt cốc rượu xuống, đưa tay đỡ cô gái xuống thuyền. Nhưng cô gái không để ý tới hắn, nhẹ nhàng nhảy xuống thuyền một mình. Đắc Tài hơi quê, bẻ mạnh mái chèo tách thuyền ra khỏi bờ sông. Thấy hai bên bờ không có một bóng người, hắn bèn chèo thuyền thật chậm rãi, hai con mắt dán chặt vào người cô gái.

- Cô nương à, cô tới đây cầu phúc hay cầu con vậy?

Cô gái ngồi ngay ngắn trên thuyền, nhẹ cười nhạt mà đáp:

- Tôi cầu thiền.

- Cô cầu thuyền? Đắc Tài cười một cách nham nhở. Thuyền rồng hay thuyền tam bản cũng là thuyền, cô nương muốn thuyền thì tại hạ chính là thuyền đây!

Nói xong hắn bèn lấy chân đá vào mạn thuyền, tay trái liều lĩnh đẩy mái chèo thật mạnh, con thuyền nhỏ bèn lắc lư một cách dữ dội. Nhưng cô gái không hề tỏ vẻ hoảng sợ, chỉ mỉm cười ngồi rất an ổn, làm như thuyền càng lắc cô càng thấy thú vị. Đến khi Đắc Tài mệt lử, nằm dài trước bánh lái giả chết, cô gái mới bước đến, nắm lấy mái chèo và "két, két", con thuyền lao vun vút trên sông một cách vững chãi.

- Hề hề, thì ra cô nương đây cũng là tay chèo thuyền nhà nghề!

Đắc Tài thừa cơ hội vừa nói vừa nắm lấy cánh tay cô gái, nhưng nào ngờ khi nhìn lại thì thấy mình đang nắm đuôi mái chèo gỗ cứng ngắc! Hắn đưa mắt tìm cô gái thì không còn thấy bóng dáng của cô đâu, ngay cả chiếc làn tre cũng không còn nữa.

Đắc Tài bất giác giật mình kinh sợ. Ngay lúc hắn đang kinh hoàng bất an thì bỗng nhiên gió lớn nổi lên, sóng cao tới trời đẩy chiếc thuyền tam bản lên cao rồi "huỵch" một tiếng, đâm xuống một tảng đá lớn vỡ thành gỗ vụn! Đắc Tài khó khăn lắm mới trèo được lên bờ, vội vàng đâm đầu chạy về nhà. Nhưng từ chân núi nhìn lên thì cái nhà gạch ba gian đã bị cuồng phong cuốn đi rồi, bà vợ cũng biến đâu mất! Thế là Đắc Tài trở lại nghèo rớt mồng tơi y hệt như ba năm trước.

Thì ra cô gái chèo thuyền kia chính là Quán Âm đại sĩ hóa thân. Khi cuồng phong lắng xuống, Ngài trở lại bổn tướng trang nghiêm của mình, đứng trên bờ sông bốc một nắm cát trong làn tre rải lên mặt nước, trong phút chốc dòng sông to rộng từ từ bị cát vàng phủ kín. Dòng sông đã biến thành thung lũng, người ta gọi đó là "Phi Sa Áo" (thung lũng cát bay). Từ đấy, hương khách muốn đến Phạm Âm Động không cần phải lệ thuộc vào người lái đò nữa!

18. CỔ PHẬT ĐỘNG

Trên núi Phổ Đà, ở phía tây bắc của Thung Lũng Cát Bay, có một động đá gọi là Cổ Phật Động, trong đó có thờ một "nhục thân Phật". Lai lịch của Cổ Phật Động này là một câu chuyện khá thú vị.

Xưa thật là xưa, trong động này có một vị cao tăng được mọi người gọi là Nhân Quang Sư. Nhân Quang Sư có hai người đệ tử, người lớn tên là Huệ Tính, và người trẻ hơn tên là Huệ Minh.

Thầy Huệ Minh tính tình thật thà trung hậu, trong khi thầy Huệ Tính thì xảo quyệt khôn khéo, biết quan sát sắc mặt và lời nói của sư phụ để chiều theo và lấy lòng. Lúc ra ngoài đường, bao giờ thầy cũng cầm một cây chổi quét một cái rồi mới bước một bước, để tỏ ra rằng thầy là người từ bi, đến một con kiến thầy cũng không nhẫn tâm giẫm lên và giết hại. Khi hai anh em đi hái rau, thầy Huệ Minh thì lo hái rau tươi rau tốt, còn thầy Huệ Tính thì trái lại chỉ hái lá già, lá hư về nấu ăn, ra mòi một bậc chân tu, tu hành khổ hạnh.

Tuy vậy, Nhân Quang Sư vẫn đối đãi với hai đệ tử một cách bình đẳng, không phân biệt thân sơ, khiến Huệ Tính rất phiền não trong lòng.

Không lâu sau, tuổi già sức yếu, Nhân Quang Sư biết đã đến lúc mình sắp viên tịch, trước phút lâm chung ngài căn dặn hai vị đệ tử Huệ Tính và Huệ Minh rằng:

- Thầy lìa trần rồi, hai con hãy lấy một cái vại và bỏ di thể của thầy ở trong ấy. Sau đúng 3 năm 6 tháng, hãy mở vại ra khám. Nếu như di thể của thầy rữa mục thì thôi, coi như không có gì đáng nói, nhưng nếu chân thân không hoại thì điều đó chứng minh thầy đã tu thành chính quả, lên cõi Cực Lạc rồi. Lúc đó các con hãy đem chân thân vào động mà thờ phụng cho người ta đến lễ cúng, hai con hãy nhớ kỹ.

Nhân Quang Sư nói xong liền ngừng thở. Huệ Tính, Huệ Minh làm đúng theo di chúc của thầy.

Sư phụ mất rồi, Huệ Tính mới để lộ bộ mặt thật tham lam của mình. Lúc sinh tiền Nhân Quang Sư thường đeo bên mình một cái hồ lô, Huệ Tính ngỡ rằng trong đó chắc là có bảo vật gì đây nên lấy ra xem, thấy hồ lô trống rỗng. Thầy chúc ngược nó xuống thì thấy có ba hạt ngũ cốc rơi ra: một hạt gạo trắng, một hạt gạo đỏ và một hạt kê. Huệ Tính không tìm thấy vật gì đáng tiền bèn vứt hồ lô rồi bỏ đi. Huệ Minh vội nhặt lên, bỏ ba hạt ngũ cốc vào trở lại như cũ và cẩn thận giấu đi.

Sau ba năm sáu tháng, Huệ Tính và Huệ Minh mở vại ra khám, quả nhiên thấy chân thân bất hoại của Nhân Quang Sư ngồi xếp bằng ngay ngắn trên bồ đoàn, sắc mặt, thần thái không khác gì lúc sinh tiền. Huệ Minh thấy thế thì vô cùng sung sướng, vội sụp xuống lễ lạy, còn Huệ Tính tuy cũng miễn cưỡng lễ một lễ song trong tâm thì bất mãn: Sư phụ lên cõi Cực Lạc, bỏ mặc huynh đệ chúng tôi không thèm lo đến, thật là nhỏ mọn!

Tin đồn rằng Nhân Quang Sư đã để lại chân thân bất hoại thật là nhiệm mầu được lưu truyền khắp Phổ Đà Sơn. Thế là nào tăng nào tục, toàn dân của Phổ Đà Sơn đem bánh trái lên động cúng dường, khiến cái động đá nhỏ bé trở thành nhiệt náo hẳn lên.

Có hai tên vô lại từ Thượng Hải lên Phổ Đà Sơn du ngoạn, nghe tin này bèn nảy ra một ý kiến bất lương. Hai người thông đồng với Huệ Tính, lén trộm "nhục thân Phật" ra khỏi động với một giá hối lộ là 500 đồng tiền, đưa trước 300 đồng, chờ mọi sự thành công tốt đẹp thì mới đưa 200 đồng còn lại.

Đương lúc nửa đêm, Huệ Tính bèn khiêng chân thân của sư phụ đi theo hai tên vô lại lên thuyền chạy về Thượng Hải.

Hôm sau Huệ Minh tắm rửa súc miệng xong, bèn đi thắp hương cho sư phụ như mọi ngày. Nhưng thầy kinh hoàng khám phá Phật tòa trống rỗng, "nhục thân Phật" không biết ở nơi nào. Thầy vội vàng chạy đi tìm sư huynh, sư huynh cũng biệt tăm biệt tích. Huệ Minh chạy cùng khắp Phổ Đà Sơn nhưng vẫn không tìm ra "nhục thân Phật" lẫn sư huynh, nên ngày ngày ngồi trước Phật tòa đau khổ ứa nước mắt.

Một hôm có một vị khách hành hương họ Vương lên tới động. Ông nhìn thấy cái hồ lô trên bàn thờ, mừng quá reo lên:

- Tìm thấy rồi! Tìm thấy rồi!

Huệ Minh ngạc nhiên hỏi:

- Khách nhân tìm thấy gì ạ?

Vị khách không trả lời mà hỏi ngược lại:

- Có phải trong cái hồ lô này đã từng đựng một hạt gạo trắng, một hạt gạo đỏ và một hạt kê không?

- Thưa đúng rồi ạ, hiện giờ vẫn còn.

Huệ Minh vừa nói vừa đổ hồ lô ra cho khách xem ba hạt ngũ cốc. Người khách đặt ba hạt ngũ cốc lên lòng bàn tay, ngắm nghía kỹ lưỡng rồi như nghĩ ra chuyện gì:

- Ái dà, thì ra "Muộn Hàng Sư" ở nơi này...

Huệ Minh nói:

- Thầy chúng tôi tên là Nhân Quang Sư, hình như ngài đã gặp thầy chúng tôi rồi thì phải?

Người khách gật đầu, kể lại chuyện xưa.

Thì ra vị hương khách họ Vương sống gần Tô Châu. Hai vợ chồng tới trung niên mới có được một cậu con trai nên cưng quý vô cùng. Nào ngờ từ khi mới lọt lòng, thằng bé không ngừng gào khóc, bao nhiêu y sư thuốc thang đều không chút công hiệu nên hai vợ chồng vô cùng khổ não. Vừa may Nhân Quang Sư đến Tô Châu, đi ngang cửa nhà hai vợ chồng họ Vương, thấy một cô nữ tỳ đang bồng một đứa trẻ sơ sinh và cô dỗ dành thế nào đi nữa đứa bé cũng không ngừng la khóc. Nhân Quang Sư đến gần, đưa tay ra nhè nhẹ vuốt lên đầu thằng bé, tiếng khóc của đứa bé nhỏ dần tức thì. Ngài vuốt một cái nữa, tiếng khóc ngừng bặt. Vuốt lần thứ ba, đứa bé toét miệng ra cười tuy mặt còn đầm đìa nước mắt, nụ cười ngây thơ của nó khiến ai thấy cũng phải thương.

Vợ chồng họ Vương biết được có một vị hòa thượng chữa được bệnh khóc của con thì vội vàng mời Nhân Quang Sư vào nhà, cảm tạ không ngớt lời. Họ hỏi xem phải chăng Nhân

Quang Sư đang đi hóa duyên? Ngài hóa tiền hay hóa thức ăn? Nhân Quang Sư đáp: Hóa thức ăn.

Vợ chồng họ Vương vội mở rộng cửa nhà kho, thỉnh Nhân Quang Sư tùy tiện muốn lấy bao nhiêu lúa gạo thì lấy. Nhân Quang Sư chỉ lấy ba hạt ngũ cốc, một hạt gạo trắng, một hạt gạo đỏ và một hạt kê, bỏ vào cái hồ lô đeo trên lưng, miệng niệm "A Di Đà Phật" rồi thong thả quay đi.

Hai vợ chồng vội chạy theo hỏi:

- Cao tăng pháp hiệu là gì? Núi tiên Ngài tu ở chỗ nào?

Nhưng họ chỉ loáng thoáng nghe ngài đáp từ xa:

- Tôi ở Nam Hải Phổ Đà, người ta gọi tôi là Muộn Hàng sư.

Chuyện này xảy ra đã gần mười năm rồi, bây giờ đứa con đã lớn, vị khách họ Vương vẫn không quên công đức của Nhân Quang Sư, nên đặc biệt đến Phổ Đà để tìm ngài.

Vì đọc sai tên Nhân Quang Sư thành Muộn Hàng Sư nên ông tìm thật lâu mà tìm không ra, nay nhìn thấy cái hồ lô và ba hạt ngũ cốc mới nhận được người.

Thầy Huệ Minh nghe khách kể lại chuyện xưa thì cảm động vô hạn, tuôn nước mắt mà nói:

- Khách nhân không biết đó thôi, sư phụ chúng tôi tạ thế đã hơn ba năm rồi. Ngài có để lại chân thân bất hoại nhưng đã bị kẻ trộm lấy đi mất rồi.

Vị khách họ Vương nghe thế giật mình:

- Xin lỗi thầy, chân thân của Nhân Quang Sư bị cướp đi bao lâu rồi?

- Gần một tuần rồi.

Vị khách vỗ đầu gối nói:

- Đúng rồi, đúng rồi, thảo nào khi tôi đi ngang Thượng Hải nghe có người nói là "Đại Thế Giới" đang triển lãm "Nhục thân Phật", người đến xem như kiến. Chắc chắn đó là chân thân của Nhân Quang Sư rồi.

Huệ Minh nghe chân thân của thầy bị đem đi triển lãm như thế thì đau lòng khóc òa lên. Khách họ Vương an ủi:

- Thầy yên tâm đi, tôi, Vương mỗ, sẽ đem chân thân của ngài Nhân Quang Sư về Phổ Đà Sơn, dẫu có phải bỏ mình đi nữa! Ngày mai chúng ta đi Thượng Hải.

Nói lại về hai tên vô lại đem "nhục thân Phật" trộm được đến Thượng Hải triển lãm ở Đại Thế Giới. Nào ngờ "nhục thân Phật" này, ba ngày đầu thì còn coi được, ba ngày sau thì da và thịt từ từ tuột xuống còn lại có một bộ xương người chết. Khách đến xem ai cũng sợ hãi bỏ trốn, và kết tội ông chủ của Đại Thế Giới là tên bịp bợm, lừa tiền người ta, rồi còn đem lên cửa quan tố cáo. Ông chủ của Đại Thế Giới một mặt thâu "nhục thân Phật" về, một mặt đi tìm thầy Huệ Tính thanh toán, không những đòi lại số tiền 300 đồng đã đặt trước mà còn đánh cho thầy một trận nên thân. Thầy Huệ Tính vừa giận vừa hối hận, chiều hôm ấy hộc máu tươi, nằm liệt trên giường không dậy nổi.

Chính lúc đó, vị khách họ Vương đưa Huệ Minh đến Thượng Hải. Hai người đến cửa quan để kiện, những vị quan ở đấy sợ dư luận công chúng nên vội vàng đòi ông chủ của Đại Thế Giới phải đưa "nhục thân Phật" về Phổ Đà Sơn và bồi thường một số tiền tổn thất cho chùa.

Thắng kiện rồi, Huệ Minh đến quán trọ thăm sư huynh vừa bệnh vừa sạt nghiệp, Huệ Tính khóc nức nở, xấu hổ muốn chết quách. Huệ Minh thấy sư huynh đã biết hối lỗi nên không trách móc lấy một lời, trả tiền cơm nước quán trọ và thuốc men rồi dìu thầy lên thuyền trở về Phổ Đà Sơn.

"Nhục thân Phật" về đến động núi, người khách họ Vương bèn mời thợ giỏi, thợ khéo về điểm trang lại và giát vàng lên nhục thân, mua sắm bàn ghế, màn trướng toàn bộ mới tinh, và còn xây một cái am nhỏ trước mặt động để thờ phụng nhục thân của hoà thượng Nhân Quang Sư, bây giờ đã được người ta tôn xưng là "Cổ Phật".

Từ đấy, trước cảnh sắc mới mẻ, khách hành hương trở lại đông đảo hơn trước. Mọi người tranh nhau đến chiêm ngưỡng và lễ bái "nhục thân Phật" trong động, và cũng từ đó mà động đá này được đặt tên là Cổ Phật Động.

19. KỶ BẢO LĨNH

Thiên Bộ Sa và Bách Bộ Sa được nối liền với nhau bằng một ngọn núi nhỏ, giống như cái kỷ trà tựa sát vào cái ghế, và trên ấy rải rác rất nhiều những hòn đá lớn đá nhỏ khác nhau, thiên hình vạn trạng, giống như vô số ngọc ngà châu báu được rải lên kỷ trà vậy. Vì vậy mà người ta gọi chỗ ấy là "Kỷ Bảo Lĩnh".

Truyền rằng những hòn đá nói trên đã từng thật sự là trân châu mã não, vàng bạc châu báu biến thành.

Trên sườn núi phía đông của Kỷ Bảo Lĩnh có một cái am tên là Duyệt Lĩnh, thật ra chỉ là một túp lều tranh thuộc quản hạt của chùa Pháp Vũ.

Thời ấy, thầy trụ trì chùa Pháp Vũ chỉ chu cấp thức ăn và áo mặc cho mỗi một người trong mỗi túp lều mà thôi, mà am Duyệt Lĩnh lại có hai vị thầy tu. Để bù vào chỗ thiếu, vị thầy đương gia của am Duyệt Lĩnh tên là Trân Đạo gọi sư đệ là chú Tính Lương đi khai khẩn một thửa ruộng nhỏ ở bên cạnh am, mỗi năm bốn mùa cũng gặt hái được khá nhiều rau cải.

Am Duyệt Lĩnh chỉ là một túp lều tranh nên tiền hương đèn cúng dường thâu được không bao nhiêu, vì thế thầy Trân Đạo nhất tâm nhất ý muốn xây một ngôi chùa lớn.

Có một năm kia, thầy Trân Đạo kêu đau lưng, mỏi vai nên bảo chú Tính Lương tới thửa ruộng nọ trở đất. Chú Tính Lương phải dùng hết sức lực huy động cây đinh ba để trở đất, trở hoài trở mãi, trở cho tới phân nửa thửa ruộng. Chú bổ xuống một phát đinh ba thì phát giác một cái động, qua một lỗ nhỏ bằng cái miệng chén, phóng lên những tia ánh sáng chói lọi. Lấy làm lạ, Tính Lương muốn coi ánh sáng đó từ đâu ra, nên lại gắng sức đào đất. Đột nhiên, "huỵch" một tiếng, Tính Lương rơi xuống một cái động lớn. Trong động có một loại sánh sáng kỳ lạ, thì ra đó là trân châu chiếu chói cả mắt.

Đây là đâu? Tính Lương nhìn một cách kỹ lưỡng, ui da! nguyên cái động như một cái ổ chim, bốn bề là vách đá, bên trong có 18 cái chum đựng vàng sáng chói, 18 chum khác đầy bạc sáng lòa và và 18 chum nữa đựng đầy trân châu mã não đủ màu đủ sắc!

Đúng lúc chú tiểu Tính Lương đang đứng ngây người ra nhìn, thì trong động vang lên âm thanh rổn rảng:

"Tính Lương , Tính Lương, thật thà hiền lương, muốn vàng muốn bạc, cứ lấy mà hưởng!"

Chú Tính Lương ngạc nhiên nhìn quanh bốn phía, không thấy có hình bóng một người nào, bèn hỏi:

- Ông là ai?

- Ta là Thạch Hòa thượng. Chú muốn lấy gì thì lấy, muốn bao nhiêu lấy bấy nhiêu, mau lấy đi!

Tính Lương nhìn chum này, ngó chum kia, cuối cùng chỉ chọn một viên trân châu sáng chói cả mắt.

Đôi mắt sáng quắc của Thạch Hòa thượng loang loáng hiện lên trên vách tường:

"Tính Lương, Tính Lương, thật thà hiền lương, chỉ lấy một thứ, sau có hối chăng?"

- Viên ngọc sáng chói như thế, con lấy để làm đèn soi đường, thế cũng đủ rồi, không nên tham lam!

Tính Lương vừa trả lời vừa leo lên miệng động. Chú quay đầu lại nhìn thì không thấy động bảo vật đâu nữa. Chú ngây người một lúc, rồi cắm đầu trở đất tiếp.

Gần chiều tối, Tính Lương trở về thiền phòng, hân hoan lấy viên trân châu từ trong ngực áo ra. Úi dào! Cả phòng sáng rực! Đúng lúc ấy thầy Trân Đạo về tới, nhìn thấy ánh sáng của trân châu, bèn buộc miệng la lên:

- Ôi! Dạ minh châu!

Vừa nói, bèn chụp lấy hạt bảo châu và hỏi luôn mồm:

- Sư đệ, chú lượm cái này ở đâu ra vậy?

Tính Lương nở một nụ cười mộc mạc, và đem chuyện chiều qua đã xảy ra lúc chú trở đất ngoài ruộng kể lại hết cho sư huynh nghe. Thầy Trân Đạo nghe kể thì vừa kinh ngạc vừa vui mừng:

- Sư đệ ơi, vậy là Bồ Tát tặng vàng bạc tài sản cho mái chùa nghèo của chúng ta rồi đó. Chuyện này tuyệt đối chú không được nói cho người ngoài biết, nghe chưa?

Tính Lương ậm ừ vâng dạ rồi lo đi làm công phu khuya, xong lên giường đi ngủ. Nhưng thầy Trân Đạo thì làm sao ngủ được! Thầy mở mắt thao láo, mơ hồ nhìn thấy từng chum, từng chum đựng đầy vàng óng ánh, rồi từng chum, từng chum đựng đầy bạc chói loà nhảy múa tiến tới trước mặt mình... Thầy nhẫn nhục chịu đựng như thế cho tới nửa đêm, rồi nhẹ nhàng bước ra khỏi giường, cõng cái đinh ba lén lén dọ dẫm ra đến giữa ruộng, mau mắn đào lấy đào để. Đào hoài đào mãi cho tới khi cái hố đã lớn đại rồi mà vẫn chưa thấy vàng bạc gì cả. Thầy tiếp tục đào cho tới khi phương Đông hừng sáng thì mệt mỏi kiệt sức, tiu nghỉu ủ ê trở về chùa.

Sáng sớm ngày hôm sau, Tính Lương đi ra ruộng dồn đất đã xới đắp lên thành luống, thấy cái hố lớn ở ngay giữa ruộng, ngỡ rằng bảo vật đã bị người ta cướp mất, vội vàng trở về báo cho sư huynh biết. Thầy Trân Đạo nghe dở khóc dở cười, tròng mắt láo liên, nói với Tính Lương:

- Chắc sư đệ nằm mộng đó. Thôi, hôm nay chú đi đào bảo vật lấy thêm vàng bạc đi. Có vàng có bạc mình mới có thể mở lớn ngôi chùa, sửa sang cho mới mẻ, đó là một cơ hội làm công đức ngàn năm mới có một lần đó chú à.

Tính Lương suy nghĩ một lúc thấy cũng có lý, nên lại đi đào bảo vật. Không lâu sau, chú đào được đến cửa động, từ từ trèo xuống, thấy từng chum từng chum vàng bạc châu báu ở bên trong mới yên lòng, chắp tay lại nói:

- Bạch Thạch Hòa Thượng, hôm nay con lại đến nữa! Sư huynh con nói có vàng có bạc mới có thể mở lớn và sửa sang mái chùa lá. Lần này cho con xin thêm một chút vàng bạc nữa nhé.

Cặp mắt sáng loang loáng của Thạch Hòa thượng lại chiếu rực trên vách tường, hoà thượng cười nói:

"Tính Lương, Tính Lương, thật thà hiền lương, muốn nhiều muốn ít, tùy ý lấy đi!"

Tính Lương nghe thế mới cẩn thận nhặt lên ba khối vàng, xong lại nhặt lên ba khối bạc, rồi hứng chí trèo ra khỏi động đem về chùa giao hết sáu khối vàng bạc cho sư huynh. Thầy Trân Đạo vui lòng tươi cười hỏi:

- Sư đệ, chú tìm ra lại động bảo vật rồi phải không?

Tính Lương đáp:

- Vâng, tìm thấy rồi, vẫn còn đầy bảo vật ở trong ấy.

Thầy Trân Đạo nghe vậy càng vui mừng hơn nữa:

- Tìm thấy rồi sao chỉ lấy về ít quá vậy?

Tính Lương thật thà cười:

- Chính sư huynh nói với tiểu đệ là có vàng có bạc mới xây mới lại ngôi chùa lá của mình, thì sáu khối vàng bạc này đủ để làm chuyện đó rồi!

Thầy Trân Đạo cứng lưỡi, bực dọc trở về thiền phòng tự nghĩ:

- Mình đào cả đêm mà đào không thấy, còn nó mới đi có chút xíu mà đã tìm ra, tại sao lạ vậy?

Thầy Trân Đạo muốn số châu báu trong động phải là của mình toàn bộ, nên trong lòng cứ nóng như lửa đốt. Đêm hôm ấy, thầy tắm rửa thắp hương, bái lạy Bồ Tát rồi lại lén ra ruộng đào bảo vật. Nhưng thầy đào liên tiếp ba đêm mà đêm nào cũng về tay không. Không biết làm cách nào hơn, thầy đành chỉ biết dỗ ngọt Tính Lương, bảo chú đi đào một lần nữa, còn mình thì sẽ đi theo sau bén gót. Đào tới động bảo vật rồi, nhưng khi trèo xuống thì thấy bốn bề trong động trống rỗng, cái động trước đây vốn đầy chum vàng chum bạc mà nay không còn chum nào cả.

Thầy Trân Đạo đấm lưng đấm ngực giận dữ mắng rằng:

- Tính Lương, mi muốn giấu bảo vật dành cho riêng mình phải không? Hừ, nếu hôm nay mà tìm không ra bảo vật thì ta sẽ đến gặp sư phụ trụ trì, tố cáo mi tội "thấy vàng mờ ám lương tâm, làm điều sỉ nhục Phật môn" cho mi xem!

Đáng thương thay cho Tính Lương, cực khổ đào đất cả đêm rồi mà còn bị ghép tội oan uổng, đỏ mặt tía tai mà không nói được nửa câu bào chữa!

Ngay lúc ấy cặp mắt loang loáng sáng của Thạch Hòa thượng hiện lên trên vách đá:

"Tính Lương hiền lương, lại bị oan uổng; Trân Đạo vô đạo, tham lam phát cuồng!"

- Yêu quái, yêu quái!

Nghe tiếng của Thạch Hòa thượng, thầy Trân Đạo sợ mất cả hồn vía, quay đầu trèo trở lên nhưng quá hoảng sợ nên cứ hễ trèo lên thì lại tụt xuống, cuối cùng Tính Lương phải lấy cây đinh ba bợ mông của thầy để giúp cho thầy lên tới được mặt đất.

Tiếng cười của Thạch Hòa thượng lại vang lên, hòa thượng một mặt cười, một mặt từ vách đá bước xuống, chỉ cái túi đầy ắp châu báu đang cõng trên lưng mà nói với thầy Trân Đạo rằng:

- Mấy người đào lung tung làm vỡ hết mấy cái chum của ta, nay ta sẽ đem mấy thứ bảo vật này kiếm ngọn núi tiên khác ở cho yên thân.

Nói xong, hòa thượng ra khỏi động, hướng lên dốc núi bắt đầu trèo lên. Thầy Trân Đạo lo sợ quá, bèn đoạt lấy cây đinh ba từ trên tay chú Tính Lương, rượt theo Thạch Hòa thượng lên núi. Rượt lên tới đỉnh núi, không cần biết gì nữa, thầy phát một nhát đinh ba vào túi châu báu. Chỉ nghe "linh đinh đinh", bao nhiêu trân châu mã não, vàng bạc châu báu đều rơi lông lốc rải rác đầy trên sườn núi, nhưng chỉ trong nháy mắt là tất cả đều biến thành những hòn đá to đá nhỏ!

Thầy Trân Đạo buồn phiền vô hạn, bỏ trở về chùa lá nằm dài ba ngày ba đêm. Trong suốt ba ngày ba đêm ấy thầy suy nghĩ cạn cùng, thấy rằng tham lam thật là một điều không ổn.

Để chứng tỏ lòng thành của mình, thầy Trân Đạo bèn đi đổi hết mấy khối bạc khối vàng lấy tiền xây lên một ngôi thiền viện rộng lớn, hiện nay chính là am Duyệt Lĩnh. Trước cửa am có một cái ao nguyệt ấn, chính là cái hố mà ngày xưa thầy đã đào, còn lưu lại cho đến ngày nay!

20. QUÁN ÂM VÀ THỔ ĐỊA

Ở đâu cũng có một ông thần thổ địa, giống như mỗi địa phương phải có một quan chức an ninh vậy. Nhưng ở chân núi Hoa Oanh tỉnh Tứ Xuyên lại không có thần thổ địa! Tại sao lạ thế? Về chuyện này, ở đây có một câu chuyện khá thú vị được lưu truyền.

Lúc đó, ngôi chùa ở Ngũ Lý Pha dưới chân núi Hoa Oanh đang được trùng tu. Dân chúng ở Ngũ Lý Pha là những Phật tử thuần thành, ai cũng đóng góp tiền bạc mướn vài chục người thợ gạch, thợ nề về tu sửa ngôi chùa. Nhưng chỗ xây cất cách thị trấn rất xa, trên núi lại khó kiếm thức ăn thức uống, họ bèn mời một người tới chuyên lo nấu ăn cho thợ thuyền. Nhưng điều kiện làm việc quá khổ cực, nào gánh nước, nào nấu nướng thật là nhọc nhằn, người nào tới cũng chỉ làm được vài ngày rồi xin thôi vì làm không nổi. Mời người khác đến thay thế chỉ được vài ngày rồi cũng đi.

Một hôm, có một ông lão râu trắng đến tìm vị trưởng lão cai quản việc sửa chữa ngôi chùa, nói rằng mình tự nguyện lên núi nấu cơm cho thợ. Vị trưởng lão nhìn ông lão râu tóc bạc phau phau, tạng người thì gầy còm, với cái tướng ấy thì làm sao gánh nước thổi cơm nổi? Nghĩ vậy, ông bèn can:

- Thưa cụ, việc này không phải là một việc nhẹ nhàng đâu. Phải gánh nước, phải thổi cơm; mà gánh nước thì phải đi thật xa mới có nước. Chùa đã mời nhiều anh thanh niên trẻ tuổi về làm, mà tất cả đều chỉ làm có vài hôm là xin nghỉ hết. Họ than cực quá làm không nổi, vậy thì cụ làm sao chịu được?

Ông lão cười ha hả, trả lời:

- Làm nổi, làm nổi! Ông đừng chê tôi lớn tuổi, cái bộ xương già này còn chịu cực được mà! Mấy ông thợ làm việc mệt nhọc như thế để xây chùa sửa miếu, nếu không cho mấy ông ấy ăn uống đàng hoàng thì họ lấy sức đâu mà làm? Xin trưởng lão an tâm, tôi cam đoan không thua gì bọn trai tráng khoẻ mạnh đâu. Tôi không sợ mệt, dọn cơm chắc chắn không bao giờ trễ nãi!

Trưởng lão nửa tin nửa ngờ nhưng không có lời nào để đối đáp với ông lão. Hơn nữa, người có khả năng thì lại kiếm không ra nên đành chấp thuận vậy.

Ông lão quả nhiên nói không ngoa, làm việc vượt hẳn bọn trai tráng. Ông đi thật xa mới tới cái suối trên núi để múc hai thùng nước thật đầy gánh về, đường đi cũng phải vài dặm, thế mà ông lão da mồi tóc bạc này lại gánh một cách nhẹ nhàng thư thái, đi nhanh như bay, đi đi về về mấy lần là các lu nước trong chùa đã đầy ắp.

Gánh nước xong xuôi ông lại lên đến giữa núi nhặt củi, và chẳng bao lâu lại cõng về một bó củi thật to, thong thả ung dung chồng củi ở trước cửa nhà bếp để phơi nắng cho khô.

Khoảng một giờ trước bữa ăn, ông mới bước vào nhà bếp và thật là thần kỳ, chỉ trong một giờ mà ông đã sửa soạn xong bữa cơm cho vài chục người ăn, tất cả đều được bày biện tươm tất trên bàn, cơm thơm phưng phức, rau thơm lừng lựng, thợ thuyền ăn ngon miệng nên luôn luôn hớn hở tươi cười.

Ông lão là người rất tốt, gặp thợ thuyền lúc nào cũng chào hỏi chuyện trò vui vẻ. Thợ mà có bệnh là ông lập tức lo lắng cho, đem trà đem nước cho uống tận tình. Nhưng ông có một khuyết điểm lớn là hay nói, thích la cà chuyện phiếm với những người thợ trẻ tuổi, mà nói toàn là chuyện nghe có vẻ như khoác lác, thần kỳ, thí dụ lúc còn trai trẻ ông đã một mình đánh đuổi được hơn một chục tên cướp, hay là ông ăn uống rất khoẻ, có lần đánh cá với người ta ông đã tu cả chục cân rượu già một lúc... Ông lại kể đã từng đánh nhau với yêu quỷ, rất nhiều hồ ly tinh đã bị ông đánh cho chạy dài! Ngoài ra ông cũng đã gặp rất nhiều Bồ Tát, thần tiên nữa...

Lúc cao hứng nói chuyện như thế, ông quên cả thời gian. Có một lần, gần tới giờ cơm chiều rồi mà ông hãy còn đứng ba hoa với những người thợ mới vừa bãi việc. Một vài người thấy trời sắp tối mới nhắc rằng:

- Ông bác ơi, ông nhìn xem đã giờ nào rồi, ông mau về nấu ăn đi chứ! Trời đã sắp tối, ông chưa đi thì bao giờ mới được ăn cơm?

Ông lão nói:

- Ờ phải rồi, đúng đấy, trời đã sắp tối, nhưng mấy người đừng lo, tôi về làm một tý là xong ngay!

Quả nhiên, ông lão về đến nhà bếp rồi, chỉ một chút xíu sau là gọi mọi người vào bàn, và trên bàn cơm rau đã dọn ra sẵn sàng. Có người thấy điều ấy lạ lùng bèn hỏi ông lão:

- Ông bác ơi, ông làm sao mà mau quá vậy?

Ông lão đáp:

- Ậy, tại làm xong từ trước lâu rồi!

Tuy nhiên cơm canh còn nóng hổi, còn bốc khói nghi ngút, không thể nào nói là làm xong từ trước được. Tuy nhiên cũng chẳng ai nghi ngờ gì cả, chỉ khen ông lão nhanh nhẹn và ăn cơm một cách khoái chí, vui vẻ.

Có một lần, ông lão lên núi gánh nước, gánh nước xong liền đi nhặt củi, hôm ấy có thể nói là khó tìm hơn mọi lần nên ông lão đi thật lâu. Khi ông vác củi trên đường về thì đi ngang qua công trường xây chùa, đúng ngay lúc ấy có một người thợ sơ ý, bị một viên gạch từ trên nóc chùa rơi xuống trúng lỗ đầu. Ông lão thấy thế bèn ở lại giúp mọi người săn sóc nạn nhân, nào cõng ông ta đến một túp lều gần đó, vừa xức thuốc vừa băng bó vết thương, bận bịu một lúc thì đã đến giữa trưa, phải có người nhắc nhở:

- Ông bác à, gần giữa trưa rồi mà ông bác vẫn chưa đi làm cơm, bây giờ làm sao cho kịp?

Ông lão chỉ nói:

- Úi dà, giữa trưa rồi, tôi phải đi gấp!

Lúc ấy thợ thuyền đã ngừng tay, cùng nhau đến phòng ăn, thì thấy ông lão đi như bay vượt qua mặt họ. Mọi người nghĩ rằng ông lão đã giúp chăm sóc người thợ bị thương quên cả làm cơm, nên chắc chắn hôm nay sẽ bị ăn trễ và phải chờ đợi. Thế nhưng, kỳ lạ thay, khi họ vừa bước tới phòng ăn thì thấy cơm canh nóng hổi đã dọn sẵn trên bàn, ông lão đứng đó không lộ vẻ gì là cấp bách cả. Điều này làm cho mọi người phải kinh ngạc, thầm nghĩ rằng ông lão này hẳn phải là thần tiên, ông chỉ tới trước có mấy phút mà làm xong mọi sự rồi sao? Có người lại hỏi ông, ông bèn cười ha hả:

- Làm xong từ trước rồi!

Tuy nhiên từ hôm đó trở đi, có một người thợ để ý theo dõi ông lão. Theo dõi ông một lúc thì khám phá ra rằng mỗi ngày ông lão chỉ gánh nước nhặt củi chứ không hề làm cơm, cả ngày ông ở ngoài đường và hiếm khi đặt chân vào nhà bếp. Thế nhưng ngày nào đi làm về cơm nước cũng được nấu nướng xong xuôi chỉnh tề. Người thợ nọ không nhẫn nại được nữa, bèn hỏi thẳng ông lão:

- Ông bác ơi, sao mỗi ngày chỉ thấy ông bác đi gánh nước nhặt củi chứ không thấy nấu cơm, vậy thì cơm canh này ai nấu vậy?

Ông lão bị hỏi bất ngờ chỉ ấp a ấp úng, không nói được câu nào. Người thợ lại hỏi:

- Ông bác, ông nói thật đi, có sao nói vậy, ông đừng có giấu cháu. Ông bác có phải là Bồ Tát không?

Ông lão bị đẩy vào chân tường nên không có cách nào hơn là nói thật:

- Tôi không phải là Bồ Tát! Ôi, thôi được, tôi nói thật cho chú nghe, cơm này không phải tôi nấu, chú muốn biết ai nấu thì đi theo tôi. Nhưng có điều tôi cho chú xem, nhưng bằng bất cứ giá nào chú cũng không được kể lại cho người khác biết. Chú mà nói ra là chết tôi đấy!

Nói xong ông lão đưa người thợ len lén đến nhà bếp, từ khe cửa bên ngoài nhìn vào trong.

Ôi, trong bếp khói bốc mịt mù, quả nhiên có một người đang bận rộn thổi cơm. Ban đầu, khói dày quá nên không nhìn rõ được người đang thổi cơm, một lúc sau khói tan bớt đi thì mới thấy đó là một cô gái rất xinh đẹp, người quấn một cái váy thêu hoa lan, thái rau làm bếp vừa khéo léo vừa nhanh nhẹn.

Người thợ từ bên ngoài đờ người ra, anh ta phải kiễng chân để nhìn cho rõ, quá kinh ngạc nên vô ý động phải cánh cửa khiến cánh cửa mở toang ra. Cô gái thấy có người nhìn trộm bèn chui vào lò lửa đỏ rực mà biến mất. Ông lão ngây người ra một lúc rồi than rằng:

- Ôi chao, chú nhìn trộm đủ rồi, can chi mà chú làm bật tung cánh cửa vậy? Bây giờ khổ thân tôi rồi! Bồ Tát Quán Âm bắt tội tôi, tôi phải làm sao đây?

Thì ra Bồ Tát Quán Âm biết chùa đang tu sửa xây cất mà thiếu người nấu cơm, vấn đề trở nên nan giải, vì thế Ngài âm thầm đến để giúp đỡ. Ngài bàn tính trước rất kỹ với thổ thần địa phương, chia việc ra minh bạch: thần thổ địa thì gánh nước nhặt củi đồng thời giữ bí mật cho Ngài ở trong nấu bếp. Nhưng vị này lại quá thích ba hoa nên đã để lộ bí mật.

Khi người thợ đi khuất rồi, Ngài Quán Âm mới từ lò lửa bước ra, trách thần thổ địa rằng:

- Ông gánh nước thì lo gánh nước, ta đã dặn ông không được nói rùm beng lên mà ông không nghe lời, còn đem người lạ đến nhìn trộm là nghĩa làm sao?

Bồ Tát nói đến đây, bèn dùng cái phất trần đuổi muỗi quét một cái, quét thần thổ địa bay ra xa tới hơn chục dặm, không cho ông được làm việc chung với Ngài nữa.

Vì thế, chùa được trùng tu xong, ở núi Hoa Oanh, nguyên một vùng trong vòng hơn mười dặm không có thần thổ địa!

21. HOA ĐẠO VẼ TRỘM TƯỢNG LA HÁN

Xưa thật là xưa, trên đảo Tù Tiên có một ngôi chùa tên là Linh Âm tự, vị thầy trụ trì pháp hiệu là Hoa Đạo. Khách hành hương lai vãng không đông nên mức sống của chùa cũng hơi khó khăn.

Một năm kia, thầy Hoa Đạo lên Phổ Đà Sơn dự lễ khai quang của Bồ Tát Quán Âm, nhìn thấy chùa Pháp Vũ có La Hán Đường, trong ấy có 18 tượng kim thân La Hán, thần thái mỗi vị mỗi khác, hấp dẫn khách hành hương đến rất đông. Thầy nghĩ: Giá như Linh Âm tự cũng xây một phòng "La Hán Đường" đắp 18 tượng La Hán thì chắc là tiền hương hỏa sẽ khá lên rất nhiều.

Nghĩ thế xong, trong trí thầy chợt loé lên một mưu kế, thầy bèn xuất tiền mướn một vị du tăng biết vẽ, nhờ vị ấy vẽ trộm phạm tướng của 18 La Hán, đem trở về Linh Âm tự, rồi vội vội vàng vàng xây một tòa La Hán Đường và nắn 18 tượng La Hán một cách qua loa sơ sài.

Quả nhiên La Hán Đường lôi cuốn rất nhiều thiện nam tín nữ, nguyện vọng của thầy Hoa Đạo đã được thỏa mãn. Không ngờ việc thầy nhờ người vẽ trộm tượng La Hán không hề thoát khỏi cặp mắt của Quán Âm Đại sĩ.

Xây La Hán Đường, tạo tượng La Hán thật ra không có gì đáng trách nhưng động cơ của thầy Hoa Đạo khi làm việc này thì không được chính đáng cho lắm, khiến cho Quán Âm cảm thấy khó chịu trong lòng.

Một năm sau, Quán Âm Đại sĩ bước lên đài sen bay đến gặp thầy Hoa Đạo và thăm Linh Âm Tự một phen.

Hôm ấy thầy Hoa Đạo mặc tăng bào bằng lụa, trên khoác chiếc cà sa dệt bằng cỏ đay, đang vui vẻ tháp tùng một vài vị tài chủ quyền quý đi dạo trong La Hán Đường, bỗng nghe một chú sa di thưa rằng ngoài khách đình có một vị xưng là Thiền sư Diệu Hải đến thăm chùa. Thầy đành cáo biệt các vị thí chủ ấy, và bước đến phòng khách với một dáng điệu hiên ngang, cao kỳ.

Ngước mắt nhìn, thầy chỉ thấy Thiền sư Diệu Hải nọ đầu đội mũ tăng cũ kỹ, chân mang giày cỏ rách mướp, thân khoác cà sa vải thô, cổ đeo chuỗi tràng hạt nhỏ rức, tuổi không ngoài 30, chỉ có tướng mạo thì có thể nói là phi phàm. Thầy Hoa Đạo hỏi thăm qua loa, hỏi một cách lạnh lùng:

- Thiền sư quang lâm chùa nghèo này là để giảng kinh thuyết Pháp hay là...

Thầy cố ý bỏ lửng cuối câu, và nhìn thẳng vào mặt Thiền sư Diệu Hải không chớp mắt. Thiền sư Diệu Hải cười nhẹ, đáp rằng:

- Trên đường hóa duyên đi ngang qua đây, tôi muốn xin

thầy cho tôi ở trọ quý chùa vài ngày, vì có chút tịnh tài muốn cúng dường lên Phật.

Thầy Hoa Đạo nghe "có chút tịnh tài muốn cúng dường lên Phật" mới bảo chú sa di dọn chỗ ăn chỗ ngủ cho khách, còn mình thì từ đó không buồn để ý đến Thiền sư Diệu Hải nữa.

Thiền sư Diệu Hải thấy thầy Hoa Đạo đối với mình lãnh đạm như thế chỉ chỉ lắc đầu cười buồn, nhưng lại lợi dụng cơ hội ấy để được hưởng cảnh thanh nhàn tự tại, từ sáng đến tối chỉ đi dạo trong La Hán Đường. Ngài thấy tuy bên ngoài nhìn thì rất đẹp mắt, nhưng móng nhà, khung nhà xây lại không chắc chắn chút nào. Hơn nữa, 18 tượng La Hán, tượng nào cũng đắp sai kiểu, nên trong lòng có phần bất mãn và lo lắng, nhưng phần bất mãn thì ba, còn lo lắng thì lên tới bảy phần! Chiều hôm sau, Thiền sư tìm thầy Hoa Đạo nói rằng:

- La Hán Đường của quý chùa khung nhà thì không vững, tượng La Hán thì đắp sơ sài cẩu thả, móng nhà thì lún xuống một cách nguy hiểm, nếu không mau sửa sang lại thì 18 tượng La Hán thế nào cũng bị hủy diệt.

Nghe thế thầy Hoa Đạo không chút bằng lòng, chỉ lạnh lùng niệm một câu "A Di Đà Phật!" rồi phất tay áo bỏ đi. Thiền sư Diệu Hải nổi giận, thoạt đầu tính dùng lời nghiêm nghị quở trách, nhưng nghĩ lại, thầy Hoa Đạo hiện đang tự mãn đắc ý, trách thầy không ích lợi gì, thôi thì để cho sự thật dạy cho thầy bài học vậy.

Sáng sớm hôm sau, Thiền sư Diệu Hải múa bút đề ba chữ lớn "Đại Bi Sơn" để lại, và lặng lẽ rời bỏ Linh Âm tự. Ba chữ Đại Bi Sơn ngụ ý "Người mượn cửa Phật để mưu cầu lợi dưỡng là người rất đáng thương", mà cũng ám chỉ người viết ba chữ ấy chính là Đại từ Đại bi Cứu khổ Cứu nạn Quan Thế Âm Bồ Tát. Tiếc rằng lúc ấy thầy Hoa Đạo không hề hiểu ý.

Ba năm sau, một đêm nọ sấm chớp ầm ầm, mưa gió tơi bời. Bỗng nhiên nghe tiếng "rầm, rầm!", La Hán Đường của Linh Âm tự, móng nhà lở sụt, khung nhà nghiêng đổ, 18 tượng La Hán cũng ngã lăn ngã lóc khiến thầy Hoa Đạo cứ điếng người kinh hãi, nhớ lại lời Thiền sư Diệu Hải, hối hận thì không kịp nữa.

Chùa Linh Âm bị tai nạn như thế, khách hành hương cũng thưa dần và lạnh nhạt đi. Thầy Hoa Đạo không còn mặt mũi nào giữ chức trụ trì ở đấy nữa, nên cũng âm thầm ra đi vân du bốn phương.

Sau đó nhiều năm, thầy đã nếm đủ mùi gian khổ, cuối cùng cũng tỉnh ngộ. Thầy bèn trở về Linh Âm Tự, kiếm lại mấy chữ mà Quán Âm Đại sĩ đã viết, đóng khung thành một tấm biển và treo trên cửa vào của chính điện, còn mình thì chỉ là một vị thầy tu làm việc khổ nhọc, chân thành tụng kinh niệm Phật để chuộc lỗi lầm xưa.

22. CHUÔNG THẦN

Xưa thật là xưa, chùa Pháp Vũ chỉ là một cái am nhỏ, tên là am Hải Triều. Vị tổ thứ nhất của am Hải Triều tên là Đại Trí, đã dày công đúc một cái chuông đại hồng bằng đồng đen nặng hơn bảy ngàn cân treo tại lầu chuông, mỗi ngày sáng và chiều thỉnh chuông hai lần.

Tiếng chuông trong trẻo rền vang, dư âm tới cuối ngày vẫn chưa dứt, cho đến Long Vương ở Thủy Tinh cung biển Đông Hải cũng nghe thấy, suốt ngày đứng ngồi không yên, chỉ muốn dẫn một đạo binh tướng cá, tướng rùa đến ngoài bãi cát Thiên Bộ Sa bái kiến Ngài Quán Âm.

Về sau có bọn cướp Hồng Mao xâm nhập Phổ Đà Sơn, đi

đến đâu là cướp bóc tài vật của dân chúng đến đó. Nghe nói chuông đồng của am Hải Triều là một bảo vật, nên tên đầu sỏ của bọn Hồng Mao phái khoảng mười tên cướp lực lưỡng, hấp tấp khiêng chuông đồng lên tàu đang đậu ngoài khơi, chở về nước của chúng.

Tàu cướp về đến nước Hồng Mao, bọn giặc phải ra sức bằng hai cọp chín trâu mới khiêng nổi chuông lên bờ. Nhưng vừa đến cửa thành thì chúng làm cách nào cũng không nhấc nổi chuông đồng. Cả bọn nhốn nháo cả lên, viện binh thêm cả một đoàn người đến góp sức, làm gãy mấy cây đòn bẩy mà chuông vẫn không xê xích một tơ một hào nào.

Việc này làm chấn động toàn quốc. Vua nước Hồng Mao cũng cảm thấy lạ kỳ, bèn đích thân ra khỏi thành để nhìn tận mắt, nhưng khi ông vừa bước chân đến cửa thành thì chiếc chuông đồng tự nhiên kêu "loong coong" một tiếng và lún dần xuống đất, chẳng bao lâu bị đất bùn lấp kín.

Nhà vua bất mãn kêu người đào chuông lên, đào ngày đào đêm, không những không đào được chuông mà chuông càng ngày càng lún sâu xuống. Vua hoàn toàn cụt hứng, chỉ biết bỏ cuộc và ra lệnh từ đấy không còn ai được đào chuông nữa.

Thoáng một cái mà hơn 10 năm trôi qua, nước Hồng Mao có một vị quốc vương khác lên ngôi. Có một hôm, chỗ cái chuông bị chôn đột nhiên vang lên tiếng "đinh! đoong!" ngày đêm không ngừng, khiến cho người Hồng Mao sợ hãi hoảng hốt. Vị quốc vương mới đứng ngồi không yên, vội vàng hạ lệnh đào chuông thần lên:

- Phải đào chuông thần lên!

Người Hồng Mao đổ về từ bốn phương tám hướng. Cửa thành trở nên chật ních, người đông như kiến. Già trẻ lớn bé đều một lòng cầu nguyện thượng đế bảo hộ cho họ bình an, một mặt nguyền rủa bọn cướp biển đã cướp chuông thần về.

Cuối cùng, chuông lớn được đào lên rồi, trên mặt chuông có khắc rõ ràng bảy chữ "Nam Hải Phổ Đà am Hải Triều". Vị quốc vương mới đã mời đến vài chục người tu đạo của họ, ngày đêm thay phiên nhau khấn vái, nhưng tiếng chuông rền vang trong trẻo vẫn không chịu ngừng. Vị quốc vương này mới nghĩ rằng nếu giữ chuông trong nước mãi thì cả nước sẽ phỉ nhổ ông, vì thế quyết định trả chuông về xứ sở. Nhưng cái chuông ngàn cân như thế, làm sao chở về nổi? Quốc vương và quần thần trong triều ai cũng lo âu phiền não.

Có một nhà buôn người Phúc Kiến, đúng lúc ấy đang ở nước Hồng Mao buôn bán. Khi biết được tin này, ông vội vàng xin yết kiến quốc vương, và trình bày ý nguyện phụ trách việc chở chuông thần về cố hương. Quốc vương rất vui mừng, lập tức gọi một vị đại thần đưa ông đi đến chỗ chuông thần. Ra tới ngoài cửa thành, nhà buôn Phúc Kiến chạy đến xem thì quả nhiên thấy đây là thần khí nhà Phật của nước mình, lập tức quỳ xuống, thành tâm khấu đầu đảnh lễ ba lần, đầu đập xuống đất thật kêu. Tiếng chuông thần bỗng nhiên ngừng bặt, người Hồng Mao đứng nhìn xung quanh reo hò hoan hô từng đợt.

Các vị thầy của am Hải Triều nghe nói đã tìm được chuông thần về, vội vàng xuất công xây một lầu chuông mới. Nhà buôn Phúc Kiến hộ tống chuông thần, vượt trăm sông ngàn núi mới về tới Phổ Đà Sơn.

Ngày chuông thần về tới là ngày lầu chuông cũng vừa xây xong, tất cả các thầy của am Hải Triều đều ra sức, người kéo kẻ khiêng, treo chuông thần lên lầu chuông mới.

Tiếng chuông trong trẻo của am Hải Triều lại vang rền trở lại trong khắp đảo từ đấy.

23. HÒA THƯỢNG LỊCH SƠN BẮT RÙA

Trước cửa chùa Phổ Tế có một hồ sen, hoa sen ở đó đặc biệt tinh khiết, hương thơm đặc biệt ngào ngạt.

Năm ấy có một viên khâm sai của hoàng thành đến chơi Phổ Đà Sơn, được ăn một bát chè hạt sen thơm phức, về tới triều đình bèn hết lòng tán dương khen ngợi.

Nhà vua nghe được, bèn hạ thánh chỉ truyền lệnh mỗi năm Phổ Đà Sơn phải tiến cống hạt sen. Từ đó trở đi, hạt sen trong hồ bị đưa lên triều cống cho hoàng đế không chừa một hạt nào còn lại. Chư tăng trong chúng ai cũng căm phẫn nhưng không ai dám lên tiếng.

Về sau, có một vị hòa thượng đến chùa Phổ Tế cư ngụ, ngài tên là Pháp sư Lịch Sơn. Vị hoà thượng này râu trắng dài tới ngực, lông mày dài che mặt, khí phách phi phàm, được mọi người mệnh danh là "lão tăng trăm tuổi".

Hoà thượng Lịch Sơn nghe nói mỗi năm Phổ Đà Sơn phải triều cống hạt sen cho hoàng đế, trong lòng không phục, bèn viết gởi lên triều đình một bản tấu thư, tâu rằng trong hồ có một con rùa đen đã thành tinh rất ham ăn, đêm nào cũng về ăn vụng hết hạt sen trong hồ nên hạt sen vô cùng khan hiếm, thỉnh cầu hoàng đế miễn cho việc triều cống.

Hoàng đế nhận bản tấu thư xong thì giận quá, râu tóc dựng ngược, cặp mắt muốn lồi ra ngoài! Ông thừa biết hạt sen của Phổ Đà Sơn hằng năm phải hiến cống triều đình, tất cả đều dành cho ông dùng, "rõ ràng họ muốn nhục mạ ta là con rùa đen thành tinh đây mà!"

Nghĩ thế xong ông nắm lấy ngự bút, toan viết lời phê phán, song vừa mới viết xuống bốn chữ "Lịch Sơn hoà thượng" thì ngừng lại. Tại sao vậy? Ban đầu ông tính viết là "Lịch Sơn hòa thượng nhục mạ hoàng đế, xử tử!", nhưng nghĩ kỹ lại thì thấy không được, trong bản tấu thư giấy trắng mực đen ghi rằng "con rùa đen thành tinh ăn vụng hạt sen", làm sao có thể bảo đó là một câu "nhục mạ hoàng đế" được! Kết tội Lịch Sơn hòa thượng "nhục mạ hoàng đế", há chẳng phải ngầm công nhận rằng hoàng đế chính là con rùa đen thành tinh ăn vụng hạt sen hay sao! Làm thế thì tránh sao khỏi bị thiên hạ chê cười! Phải kiếm một cách khác để trừng trị Lịch Sơn hòa thượng mới được.

Một tay cầm ngự bút, một tay cầm bản tấu thư, cuối cùng ông cũng tìm ra một cách. Ông ngoáy bút một lúc rồi đổi lời phê như sau:

"Lịch Sơn hòa thượng có nhiệm vụ phải bắt con rùa đen thành tinh, nếu không bắt được, xử tử!"

Sau đó ông phái vị khâm sai bữa trước trở lại Phổ Đà Sơn tuyên đọc thánh chỉ.

Chư tăng của Phổ Đà Sơn nghe xong thánh chỉ, ai cũng sững sờ và kinh hoàng. Chỉ có Lịch Sơn Hòa thượng là không chút lo âu, tiếp xong thánh chỉ bèn nói với khâm sai:

- Nếu muốn bắt rùa tinh thì thế nào ngó sen cũng bị hủy hoại, lúc ấy sẽ không còn hạt sen nào để hiến cống lên cho hoàng thượng. Lão tăng không dám chịu trách nhiệm ấy, xin đại nhân xét cho!

Vị khâm sai nghe thế thầm nghĩ: "Ông Lịch Sơn Hòa thượng này thật là không phải tay vừa!" rồi bèn làm bộ xuề xoà, cười nói:

- Nếu bắt được rùa tinh thì về đến kinh đô rồi lão thần nhất định sẽ tâu lên sự thật, cầu xin hoàng thượng xá miễn cho các vị việc triều cống!

Lịch Sơn Hòa thượng nghe thế cười ha hả:

- Đại nhân thật là người biết thông cảm cho phận kẻ thấp cổ bé miệng, lão tăng rất khâm phục. Không phải như kẻ khác, ngoài thì thơn thớt nói cười mà sau lưng lại giết người không dao bằng những lời sàm tấu, thật là đáng ghét! Vậy thì chúng ta cùng ra hồ bắt rùa đi!

Lịch Sơn Hòa thượng dẫn đầu chư tăng của toàn chùa, mặc áo cà sa, chắp tay cúi đầu, miệng đọc kinh Phật, đến hồ sen sai người tát cạn hồ nước, rồi chọn mười vị tăng mạnh khoẻ cường tráng nhảy xuống hồ bắt rùa. Mò mẫm như thế liên tiếp ba ngày ba đêm, cuối cùng họ mới mò ra được một con rùa đen bằng đá nằm ở dưới cầu Vĩnh Thọ. Hòa thượng Lịch Sơn bảo mấy vị tăng ấy đem dây thừng cột chặt con rùa đá rồi đem nó lên xem xét, ôi, con rùa này nặng tới ngàn, vạn cân là ít!

Lịch Sơn Hòa thượng chỉ con rùa đen nói với khâm sai rằng:

- Thưa đại nhân! Con rùa đá này tu luyện thành tinh, tạo nghiệp tội trên đất Phật, may được thánh chỉ của hoàng thượng nên lão tăng mới trừ được cái hại này!

Khâm sai bước tới rờ đầu rồi gõ lưng con rùa, đảo mắt nhìn quanh rồi nói:

- Đây là con rùa đá, làm sao có thể ăn vụng hạt sen được? Này, nói dối là bị tội khi quân chứ không phải chuyện đùa đâu!

Lịch Sơn Hòa thượng mỉm cười đáp:

- Đại nhân không rõ đấy thôi! Con rùa này là do Bát Tiên đánh mất lúc họ qua sông đó mà! Lúc đầu nó chỉ là một con rùa nhỏ bằng ngọc đen, nhờ tu luyện lâu năm ở đây nên mới trở nên to lớn như thế. Ngày nó ngủ, đêm mới thức dậy lén ăn hạt sen trên đất Phật với ý nguyện mau đắc chính quả. Mặc dầu nó đã thành tinh, nhưng không có phép để thăng thiên hay độn thổ cho nên một khi bị mặt trời chiếu vào rồi thì bao nhiêu công phu tu hành đều mất trọn. Đại nhân có thể đem con rùa này về hoàng thành, thỉnh hoàng thượng xem qua để thấu rõ cho lòng thành của bần tăng đi bắt rùa trừ yêu cho Phổ Đà Sơn!

Vị khâm sai nọ nghe Lịch Sơn Hòa thượng nói thế thì bán tín bán nghi, cảm thấy thật là khó xử. Con rùa đá nặng cả ngàn cân, nếu đem về kinh thành thì phải mất rất nhiều thời gian, rất nhiều công sức. Hơn nữa phải đi đường biển xa xôi, trên biển gió thuận thì không nói gì, mà nếu gặp gió mưa bão bùng thì thật là không thể kham nổi lao khổ! Ông bèn làm bộ thân thiết nói rằng:

- Nay pháp sư đã hàng phục được yêu tinh, trừ hại cho đất Phật, lão thần sẽ về tâu điều này lên cho Thánh thượng là được rồi. Còn con rùa đá này, thôi thì cho nó ở lại đây, sau này bắt nó đội bia vậy!

Lịch Sơn Hòa thượng nghe khâm sai nói thì trong bụng mừng thầm, vội cúi đầu tạ ơn "Tuân mệnh!".

Khâm sai biết bản lãnh của Lịch Sơn Hòa thượng, không dám nấn ná ở lại lâu, đành tiu nghỉu trở về kinh báo cáo kết quả nhiệm vụ cho hoàng đế.

Từ đấy, Phổ Đà Sơn không còn phải triều cống hạt sen cho vua nữa.

Về sau, có người nói chính Lịch Sơn Hòa thượng đã ngầm sai người thả rùa đá đen này xuống hồ trước rồi.

Đúng là: "Sư đi nước cờ cao, khâm sai bị hàng phục!".

24. GIẾNG THẦN TIÊN

Ở miệt trên của bãi cát Bách Bộ sa và phía nam của Kỷ Bảo lĩnh, có một cái động đá bị cây lá che phủ. Trong động có một cái đầm nước tên là "giếng thần tiên"; nước giếng ngọt ngào, trong trẻo, hạn hán không khô, lụt lội không tràn. Khách hành hương qua lại nơi ấy, ai cũng ngừng chân lại uống một hớp nước tiên, họ cho rằng uống nước ấy vào thì mắt sáng bệnh lành, sống lâu trường thọ.

Giếng tiên này từ đâu mà có vậy?

Xưa thật là xưa, có một anh chàng tiều phu trẻ tuổi, dựng một túp lều tranh ở triền núi phía nam để nương thân qua ngày. Muốn đi từ chùa trước qua tới chùa sau, thế nào cũng phải đi qua lều tranh của anh chàng, nên khách hành hương thường đứng lại nghỉ chân và xin anh chàng một chút nước uống. Vì anh chàng thường hay lên núi đốn củi, bèn đào một đầm nước nhỏ bên hông túp lều và đóng một cái gáo nước đặt ở bên cạnh, để khi mình vắng mặt thì khách hành hương có thể tự múc nước lấy mà uống.

Nhưng gặp lúc hạn hán thì nước trong đầm ấy giống như một bồn nước bùn vàng, trở mưa to thì lại trở thành một hố nước bùn vàng, phải đợi mấy ngày sau mới uống được. Vì thế anh chàng tiều phu cứ thấy lòng xốn xang không yên.

Một hôm trời thật nóng, anh chàng đang múc nước từ dưới đáy đầm đổ vào thùng để cho nước lắng xuống hầu cung cấp cho khách hành hương giải khát, thì đột nhiên thấy từ dưới chân Kỷ Bảo Lĩnh một vị thầy tu cà thọt, cà thọt tiến đến, áo cà sa lam lũ, mồ hôi đầy người, lưng đeo một cái hồ lô. Vị thầy tu chống một cây gậy thô kệch, đến bên đầm nước cắm cây gậy xuống mà nói:

- Trời nóng quá, xin thí chủ cho tôi một chén nước uống nào!

Anh chàng tiều phu vội vàng múc từ thùng ra một gáo nước dâng lên vị thầy tu thọt chân, nhưng vị này làm như không thấy mà còn ồm ồm nói rằng:

- Chú đưa cho tôi mượn cái chén sứ trắng kia!

Anh chàng tiều phu ngây người ra, nghĩ rằng:

- Ông thầy này sao mà lôi thôi quá, uống nước lạnh mà còn đòi hỏi này nọ nữa! Bát sứ trắng ta chỉ dành để đựng cơm ăn thôi, phải bán tới nửa gánh củi mới mua được cái bát ấy chứ đâu phải dễ!

Nhưng khi nhìn bàn tay vừa đen vừa bẩn của vị thầy tu đang chìa ra chờ đợi, anh chàng ngượng mồm không từ chối được, đành lấy chiếc bát sứ trắng dâng lên cho thầy.

Vị thầy tu tiếp lấy chiếc bát, đến thùng nước múc một bát uống, và cứ thế liên tu uống 18 bát. Anh chàng tiều phu thấy thế phải cau mày, nhưng lại nhè nhẹ thở ra một tiếng, nghĩ rằng:

- Ông thầy này thật tội nghiệp, thôi thì để cho ông ấy uống cho no, cùng lắm là ta tốn chút sức gánh thêm vài gánh nước, và cùng lắm là lên núi chặt thêm một gánh củi nữa mua cái chén mới vậy!

Không lâu sau, vị thầy tu uống cạn thùng nước, chùi mồm toan bỏ đi. Anh chàng tiều phu lại càng thấy kỳ quái, nhưng vẫn lễ độ nói:

- Lão sư phụ à, khi nào trở về thì ghé lại đây uống nước nữa nhé!

Vị thầy tu chân đi cà thọt nghe thế thì bật cười chắp tay lại mà nói với anh chàng rằng:

- Tiểu thí chủ không hiềm ta uống sạch hết nước và làm bẩn cái chén sứ trắng của chú sao?

Anh chàng tiểu phu vội vàng đáp:

- Không, không, cho người ta giải khát, ai lại đi tiếc chút nước bao giờ!

Vị thầy tu thọt chân bèn cởi cái hồ lô trên lưng xuống:

- Thí chủ, cám ơn chú nhiều. Trong hồ lô này còn chừng phân nửa nước, ta cho chú đây!

Nói xong thầy bèn đổ nước từ trong hồ lô xuống cái đầm, sau đó gật gật đầu, bỏ đi mà không lấy lại cây gậy.

Anh chàng tiểu phu vô cùng ngạc nhiên, nửa hồ lô nước làm được việc gì đây? Anh chàng nhìn mãi theo bóng vị thầy tu, rồi xoay đầu lại thì ô kìa! Cây gậy đã biến thành một tàng cây rậm rạp xanh tươi, cành lá che phủ cái đầm nước nhỏ xưa. Và lạ chưa! trong chiếc bát sứ trắng sao lại có một đóa hoa sen trắng như tuyết? Anh chàng nhìn kỹ nước trong đầm thì ô hay, sao nước lại trở nên trong vắt thế này?

Anh chàng tiểu phu vô cùng mừng rỡ, nghĩ rằng vị thầy tu thọt chân kia chắc chắn là một bậc thần tiên, nên đặt tên cho đầm nước nhỏ ấy là "giếng thần tiên".

25. TÁM BỨC TRANH QUÁN ÂM

Ở quanh vùng Tô Châu, Hàng Châu, dân chúng thường thờ phụng những bức tranh họa 8 tướng của Bồ Tát Quán Âm. Sở dĩ dân chúng rất thích 8 bức tranh này, là vì ngay từ đầu, chính Bồ Tát Quán Âm đã hiện thân tự tay vẽ ra những bức tranh mẫu. Chuyện này có liên quan đến một vị cư sĩ tên là Vương Tích Tước.

Vị cư sĩ này có biệt hiệu là Kinh Thạch, đã từng làm quan lớn trong triều đình, cuối đời từ quan về vườn sống ẩn dật, dốc lòng làm việc Phật pháp. Suốt đời ông luôn thích làm việc thiện hay bố thí, đã làm được nhiều việc lợi ích cho dân cho nước.

Ông giao du một cách thân tình với một vị cao tăng đương thời, tức là Thiền sư Viên Thông. Một bên là quan lớn, một bên là cao tăng, hai bên cùng hỗ tương xiển dương Phật Pháp nên lúc ấy đạo Phật rất hưng thịnh.

Một hôm, Vương Kinh Thạch đang tụng bài Tâm kinh, đọc tới câu "Quán Tự Tại Bồ Tát hành thâm Bát Nhã Ba La Mật Đa thời, chiếu kiến ngũ uẩn giai không, độ nhất thiết khổ ách", bèn nghĩ đến công đức của Bồ Tát Quán Âm đại từ đại bi, bỗng nhiên phát sinh ý nguyện mời một vị họa sĩ tài cao để vẽ một ngàn bức tranh, họa pháp tướng của Bồ Tát Quán Âm, và đồng thời kèm theo bài Tâm kinh để tặng cho người ta đem về thờ. Nhờ thế, người ta sẽ càng thêm một lòng hướng thiện và chịu thay đổi những phong tục tập quán xấu.

Quyết định như thế rồi, Vương Kinh Thạch bèn đi tìm Thiền sư Viên Thông để bàn luận. Ông bạch với Thiền sư rằng:

- Bạch Thiền sư, những ngày gần đây đệ tử có một ý muốn như thế này: Bồ Tát Quán Âm vì lòng đại từ đại bi, tầm thanh cứu khổ, nên huyền ảo hiển hóa đủ các bảo tướng để cứu độ chúng sinh. Con đã phát nguyện mời họa sư vẽ 1.000 bức họa bảo tướng của Bồ Tát tặng cho dân gian để khuyến hóa họ, đại sư nghĩ thế nào?

Thiền sư Viên Thông nghe thế thì mừng rỡ vô cùng, khen ngợi hết lời:

- Ông tận tâm tận lực xiển dương Phật Pháp, phát tâm vẽ bảo tướng của Bồ Tát Quán Âm tặng cho dân gian để khuyến hóa thế tục, đó là một điều thiện, công đức vô lượng!

Vương Kinh Thạch nói:

- Tuy nhiên đệ tử có một điều xin thỉnh ý đại sư, đó là Bồ Tát hiển hóa đủ các bảo tướng khác nhau, vậy thì đệ tử nên vẽ bảo tướng nào? Đại sư trí tuệ uyên thâm, xin chỉ giáo đệ tử.

Viên Thông pháp sư trả lời:

- Muốn biết tốt nhất nên vẽ bảo tướng nào của Bồ Tát, thì phải chiếu theo "Thiên quang nhãn Quán Tự Tại Bồ Tát Bí Mật Pháp Kinh", tất cả có tám tướng:

- Một là "Kim Cương Quán Tự Tại Bồ Tát"

- Hai là "Dữ Nguyện Quán Tự Tại Bồ Tát"

- Ba là "Sổ Châu Quán Tự Tại Bồ Tát"

- Bốn là "Câu Triệu Quán Tự Tại Bồ Tát"

- Năm là "Trừ Chướng Quán Tự Tại Bồ Tát"

- Sáu là "Bảo Kiếm Quán Tự Tại Bồ Tát"

- Bảy là "Bảo Ấn Quán Tự Tại Bồ Tát"

- Tám là "Bất Thối Chuyển Kim Luân Quán Tự Tại Bồ Tát".

Đó là tám hình tướng của Bồ Tát, mỗi hình tướng diễn tả một loại thần thông khác nhau. Vậy thì cuối cùng nên vẽ hình tướng nào? Bần tăng không dám chủ quan quyết định, xin mời cư sĩ hãy tự định đoạt lấy.

Vương Kinh Thạch suy nghĩ một lúc rồi nói:

- Lời sư phụ chỉ giáo rất đúng, đệ tử nghĩ tốt nhất là mời một vài họa sư đến, trước hết dặn họ tắm rửa trai giới thanh tịnh, xong thỉnh Bồ Tát ban cho một điềm lành, thị hiện bảo tướng cho họ thấy. Họ thấy bảo tướng của Bồ Tát rồi thì chiếu theo đó mà vẽ, làm như thế là đúng nhất.

Viên Thông Pháp sư đáp:

- Làm như thế rất tốt.

Vương Kinh Thạch bèn đi mời họa công về vẽ, vừa vặn mời được 8 người, rồi bày tỏ cho họ biết điều mình mơ ước. 8 vị họa công nghe lời Vương Kinh Thạch, tắm rửa trai giới thanh tịnh để cầu nguyện Bồ Tát Quán Âm ứng mộng cho mình thấy bảo tướng. Nhưng liên tiếp mấy ngày mà không có ai mộng thấy điềm gì cả. Họ không biết bảo tướng của Bồ Tát thật sự như thế nào nên cũng không biết vẽ Ngài ra sao, vì thế họ cảm thấy rất khó xử.

Vừa khéo Bồ Tát Quán Âm đi ngang qua chỗ ấy, biết rằng Vương Kinh Thạch muốn vẽ tranh của mình mà đang gặp khó khăn, nên Ngài hóa thành một anh chàng tú tài áo trắng đến trước cửa nhà xin gặp, nói rằng mình có sở trường vẽ các loại hình tướng của Bồ Tát Quán Âm.

Vương Kinh Thạch nghe nói có người tự giới thiệu như thế thì mừng khấp khởi, vội mời vào gặp mặt. Nói chuyện một lúc với tú tài, ông rất vừa ý, nhất là khi vị này nói với ông một cách rất thành tâm:

- Ngài phát nguyện lớn như thế thì làm sao không giúp ngài được. Tại hạ đã bảy lần mộng thấy đến đất Phật nên rất quen thuộc với với các hình tướng cùng khuôn mặt của Bồ Tát, ngài muốn vẽ thì tại hạ có thể vẽ liền tức thì.

Vương Kinh Thạch mừng không thể tả:

- Vậy xin thỉnh tiên sinh thi thố tài năng cho, nhưng không biết tiên sinh định vẽ bảo tướng nào?

Tú Tài đáp:

- Pháp sư Viên Thông đã nói với ngài rằng Bồ Tát Quán Âm có 8 tướng, thì theo thiển ý của tại hạ, mình nên vẽ cả 8 tướng mới hoàn mỹ và không thiếu sót.

Vương Kinh Thạch gật đầu liên hồi tỏ ý tán đồng:

- Thế thì quá tốt rồi!

Thế là ông gọi người xếp đặt bàn vẽ, chuẩn bị mực vàng mực bạc, bút nghiên mới tinh cùng giấy trắng thanh khiết, và mời tú tài vẽ.

Bạch y tú tài tiến đến trước bàn, xắn tay áo, cất bút lên bắt đầu vẽ, ngọn bút bay trên giấy mau như gió thổi, cánh tay cầm bút thoăn thoắt như điện chớp, chỉ trong phút chốc là hoàn thành bức hình thứ nhất của Bồ Tát Quán Âm. Tú tài tiếp tục múa bút, lại vẽ xong một bức khác. Không đầy nửa ngày, tám bức họa bảo tướng Bồ Tát Quán Âm đã vẽ xong. Tám vị họa công không ai là không tấm tắc xuýt xoa khen là đẹp tuyệt, còn Vương Kinh Thạch thì mừng vui không bút mực nào tả xiết.

Hãy nhìn tám bức tranh:

- Bức thứ nhất "Kim Cương Quán Tự Tại Bồ Tát" là tướng phẫn nộ, mặt mũi dữ tợn, dáng vẻ giận dữ, tướng này có thể nhiếp phục ma quỷ.

- Bức thứ hai "Dữ Nguyện Quán Tự Tại Bồ Tát" là tướng đại từ, tay trái cầm quyển kinh, tay phải bắt ấn "dữ nguyện" để kết thiện duyên sâu rộng với chúng sinh.

- Bức thứ ba "Sổ Châu Quán Tự Tại Bồ Tát" là tướng đại bi, Bồ Tát ngồi nhắm mắt, tay cầm xâu chuỗi như thể đang thầm niệm Phật, biểu lộ lòng từ bi lân mẫn của Bồ Tát đối với muôn loài.

- Bức thứ tư "Câu Triệu Quán Tự Tại Bồ Tát" là tướng Viên Thông, Bồ Tát ngồi kết già phu, có ba mặt, khuôn mặt chính vui vẻ, đầu đội thiên quan, trên mũ có hóa thân A Di Đà Phật. Khuôn mặt bên trái giận dữ đáng sợ, tóc tai dựng đứng, đầu đội nguyệt quan. Khuôn mặt bên phải cau mày tức giận, răng nanh chĩa ra ngoài. Bồ Tát có sáu cánh tay, một tay cầm dây thừng, một tay cầm hoa sen, một tay cầm đinh ba, một tay cầm rìu, một tay bắt ấn Thí Vô Úy, một tay cầm bảo trượng Như Ý. Tướng này biểu thị Bồ Tát muốn "câu" những "con cá" trời và người đem lên bờ giác ngộ.

- Bức thứ năm "Trừ Chướng Quán Tự Tại Bồ Tát" là tướng Phổ Chiếu, một đầu ba khuôn mặt, tay phải cầm gương báu, bay trái bắt ấn "Dữ Nguyện", tướng này biểu thị Bồ Tát có năng lực phá trừ ba chướng ở lục đạo.

- Bức thứ sáu "Bảo Kiếm Quán Tự Tại Bồ Tát" là tướng Giải Thoát, trên đầu hiện hoa sen, một tay cầm kiếm báu, một tay đưa lên trước ngực, tướng này biểu thị Bồ Tát có năng lực diệt trừ lục tặc.

- Bức thứ bảy "Bảo Ấn Quán Tự Tại Bồ Tát", một thân ba đầu và 6 cánh tay, là tướng Phấn Tấn. Cả ba khuôn mặt đều hiện vẻ từ bi. Sáu cánh tay mỗi tay cầm một pháp khí là bảo ấn, chuông mõ, tràng phan, bảo kiếm và hoa sen. Tướng này biểu thị Bồ Tát đi đi lại lại trong Ba giới.

- Bức thứ tám "Bất Thối Chuyển Kim Luân Quán Tự Tại Bồ Tát" là tướng Như Ý, mặt ngọc mỉm cười, đầu đội mũ báu, trên mũ có hóa thân của Vô Lượng Thọ Phật, tay nâng bánh xe vàng ra dáng quay bánh xe, tướng này biểu thị Bồ Tát có năng lực diệt trừ các ác nghiệp.

Vương Kinh Thạch thấy tám bức tranh bảo tướng đã vẽ xong, mừng rỡ quá sức tưởng tượng, khen ngợi hết lời.

Tú tài nói:

- Bây giờ ngài đã có 8 bức tranh bảo tướng này, có thể để làm mẫu cho các vị họa sư vẽ theo. Tại hạ không ở lâu được, xin cáo biệt.

Vương Kinh Thạch nhất định giữ lại mà không được, kêu người đem bạc nén ra để trả tiền thù lao nhưng Tú Tài kiên quyết không nhận, còn lấy từ trong ngực áo ra một viên gì như hạt đậu đưa tặng Vương Kinh Thạch:

- Đây là hạt Tây Phương Vô Úy tôi tặng ngài, ngài hãy thường thường đeo trong người, nó có thể giúp ngài tiêu trừ mọi tai ương, tăng trưởng trí huệ và không bao giờ bị hãm hại.

Vương Kinh Thạch nhiều lần tạ ơn, thân hành tiễn bạch y tú tài ra tận cửa ngoài. Tiễn khách đi rồi, Vương Kinh Thạch sung sướng cầm 8 bức tranh bảo tướng Bồ Tát Quán Âm đi tìm Pháp sư Viên Thông và kể mọi sự cho ngài biết. Pháp sư nghe xong hoan hỉ nói với Vương Kinh Thạch rằng:

- Mừng cho ông, Vương cư sĩ! Hôm nay ông đã được gặp Bồ Tát rồi đó!

Vương Kinh Thạch không hiểu gì cả, nói một cách kinh ngạc:

- Gặp Bồ Tát nào? Ý Đại sư muốn nói vị bạch y tú tài vẽ tranh là Bồ Tát Quán Âm chăng?

Viên Thông Pháp sư cười:

- Đúng thế. Vị tú tài áo trắng ấy chính là Bồ Tát Quán Âm. Nếu không phải là Bồ Tát, người phàm nào có thể vẽ các bảo tướng được như vậy? Vả lại, nếu không phải là Bồ Tát, ai là người có thể tặng ngài hạt Tây Phương Vô Úy?

Vương Kinh Thạch bừng tỉnh ngộ, vừa kinh dị vừa vui mừng vạn phần. Ông cảm thấy vinh hạnh vì Bồ Tát đã giáng lâm đến nhà mình vẽ tranh nên lòng tin vào Phật Pháp càng kiên cố thêm, lòng muốn làm việc thiện càng tăng mạnh thêm.

Ông đem 8 bức tranh bảo tướng Bồ Tát treo trong đại đình, nhờ 8 vị họa công mỗi người lấy một bức mà vẽ theo. Vẽ xong bức nào, ông tự tay chép bài Tâm kinh kèm theo và tặng cả hai cho người ta. Vẽ như thế tròn một năm thì ông đã tặng đi hết 1.000 bức. Còn 8 bức tranh mẫu mà Ngài Quán Âm đã tự tay vẽ thì ông giữ làm của gia bảo trong nhà, truyền từ thế hệ này sang thế hệ khác.

26. BẠCH Y QUÁN ÂM

Sau khi hiển hóa ở Trung Nguyên rồi, Bồ Tát Quán Âm bèn đi vân du ở biển Tây.

Hôm ấy, vừa đúng phiên chợ ở trấn Phù Dung, một thị trấn nhỏ nằm ngay dưới chân núi Phong Hoàng, người qua kẻ lại đông đúc náo nhiệt, chen chúc nhau trên mọi nẻo đường. Cứ dọc theo con đường lớn đi thẳng về phía trước thì ở góc đông bắc của chợ sẽ thấy có một tấm bảng viết bốn chữ lớn "Chữa bệnh cứu đời" đập ngay vào mắt. Nhìn kỹ, sẽ thấy dưới tấm bảng ấy có che một tấm lều vải 6 cạnh màu xanh, và trong tấm lều có một ni cô xinh đẹp thanh tú, với vẻ mặt hiền lành dễ mến, cùng hai cô chú sa di nhỏ khiêm tốn nhã nhặn ngồi bên cạnh.

Người ta làm sao biết được ba người ấy chính là Ngài Quán Âm cùng Long Nữ, Thiện Tài hóa phép biến thành?

Vừa đúng lúc ấy có một cụ già tay chống gậy, đi đứng khổ sở, khập khiễng bước vào lều, quỳ xuống đất nghe "bịch" một tiếng, nước mắt tuôn xuống dầm dề trên gò má già nua, cầu xin rằng:

- Ni sư đại từ đại bi, xin cô trị giùm tôi cái chân què này, nếu không thì mẹ già, vợ yếu và con thơ khó bề sống sót, tôi van cầu ni sư...

Cụ già khóc ngất, khuôn mặt tiều tụy hằn lên những nếp nhăn đau đớn sở khổ khiến ai nhìn cũng phải xót xa thương cảm. Ngài Quán Âm quan sát tình cảnh ấy, trong tâm tự động khởi lên lòng từ bi, vội vàng đỡ ông lão dậy mà hỏi một cách hoà nhã, thân thiết:

- Thưa bác, chân bác sao thế?

- Ôi!

Ông lão thở dài một tiếng và kể lể nguyên do với một giọng nói đẫm lệ.

Số là trấn Phù Du có một ông quan lớn, ỷ có người cậu làm quan Tể Tướng trong triều nên độc ác tàn bạo, coi trời không bằng cái vung, trong chu vi một trăm dặm dưới chân núi Phong Hoàng, không ai là không biết tiếng. Hơn nữa, ông có một thằng con trai, đó là một cậu công tử bụng dạ nham hiểm, chỉ biết chơi bời lêu lổng, trêu hoa ghẹo nguyệt, thật là một tên ác bá khét tiếng một vùng, trăm họ không ai là không oán hận tên nghiệt chủng này và đặt tên cho hắn là "con cọp họ Hoa".

Ông lão nói trên là một trong những người làm công trong nhà họ Hoa này. Có một buổi tối nọ, "con cọp họ Hoa" mò đến cửa phòng cô em vợ hắn, ông lão ngỡ đâu là kẻ cướp vào nhà, trong cơn hoảng hốt vớ lấy bình hoa ném vào người hắn. Con cọp họ Hoa thẹn quá hóa khùng, bèn đánh đập ông lão một trận chết đi sống lại, từ đó chân ông trở nên tàn phế. Ông quan cha biết con làm chuyện đồi phong bại tục, không những đã không dạy dỗ mà còn trách mắng ông lão làm vỡ bình hoa của mình, rồi không chữa trị bệnh cho ông lão, lại chê ông đi đứng không nhanh nhẹn nữa nên đá ông ra khỏi nhà.

Ngài Quán Âm nghe xong, an ủi rằng:

- Thưa bác, bác đừng buồn khổ lo lắng gì nữa, bần ni sẽ chữa lành chân cho bác.

Long Nữ, Thiện Tài vội dìu ông lão ngồi lên cái ghế gỗ, Ngài Quán Âm dùng tay xoa chỗ bị thương rồi quan sát kỹ lưỡng bệnh tình, xong nắn bóp chữa trị. Không lâu sau, Ngài để cho ông đứng dậy đi thử, ông lão đi vài bước, thấy mình đi đứng dễ dàng nhanh nhẹn như xưa, không còn thấy đau đớn nữa, chẳng khác chi người bình thường. Ông lão bất giác kêu lên:

- Đúng là thần y! Chỉ trong phút chốc mà ni sư đã chữa lành cho tôi cái chân tàn phế cả năm nay rồi!

Nói xong, ông vội quỳ xuống đất khấu đầu lạy tạ không ngừng, bàn tay run run thò vào ngực móc ra một vài đồng bạc lẻ dâng lên cho Ngài Quán Âm. Nhưng Ngài đời nào chịu nhận tiền, vội đỡ ông lão lên nói:

- Bác ơi, không có chi đâu, chữa bệnh cứu đời là bổn phận của bần ni mà!

Trở lại người bị đặt tên là "con cọp họ Hoa", tên thật của hắn là Hoa Tuấn Phương, lúc ấy đang ở nhà, cùng phu nhân làm bộ ve vãn, nói những lời cợt nhả. Hoa công tử mặt mày sáng sủa, dáng người hiên ngang chững chạc, chỉ có con mắt là để lộ ra một thứ ánh sáng tham lam, dâm đãng. Phu nhân Lâm San Trân tuy ăn mặc sang trọng, trang điểm lộng lẫy, vàng ngọc đeo sáng lòa nhưng khuôn mặt xinh đẹp kia không giấu được nét tàn phá của thời gian, những nếp nhăn nơi đuôi mắt nói lên một cách vô tình rằng tuổi thanh xuân của phu nhân đã bắt đầu qua rồi. Lối trêu ghẹo cợt nhả của Hoa công tử làm cho phu nhân ghê tởm và buồn nôn.

Lúc ấy, cô a hoàn Ngọc Hương mở cửa bước vào phòng thưa rằng:

- Bẩm quan, bẩm phu nhân, có tiểu thư Mỹ Nương đến chơi!

Tiểu thư Mỹ Nương tên thật là Lâm San Mỹ, em ruột của phu nhân Lâm San Trân, là một cô gái nhan sắc mặn mà, da dẻ nõn nà mịn màng, ở Lâm gia phủ cách trấn Phù Dung không xa, cha mẹ đã qua đời lại không có anh em. Phu nhân San Trân mong muốn em gái ở lâu với mình nhưng chuyện không hay xảy ra năm ngoái với anh rể khiến cho Mỹ Nương không bước chân đến Hoa gia từ lâu.

San Trân nghe nói có em gái tới chơi, mừng rỡ vô cùng, vội vàng tiến ra cửa đón chào, nhưng khi Mỹ Nương thấy chị thì nước mắt tuôn như mưa, bi thương thống khổ, nhào vào lòng chị mà kêu ú ớ khiến cho mọi người kinh ngạc.

Hoa Tuấn Phương đứng cách đó không xa, nhìn San Mỹ rồi nhìn qua Ngọc Hương, thở dài mà nói:

- Lạ kìa, làm sao một cô gái trẻ tuổi như thế đột nhiên biến thành câm?

San Trân cũng chất vấn Xảo Nhi, cô a hoàn chuyên theo bầu bạn với Mỹ Nương.

Xảo Nhi quỳ xuống đất run rẩy sợ hãi mà thưa rằng:

- Tội nô tỳ đáng chết! Đêm qua cô nương vừa mới thổi đèn đi nghỉ thì bỗng nhiên có một người đàn bà mang mặt nạ xông vào phòng, cô nương la lên một tiếng rồi bất tỉnh nhân sự. Nô tỳ ở phòng bên cạnh nghe rất rõ, nhưng khi qua đến thì không còn thấy tăm hơi người đàn bà bịt mặt kia nữa. Nô tỳ vội vàng lay tỉnh cô nương, cho cô nương uống chút nước thì cô nương an tĩnh trở lại. Hôm nay sáng sớm, cô nương thấy đau nơi cổ họng, sau đó thì nói không ra tiếng nữa.

San Trân rất ngạc nhiên nhưng thấy em mình cứ ú ớ thì vừa đau lòng vừa lo sợ, ôm em gái vào lòng khóc oà lên khiến ai nấy hoảng hốt, không biết phải làm sao.

Vừa đúng lúc ấy, tên gia đinh của nhà họ Hoa từ phiên chợ trở về, gọi Hoa công tử sang một bên kể lại chuyện có một ni cô xinh đẹp tuyệt trần vừa đến thị trấn của mình, và nhắc đến tài trị bệnh cao siêu của ni cô. Nghe thế công tử mê mẩn, híp tít cả mắt, bèn quay trở về phòng nói với phu nhân:

- Nương tử! A Cẩu mới kể rằng ở ngoài chợ có một vị thần y có thể chữa bệnh, không bệnh nào là không chữa được. Hay là chúng ta đi mời cô ta về đây chữa bệnh cho Mỹ Nương?

San Trân ngừng khóc tức thì, vội vã giục chồng mau ra phố nghênh tiếp thần y về. Hoa công tử và A Cẩu vội chạy ra chợ, thấy ở dưới tấm lều vải xanh có một thiếu nữ cốt cách thanh nhã đoan trang, má đỏ môi hồng, nước da trắng mịn, cử chỉ cao quý, vai khoác một tấm áo bào trắng tinh phủ dài xuống đất như một dòng thác trắng. Đôi mắt cô như hồ nước mùa thu, nhưng vô cùng tinh anh, thâm thuý.

Cả đời Hoa công tử chưa bao giờ thấy một cô gái xinh đẹp dường ấy nên cứ đứng chết trân ở đấy mà nhìn một cách đắm đuối. A Cẩu thấy thái độ chủ nhân như thế vội giật chéo áo của công tử, lúc ấy "con cọp họ Hoa" mới sực tỉnh, lập tức tiến đến chào hỏi.

Ngài Quán Âm đang một mặt bóp lưng cho một bà lão một cách chuyên chú, một mặt hỏi:

- Quý công tử đến đây muốn khám bệnh chăng?

- Không, không, tôi đến đây thỉnh ni sư về...

Hoa gia là một gia đình danh giá, đình viện lầu các hoa lệ khỏi cần nói. Chỉ biết là Ngài Quán Âm được mời đến gian nhà giữa, lập tức khám xét cổ họng của Mỹ Nương, nhận định rằng bệnh của cô là do một chất thuốc gây ra. Ngài rất ngạc nhiên, ngước mắt nhìn quanh một vòng, quan sát chị em họ Lâm và hai cô a hoàn Ngọc Hương và Xảo Nhi đứng bên cạnh, thần thái của mỗi người mỗi khác khiến Ngài hiểu được phần nào mọi sự. Ngài vỗ về cánh tay Mỹ Nương an ủi:

- Tiểu thư đừng lo, bần ni có cách chữa.

Nói xong Ngài lấy ra một cây kim bạc, bắt đầu châm cứu cho Mỹ Nương. Đột nhiên Mỹ Nương bật kêu lên "Chị ơi!" rồi khóc lớn.

Chuyện lạ xảy ra khiến cho cả Hoa gia trên dưới đều bị kinh động, người làm công dập dìu tiến đến bái kiến vị thần y này. Hoa Tuấn Phương rất lấy làm đắc ý, xua tay quát tháo:

- Bay đâu! Mau dọn tiệc rượu ra đây cho ta tạ ơn vị ni sư y thuật cao minh này một cách trọng thể!

Ngài Quán Âm vội vàng lắc đầu từ chối:

- Không nên phí phạm như thế, trà lạt cơm nguội đủ rồi!

Rồi Ngài nói tiếp ngay:

- Trời đã tối, thầy trò bần ni không có chỗ nghỉ đêm, xin quan lớn và phu nhân bố thí cho một chỗ nghỉ nhờ một đêm, không biết có được không?

Long Nữ, Thiện Tài ngầm biết ý Ngài nên cũng lên tiếng cầu xin phụ họa. Dĩ nhiên Hoa Tuấn Phương rất đẹp lòng, vui vẻ trả lời:

- Được! Được! Đừng nói một đêm, chỉ cần ni sư đồng ý tới đây ở thì ở cả đời cũng là điều vinh hạnh cho Hoa gia này!

Phu nhân San Trân nghe thế lườm chồng một cách khinh ghét nhưng Ngài Quán Âm vẫn giữ nét mặt tự nhiên đáp:

- A Di Đà Phật! Đa tạ thí chủ!

Ăn cơm tối xong, mọi người phân tán, già trẻ lớn bé đều trở về phòng ngủ của mình. Ba thầy trò ngài Quán Âm về căn phòng nằm ở gian bên phải của căn nhà mà nghỉ ngơi một lúc. Đột nhiên, Ngài Quán Âm như biết trước chuyện gì vội lay Long Nữ, Thiện Tài dậy, ba người bước lên một áng mây lành bay lên không trung, đứng ở phía trên sân vườn Hoa gia mà nhìn xuống, quan sát kỹ lưỡng mọi động tĩnh ở phía dưới.

Trong bóng đêm mênh mang, ánh trăng bàng bạc, Hoa Tuấn Phương vừa mới tỉnh cơn say rượu, rời khỏi ghế ngồi rón rén trở về phòng. Nhờ ánh sáng trăng, thấy phu nhân đang say giấc nồng, hắn bèn lẻn ra ngoài đi thẳng tới cái chõng ở gian nhà bên phải, nơi ba thầy trò ngài Quán Âm nghỉ đêm. Nào ngờ cửa chỉ khép hờ, trong phòng không một bóng người. Con cọp họ Hoa như cái bong bóng xì hơi, tức giận vì không ăn được quả tươi đã làm cho mình thèm rỏ dãi cả ngày hôm nay, bèn dứt khoát phóng lao phải theo lao, thu hết can đảm mò đến cửa phòng của Mỹ Nương ở gian nhà bên trái.

Đúng lúc hắn đang mò mẫm tìm con dao nhỏ đã chuẩn bị sẵn trong người để cạy then cửa thì nghe "vèo!" một tiếng, một bóng người mang mặt nạ phi tới như tên bắn. Hoa công tử bị đánh một chưởng ngã lăn xuống đất, đang định la lên cầu cứu thì bị người mang mặt nạ kia đưa tay bịt miệng.

- Con quỷ háo sắc, làm cho cô nương đây hết hồn!

Người bịt mặt nói khẽ. Hoa Tuấn Phương nghe giọng người đàn bà rất quen thuộc, nhìn kỹ thân hình liền hiểu ngay cô ta là ai, bèn hung dữ nói rằng:

- Mi là gì mà dám xen vào chuyện của ta?

- Không xen thì thôi, tôi đi gọi phu nhân dậy.

Hoa Tuấn Phương biết mình đuối lý, không dám làm to chuyện, chỉ đành để cho người đàn bà bịt mặt muốn làm thì làm, ngoan ngỗn đi theo cô ta đến ngọn giả sơn ở vườn hoa sau nhà. Dưới một gốc liễu, người đàn bà nọ như không chờ đợi được nữa, ôm chầm lấy Hoa công tử, dán chặt bộ ngực đẫy đà của mình vào người hắn. Gái lăng loàn gặp quỷ háo sắc, chuyện cẩu thả đương nhiên khó tránh. Hai người ôm nhau lăn xuống đất, chốc chốc có tiếng thì thà thì thầm, chốc chốc vang lên âm thanh dâm đãng lanh lảnh.

- Cưng ơi, nàng đến phòng Mỹ Nương làm gì vậy?

Hoa Tuấn Phương chua chát hỏi.

- Hứ! Chàng là con cọp họ Hoa, chắc bị con yêu tinh ấy hớp hồn nên chưa chịu chừa! Nói cho chàng biết, có thiếp thì không có nó, đừng có mơ tưởng hão huyền!

Nghe thế Hoa công tử kinh dị hỏi:

- Chính nàng hại Mỹ Nương thành người câm phải không? Nàng thật là độc hại!

- Hí hí! Nếu chàng không hồi tỉnh mà cứ tiếp tục trêu hoa ghẹo nguyệt, không nghĩ đến tình vợ chồng không cưới lâu đời của đôi ta thì đừng trách cô nương đây vô tình! Còn cái cô ni cô đã mê hoặc chàng, chàng hãy đuổi ngay ra khỏi cửa cho thiếp!

Ngài Quán Âm nhìn thấy tất cả, nghe thấy tất cả, bèn chắp tay lại lẩm bẩm:

- A Di Đà Phật! Nghiệt tội! Nghiệt tội!

*

Như một tấm lụa xanh vô tình che đậy mọi tội ác, màn đêm từ từ lùi bước. Sáng hôm sau, ở sân lớn của vườn nhà Hoa gia mọi sự đều diễn tiến như mọi ngày thường. Người làm công dậy sớm chùi rửa dọn dẹp, đột nhiên nghe từ gian nhà trái có tiếng thét lớn "A!" khiến cho không khí tĩnh mịch của sân vườn bỗng trở nên hỗn loạn. Mọi người chạy túa đến, chỉ thấy cô a hoàn Xảo Nhi mềm nhũn nằm dưới đất, mặt mày xanh mét. Nhìn lên giường thì thấy Mỹ Nương hôn mê bất tỉnh, máu tươi từ đôi mắt tuôn ra lai láng.

Chính trong lúc mọi người đang luống cuống thì vị ni cô hôm qua đã bước tới gần trấn tĩnh:

- Đừng lo, bần ni có thuốc hay.

Nói xong ni cô lấy một viên thuốc màu vàng óng ánh bỏ vào miệng Mỹ Nương, chỉ một lúc sau Mỹ Nương tỉnh dậy nhưng còn rất đau đớn, mở mắt ra không nhìn thấy gì cả.

Hoa Tuấn Phương đứng một bên quát rằng:

- Cô dùng phép phù thủy, yêu ma gì mà mới chữa bệnh câm hôm qua, hôm nay lại biến thành bệnh mù? Bay đâu, mau lôi cô ta ra phủ quan nghiêm trị!

Lời nói vừa dứt, một bầy chó săn tay sai đã nhe răng giương vuốt xông tới. Long Nữ và Thiện Tài phất nhẹ bàn tay, không biết tại sao bọn tay sai lại bị đẩy lùi, loạng quạng luống cuống trông thật buồn cười. Ngài Quán Âm nói một cách ung dung, rành mạch và kiên định:

- Tạm thời bần ni chưa muốn rời khỏi nơi này, còn cần phải chữa lành cặp mắt của tiểu thư Mỹ Nương.

San Trân vội vàng quỳ xuống đất, khấu đầu nói:

- Đa tạ ni sư cứu người trong cơn hiểm nạn, chị em chúng con suốt đời không bao giờ dám quên ơn sâu đức trọng của ni sư. Còn quan nhân nhà con nói lời vô lễ, thỉnh ni sư đừng để ý.

- Giải trừ đau khổ của người khác là bổn phận của bần ni.

Nói xong Ngài Quán Âm bước đến bên giường, tiếp tục trị liệu cho Mỹ Nương. Chỉ thấy bàn tay Ngài cách đôi mắt bệnh nhân khoảng ba tấc, miệng lâm râm câu gì, từ lòng bàn tay phóng ra những tia sáng màu vàng rực, đưa tới đưa lui mấy lần, trong khoảnh khắc Mỹ Nương sáng mắt, thấy lại được. Những người đứng tại chỗ chứng kiến được sự việc thần kỳ như thế, không ai là không kinh dị tán thán.

Hoa Tuấn Phương cũng rất lấy làm lạ, nhưng nhớ lại sự việc xảy ra hôm qua ở vườn sau và những lời nói của người đàn bà bịt mặt, bèn tiến lại gần mà nói:

- Đa tạ pháp sư, nhưng xin miễn thứ cho tôi, tôi không thể giữ pháp sư ở lại được!

- A Di Đà Phật, vậy thì bần ni xin cáo từ.

Ngài Quán Âm đứng dậy rồi bèn nói với chị em họ Lâm rằng:

- Phu nhân, tiểu thư xin bảo trọng, chúng ta sẽ có ngày gặp lại!

Nói xong cùng Long Nữ, Thiện Tài chậm rãi ra đi trong niềm tri ân lưu luyến của chị em họ Lâm.

Một vài ngày sau, có một gánh hát rong dọn về đến thị trấn Phù Dung. Gánh hát gồm ba cha con, họ đều tự đàn tự hát, âm nhạc vô cùng mỹ diệu, ai nghe cũng phải khen là tuyệt! Hôm ấy Hoa gia lại treo đèn kết hoa, mời ba cha con đến đàn hát giúp vui. Giọng ca của hai cô gái du dương thanh thúy, lời ca lại cảm động thấu tâm can, điệu vũ thì lại nhẹ nhàng phất phới như tiên nữ, nên chủ tớ Hoa gia ai cũng bị hấp dẫn mê say. "Con cọp họ Hoa" lại mơ tưởng viễn vông, cặp mắt không rời khuôn mặt xinh đẹp, thân người yểu điệu của hai nàng ca nữ, trong phút mê mẩn đến hoa cả mắt, không kềm chế được hắn nhéo đùi của Mỹ Nương đang ngồi bên cạnh. San Mỹ xấu hổ đỏ cả mặt, phu nhân San Trân thì chỉ lo hân thưởng màn kịch, không hề hay biết những gì đang xảy ra chung quanh. Chỉ có cô a hoàn Ngọc Hương là nhìn Hoa công tử đăm đăm, đôi mắt phóng ra những tia ghen hờn.

Tối hôm ấy ba cha con hát rong nghỉ đêm lại ở mái tây. Giữa đêm mây đen cuồn cuộn, sấm chớp ngang trời, sau đó là một trận mưa trút nước. Đột nhiên, một bóng đen bước vào phòng của Mỹ Nương, tiếp đến một bóng đen khác cũng bước sau bén gót.

Khi bóng đen thứ nhất bước vào phòng thì Mỹ Nương đã sợ hãi mà thức giấc rồi.

- Mỹ Nương, ta nhớ nàng muốn chết, đáng lẽ ta phải cưới nàng làm vợ ngay từ đầu!

Nghe tiếng, Mỹ Nương đã đoán ra đây là ông anh rể bất lương. Cô vừa hận vừa xấu hổ, lấy hết sức bình sinh đẩy bóng đen đang xông tới, nhưng sức nhi nữ làm sao đối địch lại với một người hung bạo, trong phút chốc "con cọp họ Hoa" đã ôm chặt lấy San Mỹ. Đúng cái lúc chỉ treo đầu mành ấy, bóng đen thứ hai hung dữ tiến tới nắm lấy con cọp họ Hoa xô sang một bên, quát rằng:

- Đi chỗ khác cho ta!

Cũng ngay lúc ấy, một ánh chớp loé lên, San Mỹ nhìn thấy người mới tới bịt mặt bằng một tấm vải đen, tay cầm một con dao bén, nhắm ngay chính mình mà xông tới. Cô hét lên một tiếng kinh hoàng, ngã xuống bất tỉnh. Hoa công tử vội vàng tiến lên ngăn cản nhưng người bịt mặt nọ sát khí đằng đằng nói rằng:

- Để thiếp đâm chết con yêu tinh này cho chàng đỡ phải ngày thương đêm nhớ!

Đột nhiên một trận cuồng phong nổi dậy, cuộn lấy một cái bình sứ đen, và "xoảng" một tiếng, bình sứ bể tan tành, miểng sứ bắn lên tung tóe bốn phía. Một trong những mảnh sứ bể ấy văng lên trúng ngay vào mắt phải của người bịt mặt. Tuy thế người này vẫn chưa bỏ ý định giết chết Mỹ Nương, một tay bưng con mắt phải đang chảy máu lênh láng, tay kia huơ dao lên xông về phía Mỹ Nương. Hoa Tuấn Phương chen vào giữa, đã không ngăn cản được mà còn bị đâm vào họng, thét lên một tiếng thê thảm, ngã lăn xuống đất. Người bịt mặt cố mở to con mắt trái còn lại, thấy mình đâm nhầm người, thẹn quá hóa khùng, bèn nhổ dao trên họng Hoa công tử chĩa vào ngực tình địch, nhưng làm sao cũng không với tới được Mỹ Nương. Một trận gió mạnh nữa tạt đến khiến người này đầu óc choáng váng, lảo đảo ngã xuống đụng phải cái bàn, con mắt trái không nghiêng không lệch mà lại đâm thẳng xuống góc bàn, máu chảy đầy mặt, bất tỉnh nhân sự.

Cơn mưa thịnh nộ không biết ngừng lại từ bao giờ, một làn ánh sáng bạc ửng lên ở phương đông. Lâm San Mỹ trong lòng hãy còn sợ hãi, mở to đôi mắt hoảng hốt kêu lên:

- Có biến! Cứu tôi với!

Toàn nhà Hoa gia trên dưới nghe tiếng hét đều lật đật ngồi dậy, không kịp sửa soạn, người thì vừa chạy ra vừa cài nút, người thì cứ thế mà lết dép tới. Đến phòng Mỹ Nương, chỉ thấy Hoa công tử cùng với một người đàn bà bịt mặt đang nằm trong vũng máu, ai nấy đều sợ thất thần, còn San Trân thì xỉu ngay tại chỗ. A Cẩu vội vàng lột mặt nạ của người bịt mặt xem là ai, thì ra không ai khác hơn là cô a hoàn Ngọc Hương, khiến mọi người đều kinh dị sững sờ.

Lúc ấy người cha của hai cô ca nữ đưa đến ba viên thuốc quý, bỏ vào miệng vợ chồng họ Hoa cùng Ngọc Hương. Chẳng bao lâu, ba người đều tỉnh lại hết. Ngọc Hương hai tay bưng lấy mắt, đau đớn lăn lộn dưới đất, Hoa Tuấn Phương thì nói không ra tiếng, chỉ biết ú ớ loạn lên.

San Trân quỳ trước mặt ông lão dập đầu cầu xin:

- Thưa cụ, xin cụ làm phước giúp đỡ, cứu quan nhân nhà con.

Dập đầu xuống rồi ngước mắt lên thì đột nhiên thấy cụ già nhân từ kia đã biến thành vị ni cô mấy ngày trước. Người xung quanh thấy thế kinh dị há hốc giương mắt nhìn, họ mới hiểu rằng ba cha con gánh hát rong chính là ba thầy trò vị ni cô hóa phép mà thành.

Ngài Quán Âm nghiêm túc, trang trọng nói rằng:

- Hoa gia có nhiều điều tà ác, đã tạo ra tội nghiệt quá nặng nề. Nhân ác quả ác, nhân thiện quả thiện, tất cả những việc xảy ra hôm nay là do điều tà ác báo ứng mà ra.

Nói xong Ngài chắp hai tay lại mà nói nhẹ "tội nghiệt! tội nghiệt!"

A Cẩu túm lấy Ngọc Hương quát lên:

- Con a đầu khốn khiếp, tại sao mi lại bịt mặt, có phải chính mi đâm công tử không?

Ngọc Hương trấn tĩnh mạnh dạn trả lời:

- Tiểu nữ làm sao dám làm như thế, chính Hoa công tử đến phòng tiểu thư Mỹ Nương mưu đồ bất chánh, tiểu thư không chịu thuận tùng nên lấy dao đâm công tử, con nghe tiếng chạy đến không ngờ cũng bị tiểu thư đâm mù hai mắt rồi còn lấy vải đen bịt mặt. Oan uổng cho con lắm!

Nhưng làm sao lừa dối qua được đôi mắt huệ của ngài Quán Âm! Đêm qua, chuyện gì xảy ra, xảy ra như thế nào Ngài đã biết hết. Hai trận gió lớn thần kỳ kia, là do chính Ngài đã thổi hơi pháp từ miệng ra để cứu Mỹ Nương.

Hoa Tuấn Phương cực lực muốn biện giải nhưng không nói ra được nửa chữ, nóng lòng quá bèn ú ớ loạn lên, mồ hôi từ trên đầu tuôn xuống lả chả. San Trân vừa khổ đau vừa phẫn nộ, trong cơn tức giận, nhìn thấy cây cột, bèn lao tới muốn đâm đầu tự sát nhưng bị ngài Quán Âm tinh mắt nhanh tay chụp lấy ngăn cản.

San Mỹ thấy chị mình quá khổ đau không muốn sống nữa nên vội tiến đến cầu xin:

- Pháp sư tôn kính, xin Ngài cứu mạng cho họ lần này!

Ngài Quán Âm đáp:

- Niệm tình Mỹ Nương tâm địa thiện lương, tôi có thể chữa cho mắt cô Ngọc Hương sáng trở lại, và chữa cho Hoa công tử nói lại được. Song với điều kiện là cô Ngọc Hương phải nói rõ ra tiền nhân hậu quả tại sao ba lần làm tội ác như thế, bằng không sẽ không bao giờ có thuốc chữa.

San Trân nhìn chồng có miệng mà không nói được, giận dữ mắng Ngọc Hương:

- Con a đầu tiện tỳ, còn chưa thú thật nữa hay sao? Muốn quan lớn đánh chết hả?

Không còn cách nào khác, Ngọc Hương đành phải thú thật tự sự. Thì ra cô a hoàn Ngọc Hương đã dan díu với Hoa công tử từ lâu nhưng đến khi Mỹ Nương xuất hiện thì bị công tử đối xử lạnh nhạt. Bị lửa ghen thiêu đốt, cô muốn giết chết Mỹ Nương để tiếp tục giấc mộng làm vợ không cưới của Hoa công tử, nên lần đầu đổ thuốc câm vào chén nước, lần thứ hai ném vôi vào mắt và lần thứ ba muốn đâm cho chết, nào ngờ...

Nghe đến đây, mọi người căm phẫn sùng sục, bèn tay đấm chân đá con điếm thối tha mà hằng ngày vẫn làm ra vẻ cao nhã kia. Ngọc Hương rút vào góc phòng, cầu xin tha mạng luôn mồm.

Ngài Quán Âm bình tĩnh nói:

- Tội nghiệt đã khai, lẽ ra phải bị trừng phạt nặng nề. Nhưng nay ta niệm tình tiểu thư Mỹ Nương đã có lòng tốt cầu xin cho, nên tha cho mấy người phen này. Nếu không hối cải thì không những bị câm, bị mù mà cả tính mệnh cũng khó bảo toàn.

Nói xong Ngài chắp tay tụng kinh Kim Cang và đọc chú Đại Bi để tiêu tai trừ bệnh cho hai tội nhân. Chẳng bao lâu sau, Hoa Tuấn Phương nói lại được và Ngọc Hương cũng thấy đường lại như cũ. Chủ tớ Hoa gia đều quỳ mọp xuống đất khấu đầu lạy tạ. Hoa Tuấn Phương càng cảm ơn sâu vô tận nên muốn cúng lụa, cúng tiền, tuy nhiên tất cả đều bị ngài Quán Âm cự tuyệt. Hai chị em họ Lâm thì nước mắt đoanh tròng, không nói ra được lòng cảm khái của mình.

Lúc ấy ba thầy trò ngài Quán Âm ra đến giữa sân, bỗng nhiên trên đất bằng bỗng cuộn lên một đám mây trắng, ba người bước lên áng tường vân ấy. Đám mây bay lên không trung rất mau, trong phút chốc ba người xuất hiện chân tướng. Lúc ấy mọi người mới biết vị ni sư kia thật ra là bậc Bồ Tát đại từ đại bi, cứu khổ cứu nạn quảng đại linh cảm Quán Thế Âm, còn hai cô cậu sa di nhỏ chính là Long Nữ và Thiện Tài đồng tử vẫn đứng hai bên phải trái của Ngài Quán Âm. Họ thấy Ngài Quán Âm mặc tấm cà sa trắng, vai khoác chiếc áo khoác dài bằng bạc, đầu đội phong mão kiểu nữ, tóc thả dài, đi chân đất, tay trái cầm hoa sen, tay mặt bắt ấn "dữ nguyện", khuôn mặt từ bi hiền hậu, đoan trang khả kính, vô cùng trang nghiêm. Ba pháp tướng của ba vị theo từng đóa, từng đóa mây trắng lơ lửng từ từ biến mất.

Mọi người vừa kinh sợ vừa vui mừng, quỳ lạy một cách chân thành, miệng không ngớt niệm thánh hiệu của Ngài. Từ đó về sau, toàn thể Hoa gia đều quy y Phật Pháp, trong nhà có thờ một tấm tranh vẽ pháp tượng "Bạch Y Quán Âm", sớm tối thắp hương cầu nguyện, thời thời cúng dường và đâu đâu cũng nghe tiếng tụng niệm. Tâm trí họ từ từ khai mở, bước lên con đường đạo làm thiện tích phước.

Hoa công tử nhờ được huân tập Phật Pháp nên chuyên tâm dồi mài kinh sử, về sau được bảng vàng đề tên, ra làm quan thì làm việc chính sự một cách thanh liêm, kính tin Phật Pháp, được mọi người ai ai cũng ủng hộ kính mến. Ngay tại Hoa phủ, trong ngoài mọi người hoà thuận an lành, trên dưới vui vẻ.

Tranh vẽ Ngài Quán Âm hiển hóa được hậu thế đặt tên là "Bạch Y Quán Âm".

27. BIA DƯƠNG CHI QUÁN ÂM

Đương gia hòa thượng của am Dương Chi tên là Như Quang, có giữ trong am một bức tranh do vị họa sĩ nổi danh đời Đường là Diêm Lập vẽ. Đó là bức "Quán Âm Đại Sĩ đồ tượng". Tranh vẽ Quán Âm Đại sĩ đầu đội mão châu ngọc, khoác áo gấm, tay phải cầm cành dương liễu, tay trái cầm tịnh bình, linh động như người sống, thật là diệu tướng trang nghiêm.

Có một bức họa nổi tiếng như thế, am Dương Chi rất là tấp nập. Nào là những bậc học sĩ phong nhã, nào là khách hành hương đến lễ núi Phổ Đà, ai cũng muốn đến nhìn ngắm, lễ bái, ngày nào khách khứa cũng đến như nước chảy xiết không ngừng, khiến cho am Dương Chi nổi tiếng như cồn.

Có người khuyên Như Quang hòa thượng nên đem bức tranh quý vẽ pháp tượng Bồ Tát Quán Âm treo trên chánh điện nhưng ngài sợ đông người tạp nhạp làm hư hoại bức tranh, nên chỉ thờ bức tranh ấy trong một thiền phòng ở viện sau.

Một hôm, có một cụ già quắc thước, tóc bạc phơ đến am Dương Chi, đứng trước bức tranh Quán Âm ngắm nghía thật lâu, chân đi không đành. Hoà thượng Như Quang thấy thái độ cụ già như thế bèn đến chắp tay xá:

- Thí chủ có vẻ ái mộ bức tranh này?

Cụ già cũng vái trả đáp lễ đáp rằng:

- Đẹp lắm! Vẽ đẹp lắm! Bút tích thật là tuyệt diệu, đáng cho hậu thế khâm phục! Tại sao Pháp sư không cho tạc bức tranh này lên đá, thờ trên chánh điện cho đại chúng lễ bái?

Hoà Thượng Như Quang nghe thế thật đúng tâm ý của mình nên vội đáp:

- Đúng thế, đúng thế! Ý của cụ rất hay, nhưng hiện nay tìm đâu cho ra một người thợ điêu khắc tài hoa tinh xảo?

Cụ già nói:

- Nếu như Pháp sư không chê, có thể để cho lão tạc thử xem được không?

Hoà thượng nhìn lão già trân trân, gật đầu đồng ý. Hôm sau, cụ già cõng một khối đá xanh bằng phẳng trơn tru đến phòng thiền ở viện sau. Cụ ngồi trước bức tranh ngắm nhìn nguyên cả một ngày, rồi cười cười bỏ đi.

Hôm sau nữa, cụ già lại cõng đến đủ thứ dụng cụ khắc

tượng, lại ngồi trước bức tranh ngắm nhìn nguyên cả một ngày, rồi cười cười bỏ đi.

Cụ già ngồi trước bức tranh ngắm nhìn ba ngày, rồi suy nghĩ thêm ba ngày, đến ngày thứ 7, cụ cầm cây bút tre, chuyên chú vẽ lại bức tranh trên khối đá xanh. Vẽ xong, cụ bèn dùng mũi nhọn và sắc của cái đục, vừa đục vừa tạc, bắt đầu điêu khắc. Hoà thượng Như Quang sai người đem cơm chay đến, cụ không dùng; cho người đem trà thơm lên, cụ không uống, cứ thế cho đến khuya khoắt, cứ "bong bong, bong bong" mà đục mà khắc liền tay.

Không biết trải qua bao ngày bao đêm như thế, đột nhiên một đêm nọ, tiếng "bong, bong" ngừng bặt, hoà thượng Như Quang vội vàng mặc y áo ra khỏi giường, đến phòng thiền ở phòng sau xem xét, thì không thấy cụ già đâu nhưng có một bia đá tạc hình ngài Quán Âm đã dựng ở đấy rồi, và bức tranh tạc tên đá giống hệt như bức tranh mẫu. Hoà thượng Như Quang rất hài lòng, đem phiến đá tạc hình ngài Quán Âm thờ ở chính điện. Từ đó, khách đến am lễ bái lại càng đông hơn nữa.

Đến năm Vạn Lịch nhà Minh, có một đêm tối đen như mực, đưa tay ra không nhìn thấy năm ngón, am Dương Chi bị lửa cháy, lửa cao tới trời, tất cả chỉ còn lại đống tro tàn, bức hình Ngài Quán Âm cũng không thoát khỏi ách nạn. Hoà thượng Như Quang xông tới đống ngói còn nóng như thiêu đốt, dùng tay trần mà bới mà đào, vẫn không sao tìm thấy bia đá có tạc hình Ngài Quán Âm. Ngài cứ quay cuồng nơi ấy, tâm lo lắng như nung như nấu. Chúng tăng trong chùa thấy hoà thượng như vậy, một mặt thì an ủi, một mặt thì chia nhau đi các núi, các thung lũng tìm kiếm, nhưng tìm khắp núi Phổ Đà cũng không tìm ra dấu vết.

Một buổi trưa nọ, có một chú tiểu đến trước mặt hòa thượng nói:

- Sư phụ ơi, đừng khóc nữa, bảo tượng Bồ Tát Quán Âm đã trở về rồi!

Ngài Như Quang mở đôi mắt nhòa lệ nhìn chú tiểu nói:

- Con đừng nói lời an ủi ta, ta đau lòng quá rồi!

Chú tiểu thành thật nói:

- Thật mà, sư phụ, đệ tử có bao giờ nói dối đâu! Không tin, thỉnh sư phụ tới xem!

Hoà thượng Như Quang nửa tin nửa ngờ, theo gót chú tiểu đến cửa Nam Thiên. Thoáng nhìn, ngài thấy trên một bãi cát không xa bờ biển, bia đá có khắc tượng Dương Chi Quán Âm nghiêng nghiêng tựa trên mặt một tảng đá ngầm, sáng loáng phát quang dưới ánh mặt trời, tợ như từ dưới biển trồi lên, nổi trên mặt nước mới tấp vào bờ vậy.

Hoà thượng Như Quang mừng không thể tả, lập tức bảo chúng tăng khiêng bia về am.

Làm sao bia Dương Chi Quán Âm lại từ dưới biển trồi lên? Nguyên do là đêm tối trời ấy có một tốp "giặc lùn" lén mò lên Phổ Đà Sơn, không ăn cắp được tranh bèn lấy trộm Quán Âm bia rồi còn đốt cháy am Dương Chi nữa. Có ngờ đâu khi tàu cướp vừa đến biển Liên Hoa, một trận gió dữ thình lình nổi lên, tàu giặc mất phương hướng, bị sóng xô giạt tới cửa Nam Thiên, húc phải đá ngầm khiến tàu bị lật, bia đá Quán Âm mới dựa nghiêng trên mặt tảng đá ngầm như vậy.

Tìm được bia đá rồi, trước hết, hoà thượng Như Quang đem bia tới chùa Phổ Tế thờ tạm, đợi am Dương Chi xây lại xong mới nghênh tiếp bia về nguyên xứ. Cho đến ngày nay, hễ đến Phổ Đà Sơn du lịch, ai cũng muốn được ngắm nhìn một lần tấm bia Quán Âm đã thoát được tai ách lớn và nghe lại một lần truyền thuyết của tấm bia ấy.

28. ĐA BẢO QUÁN ÂM

Tượng Đa Bảo Quán Âm có 18 cánh tay, và trong mỗi bàn tay có nắm một viên ngọc quý. Nhìn bức tượng này thì thấy dường như Ngài có vô số bảo vật. Thật ra, Ngài đã có lần hiển hóa ở vùng Giang Nam để khuyến cáo thế gian đừng nên tham lam bảo vật của cải.

Ngày xưa, dân chúng ở dải đất Giang Nam quen thói bạc bẽo, trục lợi, tham lam, lừa bịp, gian dâm, cướp bóc và giết chóc, không biết lễ nghĩa, chỉ tôn trọng có tiền tài và quyền thế mà thôi. Bồ Tát Quán Âm thấy họ bất lương như thế nên đau lòng, mới tìm cách hóa độ cho họ.

Ngài bèn hóa thành một thầy tu mập mạp phốp pháp, lưng đeo một cái bị lớn, tay cầm rất nhiều vàng bạc châu báu, đi nghênh ngang giữa chợ cho mọi người để ý đến mình. Một ông thầy tu xuất hiện như thế trên các nẻo đường thành thị, dĩ nhiên lập tức lôi cuốn bọn côn đồ vô lại. Đấy là một bọn lưu manh gian hiểm, chỉ biết lêu lổng chơi bời, khi thấy trên tay vị thầy tu có rất nhiều vàng vòng châu báu thì chúng chỉ muốn cướp lấy ngay. Thế là chúng chận đường ông thầy tìm cách gây hấn. Một tên trong bọn đầu đội nón lệch sang một bên, nói một cách đe dọa:

- Ông sư hổ mang này, dám cả gan đến đất của ta nghênh ngang lừa bịp! Ông là người xuất gia, làm sao có những vàng bạc châu báu này? Mau mau đưa hết cả đây thì ta tha cho mà đi, bằng không thì đừng hòng sống sót!

Bồ Tát Quán Âm hỏi:

- Châu báu à? Châu báu nào đâu? Ta không có châu báu, cũng không biết thế gian gọi cái gì là châu báu. Chỉ có tu tâm, học thiện mới đáng gọi là châu báu mà thôi.

Bọn vô lại nghe thế làm sao chịu được, bèn nhao nhao la hét:

- Cái ông sư gian xảo này nói sàm gì vậy? Trên lưng, trên tay ông toàn là ngọc ngà vàng bạc, đó không phải là châu báu chứ là cái gì? Đừng có giở trò, mau đưa hết đây!

Bồ Tát Quán Âm nói:

- Các vị muốn mấy cái đồ quý này hả? Bần tăng thấy mấy thứ này như phân như đất, bần tăng đang bực bội vì mấy thứ lôi thôi phiền phức này đây!

Nói xong Ngài bèn bỏ xuống đất tất cả những châu báu mà Ngài đang mang trên lưng, trên tay rồi nói:

- Đây, toàn bộ cả đây, muốn lấy gì thì lấy đi!

Thế là bọn vô lại ba chân bốn cẳng ùa lại, chí choé tranh đoạt lẫn nhau những thứ đáng tiền, trong nháy mắt chúng cướp đi hết, chỉ có một xâu chuỗi tràng bằng hột bà-la là chúng không thèm đếm xỉa tới nên bỏ lại dưới đất. Ông thầy mập nhặt xâu chuỗi lên, cảm thán mà nói:

- Đáng thương cho thế gian không biết phân biệt thật giả, cái đồ vô dụng thì lấy đem đi hết, còn xâu chuỗi quý giúp cho mình tu tâm dưỡng tính thì lại chê bỏ. Thế mới biết dân ở đây không có thiện căn!

Bọn vô lại đâu có nghe những lời của ông thầy mập, thiện căn với chẳng thiện căn, chúng chỉ nghĩ làm sao đem số châu báu mới cướp được đi bán lấy tiền cho mau.

Đến giữa trưa, bọn vô lại đi cả rồi, ông thầy mập bèn đến chùa Từ Vân ở gần đấy xin tá túc, và xin luôn bữa ăn trưa.

Chùa Từ Vân là ngôi chùa nổi danh nhất vùng đất ấy, tăng chúng trong chùa lên đến đâu khoảng mười người. Các vị ấy hết lòng lo việc hoằng dương Phật Pháp, nhưng vì dân chúng ở đất này thiếu thiện căn, người quy y lương thiện không nhiều nên tiền cúng dường chùa cũng rất ít. Ông thầy mập nói chuyện với chư tăng, mọi người đều than thở buồn rầu, không biết làm sao hóa độ cho cái dân chợ búa ấy, và làm sao cho họ tin Phật đây?

Lúc ông thầy mập thọ ngọ trai ở chùa Từ Vân vừa xong thì bọn vô lại ban sáng hùng hùng hổ hổ kéo nhau đến chùa tìm ông. Thì ra khi chúng ra chợ tính bán các vật trân quý mới cướp được thì phát giác ra mình cái đang cầm trong tay toàn là bụi đất, bụi đất theo gió mà bay đi hết chứ chẳng có châu báu nào cả. Chúng hết sức ngạc nhiên, không biết giải thích điều này làm sao, cuối cùng bèn quyết định đi tìm ông thầy mập hỏi cho ra lẽ, vì thế mới kéo nhau đến chùa Từ Vân. Ông thầy mập đã biết trước rằng chúng sẽ đến nên không chờ chúng mở miệng, đã mỉm cười hỏi trước:

- Các vị tới đây có chuyện gì? Bần tăng có gì các vị đã lấy đi hết rồi, chỉ còn có xâu chuỗi cùng cái bát khất thực này thôi, vậy thì các vị còn muốn gì nữa mà đến tìm bần tăng?

Bọn vô lại quát:

- Cái ông thầy chùa dễ ghét! Châu báu ban sáng bọn ta lấy xong, chỉ trong giây lát đã trở thành cát bụi, đúng là mi muốn giỡn mặt với bọn ta mà, bọn ta đến đây tìm mi hỏi cho ra lẽ, muốn sống thì mau đem châu báu thật ra đây, nếu không đừng trách bọn ta vô lễ!

Ông thầy mập vẫn thản nhiên đáp:

- Thì ra là vậy! Ủa, mà hồi sáng tôi đã nói trước với các vị rồi, mấy thứ đó chỉ là phân, là đất, các vị không tin cứ nói đó là trân bảo rồi tranh nhau đoạt lấy đem đi. Bây giờ rõ ràng lời tôi nói là đúng, tại sao các vị trách tôi giỡn mặt với các vị? Để tôi nói cho các vị một điều, ở đời giàu nghèo đều do duyên nghiệp, không thể cưỡng đoạt mà có. Tiền tài là những thứ ngoài thân, tranh tới đoạt lui có ích gì? Tôi khuyên các vị nên tỉnh ngộ là hơn.

Bọn vô lại nghe những lời này làm sao lọt vào tai! Đó là một bọn ngu si khó dạy lại cứng đầu, chúng mắng chửi ông thầy mập hết lời:

- Đồ thầy chùa gian xảo, không cho mi một trận thì mi không đưa châu báu ra phải không!

Thế là chúng vung tay múa chân ập vào đánh. Ông thầy mập vừa cao vừa to, nhìn thì thấy lù khù chậm chạp, ai ngờ thầy lại nhanh nhẹn khác thường, cả bọn xông lại thế mà không đứa nào đến gần ông được. Bọn lưu manh giận quá điên tiết lên, vừa chửi rủa vừa đánh đấm không ngừng. Ông thầy mập nghĩ rằng nếu không để cho bọn này đánh trúng mình thì câu chuyện sẽ còn dần dai không dứt, thôi thì cho chúng nó đánh khúc gỗ vậy.

Ở giữa chùa Từ Vân có dựng một khúc thân cây lê, các thầy ở chùa đang chuẩn bị dùng gỗ ấy để khắc tượng Phật.

Bồ Tát Quán Âm tức thời thị hiện chút thần thông, khúc gỗ cây lê liền biến thành ông thầy mập, bị bọn vô lại vây kín đánh đấm cho đến trầy tay xước chân, mệt mỏi rã rời mới chịu ngừng. Khi chúng nghĩ rằng một trận đánh như thế đã đủ cho chúng trả hận rồi, định thần nhìn lại thì thấy ông thầy mập mà mình vừa đánh đấm nào có phải là ông thầy mập, mà là một khúc gỗ đang nằm dưới đất. Bọn lưu manh giật mình kinh hãi, há hốc mồm nhìn sững khúc gỗ rồi quay lại nhìn nhau. Có đứa biết chữ, nhìn thấy thân cây lê có khắc sáu chữ "Đa Bảo Bồ Tát Quán Âm".

Lúc ấy tất cả mọi người có mặt mới biết ông thầy mập ấy chính là hóa thân Bồ Tát Quán Âm. Đứa nào cũng đấm ngực giậm chân, ăn năn hối hận. Có đứa im lặng nhớ lại sự việc đã qua cùng những lời khuyên răn của ông thầy mập, biết rằng đó là Bồ Tát Quán Âm có ý muốn hóa độ mình, cảm thấy xúc động mạnh, vừa hối hận vừa tri ân, bèn lặng lặng bỏ đi. Quả nhiên, sau đó có rất nhiều người bỏ ác hướng thiện, thay đổi hẳn cuộc sống, bỏ thói tham lam trục lợi lúc trước.

Hóa thân Bồ Tát Quán Âm trị bọn vô lại ra sao, chúng tăng chùa Từ Vân đã nhìn thấy rõ ràng. Ban đầu họ lo sợ cho ông thầy mập, sợ ông bị bọn vô lại đánh gục nên tính chạy vô can gián, nào ngờ ông thầy mập lại có công lực phi phàm! Sau đó, lúc tất cả đều xông vào đánh ông, họ cũng định ra tay ngăn cản thì thấy chỉ có khúc gỗ cây lê là bị đánh nên ai cũng khâm phục trí huệ và pháp lực của Bồ Tát Quán Âm. Chúng tăng bèn quỳ trước thân cây lê khấu đầu lễ bái. Sau đó, họ đem khúc gỗ bị đánh ấy khắc thành tượng Đa Bảo Quán Âm.

29. TỐNG TỬ QUÁN ÂM

Chùa Từ Vân nhờ có thờ tượng Đa Bảo Quán Âm nên khách dâng hương lễ bái kéo đến nườm nượp, tiền cúng dường vô cùng hậu hĩ. Tuy nhiên, người dâng hương lễ bái không phải bất cứ người nào cũng là hạng người mà Bồ Tát kỳ vọng, nghĩa là những người có tâm hướng thiện. Có rất nhiều người đến lễ bái Quán Âm với tâm ích kỷ, với ý đồ riêng tư. Lúc ban đầu, đại đa số đến chỉ để cầu tiền cầu phúc, muốn bất cứ việc nhỏ việc lớn nào cũng đến trước tượng Bồ Tát mà cầu khẩn. Về sau nữa thì thậm chí kỹ nữ tú bà cũng đến thắp hương quỳ lạy, cầu xin Bồ Tát gia hộ cho việc làm ăn của mình được phát đạt, dân trộm cắp xin cho đường sinh nhai của mình được hanh thông, kẻ si tình người thất chí thì xin được thành duyên gia thất. Người đến dâng hương lễ bái hạng nào cũng có, làm cho ngôi chùa Từ Vân đang trang nghiêm trở thành rối ren đen tối.

Một hôm, có tên cướp tên là Hồ Thất cũng đến chùa Từ

Vân dâng hương. Tên cướp này vốn có tà tâm nên cứ lảng vảng đứng ngắm bức tượng Đa Bảo Quán Âm. Bảo tượng Quán Âm này được khắc bằng tinh lõi của cây lê lúc Bồ Tát hiển thân dùng cây lê thế thân chịu đòn cho mình ngày xưa. Bên trên có che trướng bằng hạt châu, tràng phan bằng đá quý. Tên cướp trở về tụ họp bọn đồng lõa lại bàn thảo, chuẩn bị ra tay.

Tối hôm ấy, Hồ Thất một mình leo tường đột nhập vào chùa Từ Vân cõng tượng Quán Âm ra, kéo đến một chỗ hẻo lánh và cùng đồng lõa lột hết các bảo vật trên 18 cánh tay của tượng chia đều với nhau, xong đem tượng liệng xuống sông cho tượng theo dòng nước trôi đi chỗ khác.

Khi bọn cướp vứt tượng Đa Bảo Quán Âm xuống sông thì Ngài Quán Âm cũng vừa qua sông để đến thành Kim Lăng. Đôi mắt từ bi của Bồ Tát nhìn thấy bọn cướp trộm tượng lột bảo vật nên Ngài không vui lòng chút nào. Thấy bức tượng đang trôi về phía Kim Lăng, Ngài chợt nghe tâm động, quyết định chọn một người thiện lành và có duyên với Phật Pháp để nhờ người ấy ra tay giúp đỡ.

Người này họ Phan tên Hòa, là một người làm nghề bán gạo ở Kim Lăng, có một cửa hàng bán lương thực nên cảnh nhà cũng khá giả. Đây là một Phật tử thuần thành, thích bố thí làm việc thiện, xa gần ai cũng khen ông là người tốt.

Tuy là người chí thành thờ Phật và làm việc thiện nhưng Phan Hòa vẫn có điểm ưu phiền, đó là tuy đã quá nửa đời người rồi mà trong nhà chỉ có một cô con gái chứ không có con trai nối dõi. Ông mong muốn con trai tha thiết mà không được như ý, đành tìm nơi xứng đáng kén rể quý rồi bắt rể coi như con trai. Nhưng vì ông quá kén chọn, cao không tới thấp không thông nên cứ dùng dằng mãi cho đến ngày nay, cửa nhà vẫn cứ trống trải.

Bồ Tát Quán Âm biết rằng người này có thiện căn nên mới chọn ông ta. Hôm ấy, Phan Hòa nằm mộng thấy một người đàn bà đầu đội khăn, toàn thân áo trắng, nói với ông rằng:

- Ông Phan, ngày mai ông hãy ra cửa sông đứng chờ, khoảng giữa giờ tý và giờ ngọ sẽ có một bức tượng Quán Âm bốn mặt và 18 cánh tay trôi vào. Ông hãy cẩn thận vớt tượng lên rồi sau đó đem tượng lên chùa Kê Ô ở trên núi Thanh Lương tu sửa lại để thờ phụng. Chỗ đó có một tảng đá hình như cái lá sen, vừa khéo có thể dùng làm đài sen. Ông làm được việc này thì công đức vô lượng, muốn điều chi cũng có.

Phan Hoà đáp rằng:

- Tôi xin tuân theo lời dạy của bà làm tất cả các điều ấy, hôm nay có phúc lành xin cho tôi hỏi một chuyện, tuy đã quá nửa đời người rồi mà nhà vẫn chưa có con trai, mấy năm nay ao ước mong cầu, không biết tôi có hy vọng nào không?

Người đàn bà áo trắng nói:

- Điều đó dễ thôi, tôi ban cho ông một đứa con trai cũng được!

Nói xong người đàn bà lấy một con cờ vây trắng trao cho Phan Hòa. Ông tính hỏi thêm một câu nữa thì người đàn bà đã biến mất, bèn giật mình thức giấc. Hôm sau Phan Hòa chạy ra cửa sông đứng đợi, quả nhiên thấy một bức tượng Quán Âm bằng gỗ từ từ trôi vào. Ông cẩn thận vớt tượng lên, lập tức đưa lên chùa Kê Ô và còn bỏ tiền ra mướn thợ tu sửa lại kim thân Bồ Tát, xong lấy tảng đá hình lá sen tạc thành một đài sen. Khi tên cướp Hồ Thất trộm tượng cõng lên lưng vượt tường ra khỏi chùa, vô ý đụng bể phần dưới của tượng nên tượng không đứng được, chỉ có thể nằm nghiêng nghiêng trên đài sen nên người đời đặt tên cho bức tượng này là "Quán Âm nằm hoa sen" (Ngọa liên Quán Âm).

Lúc ấy Phan Hòa bỗng nhiên ngộ ra rằng người đàn bà áo trắng đến báo mộng cho mình không ai khác hơn là Bồ Tát Quán Âm, vừa ngạc nhiên vừa mừng rỡ, ông bèn mời một người thợ vẽ nổi tiếng ở Kim Lăng vẽ lại hình dáng người đàn bà áo trắng mà mình đã mộng thấy, và với tâm mong cầu con trai tha thiết, ông còn nhờ người thợ vẽ thêm một cậu bé trai trong lòng Ngài Quán Âm, đặt tên hình là "Tống tử Quán Âm" (Quán Âm cho con), thờ phụng tại nhà, ngày nào cũng chí thành lễ bái. Quả nhiên không lâu sau, vợ Phan Hòa hoài thai sinh được một quý tử trắng trẻo dễ thương.

Chuyện Phan Hòa thờ tượng Bạch Y Tống tử mà sinh được con trai được truyền đi khắp nơi, nên toàn vùng Giang Nam, nhà nào không có con trai cũng thi nhau bắt chước, về sau việc này trở thành một phong tục địa phương.

Kỳ thật, Ngài Quán Âm mà Phan Hòa mộng thấy chỉ trao cho ông một con cờ vây trắng, trong lòng không hề ôm đứa bé nào cả, tấm hình ôm con kia hoàn toàn do trí tưởng tượng của Phan Hòa đặt ra.

Nhắc đến Hồ Thất và đồng lõa, khi chúng chia nhau xong bảo vật cướp được của Đa Bảo Quán Âm, mỗi người đi một hướng khác nhau mà trốn tránh quan quân. Hồ Thất một mình chạy đến Nam Kinh, trốn lên núi Tử Kim Sơn ẩn mặt một thời gian, nghe ngóng thấy sự truy nã đã bớt gắt gao mới dám chường mặt ra giả làm một địa chủ vào thành bán bảo vật. Hắn tìm đến một tiệm vàng nói với chủ tiệm rằng muốn bán một vài bảo vật gia truyền. Tên chủ tiệm cũng là một phường lưu manh xảo trá không kém gì hắn, nên tuy thừa biết những hạt minh châu của Hồ Thất rất quý giá song vẫn nói rằng đó là đồ giả. Sau hắn còn muốn bóp chẹt nên bảo rằng hiện tại buôn bán khó khăn, hắn chỉ có thể mua lại với một giá rẻ mạt.

Hồ Thất thấy chủ tiệm bóp chẹt mình mà vẫn còn tỏ ra

vênh váo hợm hĩnh thì lửa giận phừng phực. Theo thói gian ác của hắn, hắn đã muốn cho tên chủ tiệm một bài học đích đáng nhưng biết mình hiện còn đang bị truy nã, không muốn làm kinh động tới quan quân nên mới không ra tay. Hắn ước lượng những hạt châu mình mang tới ít nhất cũng phải đổi được một ngàn hai trăm lượng bạc, ai ngờ tên chủ tiệm chỉ bằng lòng đưa có hai trăm lượng. Hắn không nhẫn nhịn được nữa, bèn lấy tay quơ bảo châu về bảo không muốn bán nữa, xong hầm hầm quay mình bỏ đi.

Hắn đang giận dữ nên không nhìn thấy ai, không ngờ hắn vừa mới quay người đi thì đụng phải một người đàn bà mới bước vào cửa tiệm. Bước đi hùng hổ dữ dằn của hắn rất mạnh bạo nên khi đụng phải người đàn bà, người này ngã xuống đất một cách nặng nề. Đây là cô tiểu thiếp của vị quan phủ đương thời, hôm nay đến tiệm vàng tính sắm trân châu làm vật trang sức cho mái tóc, có thị vệ đi theo. Người thị vệ thấy bà chủ bị đụng ngã lăn xuống đất la oai oái, bèn xông tới tóm lấy Hồ Thất. Khi Hồ Thất thấy đó là người của quan phủ thì sợ hãi tính bỏ chạy, nhưng người thị vệ túm lấy tay áo của hắn nắm cứng. Hồ Thất nóng ruột muốn thoát thân nên rút dao ra tính đâm người thị vệ, nhưng người này vốn là con nhà võ, võ công cao cường lại quen bắt giặc cướp, nên chỉ nhích thân tránh dao và bay lên đá vào tay của Hồ Thất, con dao rơi xuống đất đánh "keng!" một tiếng. Hồ Thất nào dám đánh tiếp, vừa lăn vừa bò lết tới cửa, ra tới ngoài rồi thì phi thân chạy thục mạng.

Người thị vệ một mặt đuổi theo một mặt hô hoán lên, một vài người lính đang đi tuần tiểu ngoài đường nghe thế cũng đuổi theo Hồ Thất sát gót. Trong cơn hoảng hốt, Hồ Thất chạy bừa không kể đường xá, chạy tới bờ sông, nhìn thấy bọn lính đã đến ngay sau lưng mình rồi và xung quanh không có đường nào khác thối lui, quẫn bách quá hắn đành nhảy đại xuống sông. Nhưng tên cướp này không hề biết bơi, hắn vùng vẫy một lúc trong nước và trong nháy mắt, bị sóng cuốn vào một con nước xoáy, thế là không thấy hắn nữa.

Số phận của những tên đồng lõa cũng không khá hơn gì. Chia tay với Hồ Thất rồi, chúng tìm được một cái miếu hoang ẩn thân. Nhưng trong một đêm sâu, đột nhiên sấm chớp dậy trời, cuồng phong giận dữ, mưa như thác nước, bọn cướp sợ quá nép vào góc tường co rúm lại quỳ xuống đất dập đầu lạy xin tha mạng. Nhưng mưa to gió lớn vẫn không thuyên giảm, trong miếu mưa tuôn xối xả dội xuống bọn giặc cướp khiến chúng không còn chỗ dung thân. Đột nhiên trong ánh sáng một lằn chớp, chúng nhìn thấy một vài vị Kim Cang La Hán mắt trợn trừng giận dữ, tay cầm vũ khí giáng xuống đầu chúng dồn dập. Bọn cướp sợ quá không còn hồn vía, vãi cả ra quần, liều mạng chạy ra ngoài tìm đường trốn. Đúng ngay lúc đó, trong một tiếng nổ long trời lở đất, một lằn sét giáng xuống và toàn bộ những tên giặc cướp ngã lăn xuống. Những bảo vật chúng đã cướp được vung vãi đầy mặt đất.

Ngày hôm sau trời quang mây đãng, dân chúng làng bên đi ngang miếu hoang, thấy một vài tử thi nằm la liệt dưới đất, bên cạnh là rất nhiều bảo vật rải rác. Có một vài thiện nam tín nữ đã từng đi chùa Từ Vân và đã được thấy tượng Đa Bảo Quán Âm, nay nhìn thấy bảo vật là nhận ra ngay, bèn lập tức gởi trả về chùa.

Sau việc này, dân chúng ở đây cảm nhận được uy lực vĩ đại của Bồ Tát Quán Âm, nên lòng tin kính Tam Bảo tăng trưởng rất nhiều, một lòng hướng về đạo. Những tên trộm vặt bắt gà trộm chó cũng do đó mà sám hối tội lỗi, bỏ dữ làm lành.

30. THỦY NGUYỆT QUÁN ÂM

Bồ Tát Quán Âm đến Cô Tô thì gặp ngay lúc thành phố này đang bị nạn đao binh hoành hành. Dân chúng thành Cô Tô bị lính người Kim tàn sát chết cả hơn mười vạn người, oan hồn vất vưởng các nơi đồng hoang mông quạnh thật là khổ sở. Bồ Tát thấy thế khởi lòng lân mẫn, phát tâm từ bi sâu rộng, nên thi thố pháp lực để cứu vớt những oan hồn ấy thoát khỏi mọi khổ ách.

Bồ Tát hóa thành một ni cô ở tuổi trung niên, tay cầm tịnh bình dương liễu, đến nơi có nhiều oan hồn tụ tập mà chồng đá xây một cái đài cao vài trượng, lên đài ngồi kết già phu và tụng những bộ kinh phá địa ngục chướng như "Thiên Thủ Thiên Nhãn Quan Thế Âm Bồ Tát Quảng Đại Viên Mãn Vô Ngại Đại Bi Tâm Đà La Ni Kinh" hoặc là "Đại Bi Chú Kinh", mỗi lần một ngàn biến. Xong một ngàn biến thì Ngài lấy nhánh dương liễu chấm vài giọt nước cam lồ trong tịnh bình, nhìn lên không trung mà rắc khắp một vòng, sau đó cắm lại nhánh dương liễu vào tịnh bình đâu đó cẩn thận rồi mới tụng kinh tiếp.

Bồ Tát Quán Âm lập đài tụng kinh để siêu độ oan hồn của những người đã bị giết hại trong chiến tranh làm cho những người đương thời rất ngạc nhiên. Họ không hiểu ý nghĩa hành động này, mà chỉ thấy một người thiếu phụ xinh đẹp đến xây một cái đài rồi lên đó ngồi tụng kinh, họ cho là kỳ quái nên ùn ùn kéo nhau đến nhìn rồi nhao nhao bàn tán với nhau, mỗi người một ý, không ai đồng ý với ai. Người thiếu phụ nói để chấm dứt sự nghi ngờ của mọi người:

- Ở đây người vô tội đã bất hạnh chết dưới tay người Kim rất nhiều, số người chết oan như thế lên tới cả chục ngàn sinh linh, thật là thê thảm. Những oan hồn ấy không ở trong ba giới cũng không vào sáu nẻo, mà cứ lưu lạc bơ vơ vất vưởng ở bên ngoài. Hôm nay bần ni có nhân duyên đến chỗ này, vâng theo tôn chỉ từ bi của đức Phật làm sao cho họ được siêu độ, vì thế nên mới xây đài phát nguyện tụng kinh trong 49 ngày, dùng nhành dương liễu rảy nước cam lồ khắp nơi, để họ thoát mọi khổ ách và vãng sinh nước Cực Lạc. Mọi người không nên nghi ngờ, bần ni không hóa duyên cũng chẳng khất thực, chỉ muốn hoàn thành bổn nguyện của mình, thế thôi.

Mọi người nghe vậy thì lục tục kéo nhau bỏ về.

Thấm thoát ngày thứ 49 đã đến. Chiều hôm ấy là ngày cuối, hết hạn tụng kinh của người thiếu phụ. Mọi người đúng kỳ hạn lại kéo nhau đến, yên lặng nghe Bồ Tát thuyết pháp. Bồ Tát Quán Âm nói:

- Các vị hãy nghe tôi nói, tôi tụng kinh này tên là "Thiên Thủ Thiên Nhãn Quan Thế Âm Bồ Tát Quảng Đại Viên Mãn Vô Ngại Đại Bi Tâm Đà La Ni Kinh" có thể phá các chướng trong địa ngục, siêu độ tất cả mọi khổ cách trong thế giới u minh, tụng xong một tạng thì tất cả mọi tai họa đều được tiêu trừ hết.

Tiếp theo Bồ Tát đưa tịnh bình lên rồi lại nói:

- Nước trong bình này gọi là cam lồ công đức thủy, rảy khắp mười phương chỉ cần một giọt thôi là đã có thể giúp người vãng sinh Cực Lạc quốc. Coi như bần ni có nhân duyên với chỗ này nên không tính trước mà lại đến. Bần ni đã làm xong trách nhiệm của mình, tức là lập cách siêu độ giải trừ khổ ách cho hàng vạn sinh linh chết oan. Bây giờ công đức đã viên mãn, bần ni cũng phải đi nơi khác.

Mọi người nghe nói vị ni sư này đã làm công đức như thế chỉ vì để siêu độ cho người bị nạn mà không đòi gì để đền bù nên cảm kích vô cùng. Trong đám những người ấy có một vị đột nhiên đại ngộ, nghĩ rằng việc làm và lời nói của vị ni sư này không bình phàm chút nào, chắc chắn người thiếu phụ này phải là Quan Thế Âm Bồ Tát hóa thân. Nếu thỉnh được Bồ Tát hiển hiện bảo tướng thì một đời hạnh phúc biết bao nhiêu!

Nghĩ thế rồi, ông chạy lên phía trước nói với người thiếu phụ rằng:

- Nghe nói rằng Bồ Tát Quán Âm vân du trong nhân gian, hiện bảo tướng ở bất kỳ chỗ nào, không biết chúng tôi có thể có may mắn thấy được Bồ Tát một lần không?

Người thiếu phụ đáp:

- Tâm tức là Phật, Phật tức là tâm. Nếu thành tâm muốn gặp Bồ Tát thì trong tâm đã có Bồ Tát, nghĩa là đã là thấy Bồ Tát rồi!

Sau đó, thiếu phụ chỉ về hướng bờ sông nói:

- Không phải Bồ Tát đấy sao?

Mọi người nhìn theo hướng ngón tay của thiếu phụ, quả nhiên nhìn thấy trên mặt nước có bóng mặt trăng sáng cực kỳ, và họ thấy Bồ Tát chầm chậm bước vào trong bóng trăng ấy. Lúc ấy bóng trăng lung linh trên mặt nước gợn sóng, bảo tướng trang nghiêm và từ bi của Bồ Tát ảnh hiện giữa trời và nước, ánh sáng chiếu khắp tứ phía.

Mọi người thấy thế bèn ùn ùn quỳ xuống lễ. Lễ xong đứng dậy, trên đài đá không còn bóng người thiếu phụ nữa. Người đã lên tiếng vừa rồi thấy điều mình nghĩ là đúng nên rất sung sướng, những người ở tại chỗ cũng chợt hiểu ra rằng người thiếu phụ chính là Bồ Tát Quán Âm hóa thân. Thế là thiện nam tín nữ trong thành Cô Tô ai nấy đều đồng lòng quyên góp tiền bạc để xây một ngôi Quán Âm miếu ngay tại chỗ mà Bồ Tát xây đài tụng kinh và tạc tượng Bồ Tát Quán Âm tụng kinh, rảy nước cam lồ.

Bức tượng này được dân gian đặt tên là "Quán Âm rảy nước" (Sái Thủy Quán Âm) hay là "giọt nước Quán Âm" (Trích Thủy Quán Âm).

Trong số những người đã nhìn thấy Bồ Tát hiện thân, có nhà họa sĩ Khưu Tử Thanh, là một họa sĩ có nét vẽ tuyệt vời. Người này tin Phật một cách thuần thành, có đầy đủ huệ nhãn, muốn cho người đời đồng chiêm bái bảo tướng Bồ Tát và đồng thấm nhuần pháp vũ, bèn vẽ lại bảo tướng Bồ Tát thị hiện trong bóng trăng trên nước. Trong bức họa này, ánh trăng lồng trong ánh nước, bảo tướng trang nghiêm của Đại sĩ lấp lánh phóng ánh sáng trong mặt nguyệt lung linh, nét bút tinh xảo và xuất thần, ai thấy cũng phải tấm tắc là tuyệt diệu. Thế nhân gọi bức tranh này là "Thủy Nguyệt Quán Âm".

Khi bức tranh Bồ Tát này vừa được vẽ ra rồi, dân chúng thành Cô Tô liền nối đuôi nhau trước nhà Khưu Tử Thanh, đều xin ông vẽ cho mình một bức. Khưu Tử Thanh muốn tuyên dương công đức của Bồ Tát nên ai xin cũng đều nhận lời, vì thế nên Phật tử đương thời ở đấy, ngoài bức "Sái Thủy Quán Âm" ra, phần đông cũng đều thờ bức "Thủy Nguyệt Quán Âm", cứ thế cha truyền con nối cho đến ngày nay. Hiện thời ở Tô Châu, Hàng Châu, rất nhiều nhà riêng hãy còn thờ phụng bức tranh Thủy Nguyệt Quán Âm.

31. MÃ ĐẦU QUÁN ÂM

Một hôm, Bồ Tát Quán Âm đến chân núi Cửu Hoa Sơn. Cửu Hoa Sơn ở trong địa phận của tỉnh An Huy, sở dĩ mang tên Cửu Hoa Sơn là vì dãy núi này có tổng cộng 9 đỉnh núi, và đỉnh nào cũng giống y như một đóa hoa sen. Chín đỉnh núi đâm vào tận mây xanh, giống như chín đóa hoa sen xanh nở rộ trong không trung. Ngài Quán Âm ngước lên nhìn thắng cảnh núi Cửu Hoa, không khỏi lấy làm ưa thích.

Bồ Tát Quán Âm hóa thành một vị tăng hành cước, thong thả bước lên núi. Mới cất bước, Ngài chợt nghe tiếng tụng kinh. Ngài đưa mắt nhìn thì thấy trong một thung lũng có một vị tăng Tây Tạng đang ngồi kết già phu, đối mặt vào tường mà tụng Bát Nhã Tâm Kinh một cách thành kính.

Nhìn thấy vị tăng Tây Tạng đang tụng Bát Nhã Tâm Kinh, Bồ Tát Quán Âm cảm thấy tâm mình bị chấn động. Câu mở đầu của Bát Nhã Tâm Kinh là: "Lúc Bồ Tát Quán Tự Tại thực hành Bát Nhã Ba La Mật Đa một cách thâm sâu, quán chiếu thấy năm uẩn là Không, thoát khỏi tất cả mọi khổ ách."

Quán Âm, Quán Âm, đó có nghĩa là quán sát âm thanh của tiếng kêu cầu mà tìm đến cứu khổ. Vị tăng Tây Tạng này ngồi kiết già tụng Tâm Kinh trong thung lũng, chắc hẳn phải có nguyên do gì đây. Ông tụng Tâm Kinh, hiển nhiên là muốn cầu nguyện Bồ Tát Quán Âm độ cho thoát khỏi khổ ách. Ngài Quán Âm nghĩ, hôm nay đến Cửu Hoa Sơn có lẽ là có chút nhân duyên với vị tăng Tây Tạng này chăng, ta nên đến xem lai lịch của vị tăng Tây Tạng này như thế nào?

Ngài Quán Âm bèn thi triển chút thần thông để nhìn vào quá khứ của vị tăng Tây Tạng.

Thì ra vị tăng này là hoàng tử của Tân Quốc ở Tây Tạng, tên là Cầu Na Bạt Đà. Sinh ra sẵn có túc căn, từ nhỏ đã chán ghét mọi điều thế tục vinh hoa, về sau còn dứt khoát lìa bỏ vương cung, trốn thành đi tu. Ngài rất thông minh, trí huệ sâu sắc, căn cơ giác ngộ rất cao, nghiên cứu đến chỗ thâm áo của kinh điển Phật giáo, công phu tu hành tinh chuyên, chẳng bao lâu làu thông Tam tạng, thâm nhập Đại thừa. Ngài phát đại nguyện hoằng dương Đại thừa Phật giáo ở Trung độ (Trung Hoa), nên vừa đi vừa khất thực hướng về phía đông, vào đến nội địa Trung Quốc, giảng kinh Hoa Nghiêm cho dân chúng ở Trung độ.

Nhưng vì ngài không biết nói tiếng Trung Hoa nên khi ngài tuyên giảng kinh Hoa Nghiêm chẳng ai hiểu được ngài muốn nói gì cả, khiến cho ngài đau lòng và xấu hổ, bèn trốn vào núi Cửu Hoa đối diện với vách tường tĩnh tọa, hy vọng được Ngài Quán Âm giúp đỡ bằng cách đến chỉ giáo cho mình. Vừa khéo đúng lúc ấy ngài Quán Âm đến Cửu Hoa Sơn và biết được chuyện của ngài. Thấy Cầu Na Bạt Đà thành tâm và cương quyết như thế, Bồ Tát Quán Âm càng thêm tán thán:

- Vị tăng Tây Tạng này thật có quyết tâm, nghị lực kiên cường, nếu ta không đến giúp đỡ ông thì ai giúp ông bây giờ!

Ngài Quán Âm bèn ẩn thân đi, quyết định đến chỉ dẫn cho vị tăng Tây Tạng.

Lúc trời vừa tối, Cầu Na Bạt Đà vẫn tiếp tục ngồi thiền nhập định như mọi ngày. Bỗng nhiên, ngài thấy trên tường đá trước mặt hiện ra một vùng ánh sáng, ánh sáng chói cả mắt. Một hồi lâu sau, trong vùng ánh sáng ấy hiện ra một đóa hoa sen, và trên hoa sen ấy hiện lên Pháp tướng của Bồ Tát Quán Âm, và ngay trên đầu Bồ Tát có một con ngựa báu xuất hiện.

Cầu Na Bạt Đà nhìn Pháp tướng của Bồ Tát Quán Âm, thấy Bồ Tát thật sự đến bên mình, trong lòng vừa mừng rỡ vừa kinh ngạc vạn phần, vội vàng chắp tay lễ bái, khấu đầu cảm tạ, đem tâm sự của mình ra bạch với Bồ Tát và cầu xin Bồ Tát từ bi khai thị, chỉ dẫn cho mình phải làm sao. Bồ Tát Quán Âm từ bi nhìn Cầu Na Bạt Đà nhưng không nói lời nào, khuôn mặt lộ vẻ tươi cười, sau Ngài nhè nhẹ ngước lên, thì thấy trên đầu Ngài con ngựa báu đang dậm bốn vó, rồi chạy trong không trung không ngừng. Pháp tướng của Bồ Tát Quán Âm lập tức biến mất.

Cầu Na Bạt Đà nhìn ngựa báu hốt nhiên đại ngộ, nghĩ rằng Bồ Tát để cho ngựa chạy không ngừng trong không trung phải chăng là để chỉ đạo cho ta một cách rõ ràng, rằng muốn thông thạo tiếng Trung hoa, phải làm như con ngựa báu tức là chạy không ngừng, chu du bốn phương và chuyên tâm học hành? Phải rồi, ta phải lập tức lìa bỏ chốn thâm sơn này, đến đại địa của Trung độ. Thế là, hôm sau Cầu Na Bạt Đà xuống núi.

Xuống núi rồi, ngài đi vân du ở khắp nơi, quan sát và học tập một cách nghiêm chỉnh. Sau 9 năm bôn ba gian khổ, ngài đã thông thạo tiếng Hán, nhờ thế ngài thực hiện được nguyện ước của mình nghĩa là tuyên giảng Đại thừa Phật Pháp ở Trung độ một cách sâu rộng, mọi người đã có thể hiểu lời của ngài để tin phục và lãnh hội, Phật Pháp đại thừa cuối cùng rồi cũng được lưu hành ở Trung độ.

Sau 9 năm, Cầu Na Bạt Đà lên núi Cửu Hoa trở lại, tới chỗ mà năm nào mình đã đối diện với vách đá tĩnh tọa và được Bồ Tát Quán Âm đến chỉ đạo, xây lên một cái miếu Quán Âm nhỏ, trong đó khắc một pháp tượng của Bồ Tát Quán Âm, pháp tượng này không khác gì những pháp tượng khác nhưng chỉ có điều là ở trên đầu Ngài có một con ngựa báu, vì thế người sau gọi hình tướng này là "Quán Âm nhiều đầu" hay là "Mã Đầu Minh Vương", cũng lại tôn xưng là giáo chủ của súc sinh.

Nhưng khi pháp tượng Ngài Quán Âm được khắc xong thì có một số tín đồ địa phương cảm thấy thắc mắc, bảo rằng:

- Một bức tượng Bồ Tát Quán Âm đẹp như thế mà trên đầu lại có thêm một con ngựa, đặt súc sinh lên trên đầu Bồ Tát có phải là tỏ ra bất kính với Ngài không?

Thế là mọi người nhao nhao đến chất vấn ngài Cầu Na Bạt Đà.

Cầu Na Bạt Đà kể lại cho đại chúng nghe chuyện chín năm về trước, Ngài Quán Âm đã hiển hóa lên con ngựa báu chạy trong không trung để chỉ đạo cho mình, rồi nói tiếp:

- Chúng sinh chia làm sáu nẻo, phân làm sáu loài, tức là những con đường thiên, nhân, a tu la, súc sinh, ngạ quỷ, và địa ngục. Bồ Tát Quán Thế Âm đại từ đại bi, muốn cứu độ tất cả chúng sinh trong sáu nẻo nên mới hiện ra sáu loại Pháp tướng:

- Đường địa ngục khổ nhất, nên Ngài hiện thân Quán Âm Thiên Thủ Thiên Nhãn, tượng trưng cho Đại Bi tướng, truyền rằng đó là giáo chủ của địa ngục;

- Loài súc sinh hùng mạnh hiểm ác, nên Ngài hiện thân Quán Âm Mã Đầu, tượng trưng cho Sư Tử Vô Uý tướng, là giáo chủ của loài súc sinh;

- Đường A Tu La đa nghi và hiếu chiến, Ngài hiện thân Quán Âm thập nhất diện (Quán Âm 11 mặt) tượng trưng cho Đại Quang Phổ chiếu tướng, là giáo chủ loài A Tu La;

- Đường Nhân thì có thể nói theo sự hay lý, nhìn theo sự thì họ kiêu mạn nên được gọi là Thiên Nhân, nhìn theo lý thì họ có Phật tính nên được gọi là Trượng Phu, do đó Ngài hiện thân Chuẩn Đề Quán Âm, tượng trưng cho Thiên Nhân Trượng Phu tướng, là giáo chủ của loài người;

- Đường Thiên có Đại Phạm Vương, nên Ngài hiện thân Như Ý Luân Quán Âm, tượng trưng cho Đại Phạm Thâm Viễn tướng, giáo chủ các cõi trời.

Ngoài sáu tướng này, Bồ Tát Quán Âm còn có thể tùy cơ ứng hóa mà biến đủ các loại hình tướng khác nhau. Quán Âm thập nhất diện có mười một mặt, ba mặt ở giữa là mặt của Bồ Tát, ba mặt bên trái hung bạo giận dữ, ba mặt bên phải giống như mặt Bồ Tát tuy từ bi hoà ái giống ba mặt trước, nhưng có răng nanh trắng chĩa lên. Mặt sau là mặt "bạo nộ đại tiếu", và trên đỉnh là mặt Phật. Mỗi mặt có đội mũ báu, trên mũ báu có tượng A Di Đà Phật. Ngài Quán Âm Chuẩn Đề thì có ba mặt và mười tám cánh tay. Lại còn có Như Ý Đà Quán Âm, Lục Tý Kim Thân. Nói tới Thiên Thủ Thiên Nhãn Quán Âm lại càng khó có thể nghĩ bàn hơn nữa, vì không gì có thể sánh bằng.

Ngài giảng một cách sinh động cụ thể, nên người nghe ở dưới toà cứ thế mà nhao nhao gật đầu đồng ý. Cầu Na Bạt Đà nói tiếp:

- Bần tăng phát nguyện từ nay trở đi sẽ đi quyên hóa để khắc tôn tượng của sáu Pháp tướng Bồ Tát Quán Âm nói trên. Nếu quý vị phát tâm giúp đỡ thì thật là công đức vô lượng.

Mọi người vội móc hầu bao giúp đỡ, và cuối cùng sáu tôn tượng Bồ Tát Quán Âm được hoàn thành, người đời gọi là "Lục Quán Âm".

32. THÁNH QUÁN ÂM

Nhắc lại Ngài Quán Âm gặp vị tăng Tây Tạng ở Cửu Hoa Sơn, vị này đã tâm sự với Ngài rằng vì mình không nói được tiếng Trung Hoa nên không giáo hóa được chúng sinh ở Trung độ, được Bồ Tát hóa hiện tướng "bảo mã" để khuyến khích ngài đi chu du bốn biển đồng thời học tiếng Trung hoa. Vị tăng ấy đã nói:

- Ở Trung độ nạn đao binh không ngừng hoành hành, nhưng tâm người thì lại hiểm ác, đệ tử thuyết Pháp cho họ, họ không nghe thì thôi, còn cho là đệ tử thuộc hạng tà môn ngoại đạo nên cười chê chỉ trích và đâu đâu đệ tử cũng bị đối xử một cách khinh bỉ. Đệ tử hoàn toàn có thể nhẫn nhục chịu đựng hết những điều đó, song chỉ thương cho những chúng sinh ấy, phải đương đầu với ma nạn, sống trong biển khổ mà không thấy đó là nguy hiểm, vẫn cố chấp mê muội không chịu tỉnh ngộ.

Bồ Tát Quán Âm vốn có tôn chỉ là "tầm thanh cứu khổ", vì thế trong khi chờ đợi vị tăng Tây Tạng nói được tiếng Trung Hoa để hoằng dương Phật Pháp, Ngài quyết định vân du ở Trung độ để dẫn dắt cho chúng sinh hướng thiện và thoát khổ.

Ngài bèn dặn dò Long Nữ và Thiện Tài ở lại coi sóc Phổ Đà Sơn, còn mình thì hóa thành một bà lão, một mình xuống vùng Trung Nguyên. Trên đường bà vừa đi vừa xin ăn, thấy rằng ở chốn ấy người lương thiện thì rất hiếm, còn người ngu ác thì lại đầy dẫy. Người ta không tin vào quả báo, ham tiền ham lợi, chiếm đoạt giết chóc lẫn nhau, chỉ chú ý tới chuyện trước mắt mà không cần biết tới hậu quả về sau. Nhất là dân chúng thuộc những vùng quê xa xôi thì lại càng ngu muội tối tăm, gặp đủ thứ khổ nạn thảm cảnh mà không chịu thức tỉnh. Vì thế Ngài Quán Âm quyết định giảng Pháp cho những người này trước.

Một hôm, Ngài Quán Âm đến vùng Trung Châu, chọn một động đá trên núi Thái Thất làm nơi hiển hóa. Đêm ấy, Ngài ứng mộng cho dân chúng các vùng lân cận, nói với họ rằng:

- Vài ngày nữa Quán Thế Âm Bồ Tát sẽ đi ngang chỗ này để điểm hóa cho những người có nhân duyên, cứu họ thoát tất cả mọi khổ ách. Các vị hãy lưu tâm chờ đợi, đừng bỏ lỡ cơ hội Bồ Tát đứng trước mặt mà không thấy. Nhưng thấy hay không là tùy nơi lòng thành tâm của mỗi người, chỉ cần có lòng thành là thế nào cũng gặp.

Nói xong, Ngài hiện ra bảo tướng trang nghiêm, một lúc sau, bảo tướng từ từ biến mất. Hôm sau mọi người gặp nhau, ai cũng bàn tán về giấc mộng đêm qua. Thì ra ai cũng thấy đồng một giấc mộng, vì thế mọi người đều kinh ngạc, và ai cũng mong muốn, chờ đợi Bồ Tát giáng lâm.

Nhưng họ không biết Bồ Tát sẽ hóa thân là người nào để điểm hóa, cho nên người này nhìn người kia bèn nghi là Bồ Tát hóa thân, tạo ra những ngộ nhận khá khôi hài. Mấy ngày trôi qua rồi mà chưa ai phác giác ra Bồ Tát đã hóa thân ở đâu.

Thật ra, Bồ Tát Quán Âm hóa thân làm bà lão ăn xin, đã đến đây từ mấy ngày nay rồi. Lúc ấy đương gặp nạn hạn hán, thật lâu rồi trời không mưa, lúa mạ trong ruộng hầu như đã cháy khô, mùa màng không gặt hái được gì, trước mắt dường như thiên tai sắp giáng xuống, dân chúng thành trên xóm dưới ai nấy đều khủng hoảng. Khi họ thấy bà lão ăn xin thì họ bảo năm nay mất mùa, gặp cảnh thiên tai, chính mình còn đang buồn sầu vì cơm không có mà ăn, lấy đâu dư cơm cho người ăn xin!

Bà lão chần chừ nấn ná trước những cửa nhà như thế thật lâu mà cũng không xin được một miếng ăn nào. Cuối cùng bà không khỏi thở dài, tự nói cho mình nghe:

- Ôi thật đang tiếc, hạn hán tuy là một thiên tai nhưng cũng là do con người tự chiêu cảm lấy mà thôi! Giá như dân chúng ở đây biết kính trọng trời đất, biết làm việc thiện một chút, bớt việc giết chóc, quy y cửa Phật thì trời đâu có giáng tai họa xuống cho họ như thế này! Thật đáng thương cho tôi, một bà già đói khổ, tới đây xin ăn khắp cả mười nhà rồi mà không xin được lấy một hạt thóc hay nửa hạt gạo! Ở đây thiên hạ thật là không biết hướng thiện. Người mà không biết hướng thiện thì tránh làm sao được tai họa?

Lúc ấy có một ông lão tên là Lưu Thế Hiển, nghe được

những lời than thở của bà lão cảm thấy có gì kỳ lạ, hơn nữa cũng thấy những lời bà nói thật là có lý. Bất giác ông nghe tâm động, tự nghĩ: "Có khi nào chính bà cụ này là hóa thân của Quán Thế Âm Bồ Tát chăng?". Mấy hôm nay thiên hạ xôn xao tìm kiếm, nhưng không hề có lấy một người chú ý tới người đàn bà già yếu đến từ phương xa này, chỉ vì ai cũng có tâm bợ đỡ người quyền thế!

Ông bèn đến chào bà lão:

- Thưa cụ, những gì cụ nói tôi đã nghe thấy, lời cụ nói rất là có lý. Đúng như cụ nói, ở đất này người ta không biết hướng thiện nên mới chiêu cảm thiên tai, nhưng không biết thiên tai này có tránh được không? Nói cách khác, nếu ai cũng chịu hối lỗi và cải thiện, chẳng biết có cứu vãn được tình thế hay không?

Bồ Tát Quán Âm đáp:

- Lòng trời vốn rất nhân từ, tâm phúc thiện mạnh gấp ba tâm muốn trừng phạt kẻ ác. Chỉ cần người ta thật sự chịu thành tâm hối lỗi thì làm gì mà trời không dung tha, tai họa trước mắt có gì đâu mà không cứu được?

Lưu Thế Hiển nghe những lời ấy rồi, đoán chắc rằng bà cụ già này là Bồ Tát Quán Âm bèn quỳ xuống đất lễ lạy và nói:

- Bồ Tát trên cao, tạ ơn Bồ Tát hiển hóa thị hiện, đệ tử phàm phu mắt thịt không biết được từ dung, suýt nữa không thấy được Thái Sơn trước mắt! May nghe được những lời giáo huấn của Bồ Tát, tâm trí được mở mang, nay con quỳ xin Bồ Tát dùng chút pháp lực giáng xuống một cơn mưa lớn để cứu đất này khỏi nạn hạn hán. Đệ tử nguyện tạo chùa, cúng dường Bồ Tát và khuyến khích ngu dân một lòng hướng thiện, quy y Phật Pháp. Con van xin Bồ Tát từ bi ban ơn!

Nói xong, ông dập đầu lạy không ngừng.

Bồ Tát Quán Âm nghe Lưu Thế Hiển nói thì rất hoan hỉ, trả lời rằng:

- Còn có người có lòng như ông, biết chí thành cầu nguyện mà không vì lợi riêng, thật là hiếm có! Chỉ vì dân chúng ở đất này thật sự quá cứng đầu khó đổi, bị tai họa đâu có gì là lạ! Thôi thì để ta làm cho họ mắt thấy tai nghe cũng được. Ngày mai giờ ngọ ba khắc, ta quyết định hiển hóa ở trên núi Thái Thất, thi triển pháp lực làm một cơn mưa để cứu đất này khỏi nạn hạn hán, nhờ ông đi nói với tất cả mọi người ở đây, bảo họ đến xem, cho họ mắt thấy Phật Pháp vô biên thì lòng tin của họ mới chắc chắn, sau này ông có lấy lời thiện mà khuyến dụ thì cũng dễ cảm hóa họ hơn.

Lưu Thế Hiển lại cúi xuống bái tạ, nhưng Bồ Tát đã biến mất rồi.

Lưu Thế Hiển thuật lại cho mọi người nghe những lời nói của Bồ Tát Quán Âm, nhưng ai cũng nửa tin nửa ngờ:

- Giữa thanh thiên bạch nhật Bồ Tát xuất hiện, sao không ai thấy mà chỉ mình ông thấy?

Lưu Thế Hiển đáp:

- Bà già ôm bát đi xin ăn hồi nãy chính là hóa thân của Bồ Tát đó!

Mọi người nghe nói bà già ôm bát xin ăn ban nãy chính là Quán Thế Âm Bồ Tát thì lấy làm kinh dị, họ tự giận mình có mắt như mù không nhận ra mặt Phật, cơ duyên ngay trước mắt mà lại bỏ lỡ. Lại có người tự trách sao đã không chịu bố thí lại còn bất kính đối với Bồ Tát nên ăn năn hối hận vô cùng. Lưu Thế Hiển an ủi:

- Bồ Tát có tôn chỉ là dùng từ bi để cứu khổ, Ngài sẽ không bắt tội các vị những chuyện lặt vặt như thế đâu, chỉ cần về sau các vị phát lòng tin chân thành là đủ. Ngày mai giờ ngọ ba khắc Bồ Tát sẽ hiện chân thân bảo tướng của

Ngài, thi triển pháp lực làm một trận mưa, lúc ấy tất cả đều có thể thấy được từ nhan của Ngài.

Nghe thế mọi người lộ vẻ vui mừng, lập tức đi truyền bá tin này khắp nơi và chỉ trong khoảnh khắc, toàn thành đều biết. Một truyền mười, mười truyền trăm, rồi thì những làng mạc thành thị xung quanh cũng được nghe tin này luôn. Nghe nói Bồ Tát Quán Âm sắp đến đất này cầu mưa, ai nấy đều đổi buồn làm vui, chờ đợi Bồ Tát hiển linh.

Sáng sớm tinh sương ngày hôm sau, dân chúng toàn vùng, nông dân ngừng cày ruộng, phụ nữ ngừng dệt vải, tiệm buôn ngừng bán hàng, ai cũng đốt nến thắp hương, chân thành đảnh lễ, chờ đợi giờ ngọ ba khắc Quán Thế Âm Bồ Tát thị hiện Pháp thân. Nam nữ già trẻ ai cũng ngưỡng cổ nhìn lên trời, đến chớp mắt cũng không dám chớp lấy một lần!

Gần đúng chính ngọ, họ thấy trên đỉnh núi Thái Thất có một áng mây trắng nhẹ nhàng bay lên, rồi từ từ, chầm chậm tỏa rộng ra, càng lúc càng rộng. Đột nhiên giữa áng mây trắng có một con đường thông thẳng lên tới đỉnh núi Thái Thất và kim thân Bồ Tát Quán Âm cao một trượng sáu xuất hiện trên đầu núi. Đầu Ngài đội khăn, thân khoác cà sa, tay cầm một cái bình bằng ngọc màu trắng ngà, trong bình đựng cam lồ và cắm một nhành dương liễu. Ngài đi chân không, đứng trên một tảng đá bằng ánh sáng.

Mọi người nhìn thấy Ngài bèn quỳ xuống lễ lạy, niệm lớn "Đại từ đại bi Quán Thế Âm Bồ Tát". Bồ Tát Quán Âm cầm nhánh liễu chấm vào nước cam lồ, hướng về các thửa ruộng ở bốn phương đông tây nam bắc phất tay rảy nước. Lạ thay, mây mù lập tức tụ họp trong không trung, một cơn mưa lớn như xối đổ xuống không ngừng trong cả tiếng đồng hồ, sau đó mây mới tan và mưa mới ngừng, hơi nước bốc lên mù mịt. Trong cơn mưa rào ấy, hình ảnh Bồ Tát từ từ ẩn mất.

Nhờ cơn mưa rào trừ được nạn hạn hán cứu trăm họ trong

một vùng đất rất lớn khỏi cảnh thiên tai, nên hình ảnh Bồ Tát Quán Âm từ bi đã khắc sâu trong tâm những người dân ở đấy. Quả nhiên, sau đó họ trở thành những người chân thành tin kính Phật Pháp.

Lưu Thế Hiển bèn quyên tiền xây một ngôi miếu ngay tại chỗ mà đức Quán Âm đã hiện thân trên đỉnh núi Thái Thất, trong miếu có tạc tượng Quán Âm Đại Sĩ, ngày ngày dâng cúng hương hoa. Còn động đá nơi hóa thân Bồ Tát đã dừng chân nay cũng đổi tên là động Quán Âm, hãy còn lưu lại cho đến bây giờ.

Đây là lần thứ nhất Bồ Tát Quán Âm hiện thân ở Trung độ dưới Đại Bi tướng, đó chính là Thánh Quán Tự Tại Bồ Tát vậy.

Bồ Tát Quán Âm hiển hóa lần thứ nhất tay cầm tịnh bình dương liễu cho nên thế gian còn gọi lần hiển hóa ấy là "Dương Liễu Quán Âm". Đây là hình ảnh Bồ Tát Quán Âm được lưu hành nhiều nhất nên đã trở thành phổ biến, dân chúng còn gọi là "Thánh Quán Âm".

33. QUÁN ÂM HIẾN SÒ

Đời Đường có một vị hoàng đế tên là Văn Tông, rất nghiện ăn sò. Để thỏa mãn ý thích của vua, các quan thường thúc ép dân chài phải nộp sò. Nhà nào nộp ít hay nộp trễ, nhẹ thì phải đóng thêm thuế thóc gạo, nặng thì bị bắt phu dịch để làm các công việc nặng nhọc nguy hiểm.

Đáng thương cho dân chài, già trẻ lớn bé đều phải xuống biển lặn lội nhặt sò, không cần biết trời gió hay trời mưa, đông lạnh như cắt hay hạ nóng như nung. Về lâu về dài, sò trở nên càng ngày càng khan hiếm, và bọn lính lệ trở nên càng ngày càng hung dữ. Dân chài trăm họ sống không nổi nữa, tiếng oán than nguyền rủa dậy cả đất trời.

Tin này truyền đến rừng trúc tím ở Phổ Đà Sơn, Quán Âm đại sĩ không thể ngồi yên được, Ngài quyết tâm trừng trị hoàng đế một phen.

Một hôm bọn lính lệ thúc phải giao sò ở bến cảng Long Loan của Phổ Đà Sơn. Một thiếu nữ toàn thân áo tím tiến đến ngăn lại cười chúm chím:

- Dân nữ có một con sò muốn hiến tặng Hoàng Thượng.

Bọn lính lệ nghe nói chỉ có một con sò mà thôi đã nổi giận tính làm dữ, nhưng nhìn thấy con sò trên hai tay cô gái đưa ra bèn bất giác đứng sững, ngây người ra nhìn, quên cả tiếp lấy sò: đó là một con sò rất lớn, chiếu ánh sáng muôn màu óng ánh. Người thiếu nữ vờ như mất kiên nhẫn, nói một cách bực dọc:

- Các ông có muốn lấy sò không, muốn thì mau tới lấy, không muốn thì thôi!

Lúc ấy bọn lính lệ mới tỉnh hồn, vội vàng nói luôn mồm:

- Muốn, muốn, muốn!

Lấy sò xong họ bèn lên một chiếc thuyền nhẹ, chèo như bay trở về nha môn.

Lão quan tri huyện từ mấy ngày qua thấy sò "ít thấy phát ghét, nhỏ thấy phát tội", sắp nổi cơn thịnh nộ, nhưng khi thấy con sò to lớn ngũ sắc thì mừng rỡ như bắt được vàng, vội kêu lên "Hoàng thiên phù hộ!", rồi lên đường ngay lúc ấy, đi cả ngày liền đêm, tự tay đem sò về hoàng thành.

Đường Văn Tông thấy sò ngũ sắc, quá yêu thích không đành lòng rời tay, bèn đặt sò ngay trên bàn làm việc trong ngự thư phòng để có thể ngắm nghía thưởng thức. Nhưng ông còn nghiện ăn sò hơn cả sinh mệnh của mình, bèn gọi quan thái giám hầu bàn, bảo đem sò xuống nhà bếp. Nào ngờ vỏ sò lại quá cứng, dao bén chặt không đứt, búa nặng đập không vỡ! Đường Văn Tông rất kinh ngạc, tự tay dùng bảo kiếm chém mạnh xuống nhưng con sò vẫn không mảy may suy tổn. Ông nghĩ rằng đây là một bảo vật kỳ lạ của Long cung, bèn sai quan thái giám giữ kho đem vào kho tàng trân bảo giữ cho kỹ.

Đêm ấy, Đường Văn Tông tự khắc phục mình, ngồi trong thư phòng phê duyệt các tấu văn. Trong đêm mông lung, ông thấy cái nghiên mực bỗng biến thành một bát canh sò thơm lừng lựng, khêu gợi tính tham ăn của ông khiến ông thèm rỏ dãi, bèn bưng bát canh lên húp, húp tới đâu khen ngon tới đó. Tới khi no cành hông rồi ông vẫn còn lớn tiếng gọi:

- Đem lên đây một bát nữa!

Quan thái giám thường trực lấy làm lạ, run rẩy quỳ xuống lết tới hỏi:

- Tâu bệ hạ, đem bát gì lên ạ?

Văn Tông ngạc nhiên, dụi mắt, xoa cái bụng căng tròn của mình rồi bỏ vào phòng ngủ. Ai ngờ nửa đêm ấy ông đau bụng đi tháo dạ không ngừng, báo hại các quan thái giám chạy tới chạy lui như thoi bưng bồn, rót nước, các cung nga hoảng hốt quay cuồng như đèn kéo quân để lục rương, tìm quần mới, các vị thái y cấp tốc như ra trận bắt mạch, sắc thuốc. Cứ như thế ba ngày ba đêm, Văn Tông vẫn còn nằm trên giường rên hừ hừ.

Sáng sớm ngày thứ tư, một cung nữ toàn thân áo tím xin đến dâng một phương thuốc bí truyền của tổ phụ. Thái y mừng rỡ đón lấy đơn thuốc, nhưng trước khi bốc thuốc phải dâng đơn lên cho hoàng đế duyệt qua. Văn Tông uể oải liếc nhìn, chỉ thấy trên đơn thuốc viết có tám chữ "Nghiện sò cực dân, chừa ngay vĩnh viễn". Vua nổi giận hạ chỉ đem cung nữ nọ ra xử tội. Nhưng người cung nữ cười nhạt, chân đạp lên một đóa hoa sen, tay đưa cao con sò ngũ sắc, vượt qua tường của cung điện mà bay đi mất.

Văn Tông kinh hoàng, vội vã cho mời quốc sư Duy Chính Hoà Thượng đến tham vấn. Hoà thượng nghe chuyện từ đầu đến cuối xong xuôi, bèn dạy:

- Thế gian không có gì ngẫu nhiên, chuyện này xảy ra là vì muốn khơi dậy tín tâm của bệ hạ, khiến bệ hạ thương người tiếc vật mà thôi!

Vua Đường Văn Tông lờ mờ suy nghĩ, cuối cùng bất đắc dĩ truyền chiếu chỉ:

- Ta vĩnh viễn không ăn sò nữa, từ nay miễn việc triều cống!

34. NGAO ĐẦU QUÁN ÂM

Ngày xưa có một tên quan tham ô, không có việc ác nào là không làm, dân chúng oán hận vô cùng, chết đi bị Ngọc Hoàng Thượng Đế trừng phạt biến thành thú vật, cá không ra cá, rùa không ra rùa, thân dài một trượng sáu thốn (10 thước 6 tấc), sắc màu vàng kim nên được gọi là con kim ngao.

Ngọc Hoàng ra lệnh cho nó phải thủ hộ và cai quản các loài thủy tộc trong biển trời trên thiên giới. Có một mùa thu năm ấy, Long Vương giăng lưới làm mưa mà lưới không mở được, bèn điều đình với thần nước và thần mây, tạm thời mượn nước của biển trời làm mưa.

Cửa biển trời mở ra rồi, con kim ngao nọ bèn thừa cơ lần

theo nước mưa mà xuống trần gian, và chạy đến biển Đông nương thân.

Khi con kim ngao đến được trần gian rồi thì bản tính độc ác hại người lại nổi lên. Nó có bốn chân và giữa các ngón chân có cái màn da thật dày cho nó dùng làm mái chèo, nên trong nước nó có thể bơi lội mà trên đất liền nó cũng có thể đi lại. Cần kiếm ăn thì nó nổi lên mặt nước như một chiếc tàu nhỏ, lúc ấy không cần biết là tàu buôn, thuyền chài, một khi bị nó khám phá ra thì coi như là tai họa giáng lên đầu. Sức mạnh con kim ngao này rất lớn, nó muốn chọc thủng đáy tàu thì chỉ cần dùng lưng ủi một cái, chiếc tàu nọ không lật nhào thì cũng bị thủng một lỗ rất lớn, người trên tàu đều biến thành bữa ăn cho nó no bụng.

Từ khi có con kim ngao này đến, dân chài không dám ra khơi, tàu buôn không dám nhổ neo, người dân sống ở miền duyên hải không còn nghề nào có thể làm sinh kế nữa.

Nếu con kim ngao không tìm thấy thức ăn trên mặt biển thì nó trèo lên đất liền tác yêu tác quái, bắt trộm heo dê bò ngựa của người ta nuôi mà ăn, còn nếu thấy người nó cũng không tha.

Một số người can đảm tìm cách bắt con quái vật này, họ bèn kết một cái lưới thật lớn, tung tới chỗ mà con kim ngao hay xuất hiện trong biển, nào ngờ sức mạnh con quái vật thật là vô tỷ, nó chỉ cần duỗi chân ra là cái lưới rách nát; họ lại dùng súng lửa, súng bắn chim để bắn nó, nhưng tiếc rằng cái mai của nó rất dày và chắc, không súng đạn nào có thể làm cho nó bị thương. Họ đã làm đủ cách rồi mà cũng không thể nào bắt hay giết con kim ngao, ngược lại con quái vật bị chọc tức như thế nên ngày ngày lên bờ gây rối, thấy người hay thú đều bắt mà ăn một cách bừa bãi. Dân chúng miền duyên hải bị nó giết hại quá nhiều, chỉ biết giậm chân kêu trời, âm thanh khóc thương không dứt.

Bồ Tát Quán Âm đang ở động Triều Âm, rừng Trúc Tía trên núi Phổ Đà, nghe tiếng kêu khóc, đưa mắt nhìn về phía Đông Hải quán sát. Quán xong Ngài biết rằng con kim ngao đang nhiễu hại dân lành khiến họ không còn biết nương tựa vào đâu mà sống, bèn khởi tâm đại bi, quyết vì dân mà trừ hại, bèn biến thành một bà lão, tìm đến bờ biển kiếm một căn nhà bỏ trống mà ở. Có người thấy vậy bèn hỏi:

- Này bà lão, ở đây có con quái vật, bà không biết hay sao?

- Biết chứ!

- Đã biết sao lại còn tới đây ở? Con quái vật đó hay ăn thịt người, người ta muốn trốn còn trốn không được!

Ngài Quán Âm nói:

- Không sao, chính tôi đang muốn thâu nhận con nghiệt súc này.

Nghe thế ai mà chịu tin, họ lại nói tiếp:

- Sức mạnh con quái vật này vô cùng tận mà phản ứng của nó cũng rất mau lẹ, không ai lưới nó được mà bắn nó cũng không chết, bà tuổi già sức yếu như thế thì làm sao đối chọi lại với nó?

Ngài Quán Âm nói:

- Quý vị đã nghe qua cái lý "lấy nhược thắng cường, lấy nhu thắng cương" rồi chứ? Nhìn con voi trắng khổng lồ kia mà con sợ con chuột nhắt tí hon, và con rắn độc hung hãn mà cũng không địch lại nổi một con rết gầy yếu... Con kim ngao tuy lớn mạnh thật đấy nhưng tôi có cách để trị nó.

Những người kia nghe thì bán tín bán nghi, họ không biết bà lão ốm yếu gió thổi cũng bay kia làm sao khắc phục được con quái vật, nên họ kéo đến xem bà xử trí ra sao.

Ngài Quán Âm tuần tự đến từ nhà này tới nhà khác, thu

góp được mười vạn tám ngàn sợi tơ tằm, và dùng những sợi tơ tằm ấy tết lại thành một sợi dây thừng vĩ đại. Xong Ngài lấy cây dương liễu trong tịnh bình ra, tước thành 9 cái móc bằng gai, cột chúng lại với nhau vào đầu của sợi dây thừng trên. Ngài còn lấy đất bùn bên bờ biển nặn thành hình một người nộm và dấu những cái móc bằng gai vào bụng người nộm ấy. Làm xong mọi việc rồi, Ngài bảo mọi người hãy tránh ra thật xa, còn mình thì đi dạo lãng vãng trên bờ biển.

Con kim ngao trải qua vài ngày ngủ vùi dưới đáy biển, đúng lúc ấy muốn lên bờ kiếm người hay thú vật bắt ăn cho thỏa thích, bèn từ một ngọn sóng lớn vọt lên mặt biển, bơi thẳng tới bờ. Mọi người vừa thấy sóng gió ngất trời đều cùng nhau kinh hãi kêu lên:

- Quái vật tới rồi! Quái vật tới rồi!

Ngài Quán Âm tay mặt cầm dây thừng, tay trái nhấc người nộm bằng đất bùn lên, tới trước mặt quái vật không chút lo sợ. Kim ngao bơi tới bờ rồi, thấy có người trên bờ bèn lặn xuống nước hớp một bụng nước biển, rồi ngóc đầu lên nghểnh cổ há to miệng ra, chỉ thấy một luồng nước như những mũi tên nhọn hướng về phía Ngài Quán Âm mà phun tới. Mọi người thấy sự việc như thế ai cũng xuất mồ hôi hột, lo sợ cho mạng sống của bà lão già.

Có ai ngờ, dù bị phun nước như thế Ngài vẫn đứng yên không xê xích. Con kim ngao phun hết nước rồi gầm lên một tiếng, nhe nanh múa vuốt nhảy bổ tới. Ngài Quán Âm lớn tiếng phán rằng:

- Nghiệt súc, đừng có ngông cuồng! Ta cho mi ăn thịt người đây!

Nói xong bèn phóng người nộm vào mặt hắn. Con kim ngao đang đói, chẳng từ món ăn nào, há cái mồm như chậu máu nuốt chửng người nộm vào bụng. Không ngờ người nộm bằng đất kia vào bụng nó rồi thì vữa ra, 9 cái móc gai cột vào đầu sợi dây thừng bấu vào tim gan phèo phổi của nó. Ngài Quán Âm nhẹ tay giật dây thừng một cái, con kim ngao đau quá rống lên như heo bị chọc huyết, không bao lâu lăn lộn trên bãi cát. Ngài Quán Âm nói:

- Nghiệt súc, lâu nay sống trong nhân gian mi đã tàn hại không biết bao nhiêu sinh linh, đáng lẽ phải tru diệt mi đi, nhưng ta từ bi độ mi về Nam Hải tu hành sám hối tội ác, mi đi hay không đi?

Con kim ngao nghe thế bèn quỳ mọp trên bãi cát, nhìn Ngài Quán Âm gật đầu liên hồi.

Ngài Quán Âm thu được con kim ngao rồi, hướng về những người khác mà từ giã:

- Quái vật đã trừ xong, quý vị hãy trở về nhà xưa mà sống cảnh an cư lạc nghiệp, ta cũng trở về núi Phổ Đà đây.

Nói xong Ngài hiện nguyên hình Bồ Tát, tung người lên đạp trên lưng con kim ngao. Con kim ngao duỗi bốn chân, quay lại phía biển cả, phăng phăng bơi trên mặt nước hướng về Nam Hải.

Tới đây mọi người mới bừng ngộ ra, biết rằng đó chính là Bồ Tát Quán Âm thị hiện để cứu khổ cho dân, bèn cùng nhau hướng lên không trung mà lạy tạ.

Từ đó trong các chùa miếu có tạc tượng Ngài Quán Âm đứng trên lưng con kim ngao, gọi là "Ngao Đầu Quán Âm".

35. QUÁN ÂM, VỢ MÃ LANG

Một hôm, Bồ Tát Quán Âm vân du tới bờ biển Đông Hải. Sở dĩ Ngài muốn đến đấy là vì nghe nói rằng dân chúng ở vùng biên giới xa xôi này không biết lễ nghĩa, không tin Phật Pháp, Tam Bảo, ích kỷ ngu muội, hung bạo hiếu chiến không khác gì cầm thú. Sau khi quan sát tìm hiểu thật lâu, Ngài thấy những gì tai nghe và mắt thấy đều hoàn toàn phù hợp.

Một buổi sáng sớm nọ, Ngài biến thành một vị tăng hành cước đến chợ cá của thị trấn nhỏ ấy. Dân chài ở thị trấn này chủ yếu sống bằng nghề đánh cá, mỗi ngày đánh cá về đem ra chợ bán. Hôm ấy nhằm ngày họp chợ, thị trấn nhỏ vô cùng náo nhiệt. Bồ Tát Quán Âm đi dọc theo con đường băng ngang qua chợ, hai bên đường quầy hàng chen chúc san sát, con đường vừa bẩn vừa loạn, chưa kể đến mùi tanh của cá. Nhưng điều đáng sợ hơn hết là dân chài thường gây lộn và đánh lộn. Người bán gây lộn với người mua, các quầy hàng tranh khách, tranh chỗ cũng gây lộn với nhau, có khi còn động đến chân tay đấm đá. Trong một quãng thời gian ngắn mà không biết bao nhiêu vụ gây lộn như thế đã xảy ra. Hai bên mắng chửi nhau với những lời lẽ thô tục.

Chính mắt Ngài Quán Âm nhìn thấy một thanh niên vạm vỡ lực lưỡng, vì muốn độc chiếm một chỗ tốt nên đã ngang tàng dùng tay đẩy một bạn hàng lớn tuổi một cách hung dữ. Cụ già bị đẩy ngã lăn xuống đất rồi mà còn bị thanh niên nọ dùng chân đá thêm mấy cái liên tiếp.

Người ta đồn rằng thanh niên này tên là Mã Lang, là người rất ngang ngược, thường xưng hùng xưng bá trong thị trấn này.

Nhìn thấy chuyện như thế rồi, trong tâm Ngài Quán Âm khởi lên một niềm thương cảm. Ngài thấy sở dĩ dân cư ở đây thích đánh nhau là vì họ ích kỷ, ngu muội, tham tiền, bị ba độc tham sân si trói buộc. Bồ Tát quyết tâm dùng Phật Pháp cải hóa những người dân ngu muội của thị trấn này, làm cho họ phải sùng kính Tam Bảo, giải trừ ba độc. Sau khi suy nghĩ cân nhắc chín chắn, Ngài Quán Âm xếp đặt một diệu kế.

Hôm sau, Bồ Tát Quán Âm hóa thành một cô gái thôn chài tuổi chừng đôi tám, tay cầm giỏ cá xuất hiện tại chợ. Cô gái dân chài này tóc bới song đào, mặc áo xanh thêu hoa, nhan sắc xinh đẹp, thân hình nở nang, đi chân đất uyển chuyển bước vào chợ, trong giỏ có vài con cá chép còn sống.

Cô tìm đến một chỗ vắng vẻ ít người, bày giỏ cá ra và bắt đầu rao: "Ai mua cá chép tươi không? Ai mua cá chép tươi không?"

Tuy cô không những không chen vào những chỗ đông người nhiệt náo mà lại còn ẩn mình dưới một chân tường kín đáo, thế mà lạ thay, chẳng mấy chốc cô được mọi người chú ý vì những người qua lại trên đường, dầu gần dầu xa cũng đều bị nhan sắc mỹ lệ của cô lôi cuốn, nhất là những anh chàng thanh niên trẻ tuổi. Họ tranh nhau đến gần đòi mua cá của cô, và lập tức, chỗ ấy trở nên thật đông đúc. Những anh chàng trẻ tuổi ấy biết rất rõ, họ viện cớ mua cá, chứ thật ra họ đến chỉ để ngắm nhìn nhan sắc mỹ miều của cô gái bán cá mà thôi. Giỏ cá của cô chỉ còn lại có hai, ba con, mọi người đều tranh nhau: "Bán cho tôi! Bán cho tôi!"

Cô gái bán cá cười hỏi những người đứng chen nhau trước mặt:

- Quý vị đừng tranh giành nữa, xin nghe tôi nói rồi sau đó hãy mua, được không? Đầu tiên tôi xin hỏi một câu, quý vị mua cá của tôi để làm gì vậy?

Người mua cá đáp:

- Còn phải hỏi, mua về nấu ăn chứ để làm gì?

Cô gái bán cá nói:

- Nếu mua về để nấu ăn thì tôi không bán, vì cá của tôi đặc biệt, không giống cá khác. Cá của tôi không thể dùng làm thức ăn cho người ta nuốt vào bụng. Cá này chỉ bán cho người từ thiện mua về phóng sinh mà thôi. Nếu quý vị muốn mua cá về nấu ăn thì trong chợ này thiếu gì chỗ bán, xin mời quý vị chiếu cố đến những quầy hàng khác vậy.

Nghe cô gái nói như thế xong, phần đông người nghe đều thấy buồn cười, một thanh niên mồm loa mép giải cười ha hả trả lời:

- Thật là chưa từng thấy người nào bán cá như cô, trong một cái chợ cá như thế này thì mua cá về chỉ để nuốt vào bụng chứ để làm gì nữa, nếu mua cá về phóng sinh thì cần chi mất công làm hai việc, cứ đem tiền vứt xuống biển có phải giản dị hơn không?

- Phải đấy, phải đấy, đúng là lần đầu tiên mới thấy người bán cá kiểu này, nếu cô muốn làm phước thì đừng đi đánh cá. Chợ cá này mỗi ngày bán cả ngàn, cả vạn cân cá, nếu ai cũng bảo mua cá về để phóng sinh thì người ta lấy gì ăn?

Mọi người cười ầm lên và từ từ tản mác.

Bồ Tát Quán Âm nghe tiếng cười của những người ấy, bất giác thầm thở dài. Đến chiều, cô gái bán cá lại hóa thành vị tăng hành cước vào miếu tạm trú, hôm sau lại lấy hình dạng cô gái bán cá, đi chân không, tay xách giỏ, vẫn ở chỗ hôm qua rao hàng. Và cũng như hôm qua, tuy có rất nhiều người vây quanh mà phần đông là những chàng trai trẻ, nhưng họ chỉ đến phá phách chứ không có một người nào thật tình chịu bỏ tiền ra mua cá phóng sinh.

Mấy ngày liên tiếp, sự việc cứ diễn tiến y như thế nhưng Bồ Tát Quán Âm vẫn kiên trì, ngày ngày vào chợ. Ngài lưu tâm quán sát, tuy mấy ngày qua có rất nhiều chàng trai trẻ đến vây quanh nhưng anh chàng thanh niên ngang ngược tên là Mã Lang kia thì không hề thấy mặt.

Hôm sau, Bồ Tát Quán Âm lại đúng lúc đúng thời có mặt tại chợ. Hôm ấy Mã Lang cũng đến, thì ra anh chàng đi xa mới về, nghe mọi người kể chuyện cô gái bán cá, anh chàng cũng muốn đến xem chơi cho vui. Khi nhìn thấy cô gái, Mã Lang cũng bị nụ cười của cô hớp hồn. Có lẽ trước nhan sắc của cô gái, Mã Lang không dám để lộ ra thái độ ngang ngược của mình, mà cũng chẳng cười nói phá phách như những chàng trai trẻ khác, trái lại tỏ ra rất lịch sự nho nhã. Mã Lang chỉ hiếu kỳ muốn xem cô gái bán cá với mấy con cá trong giỏ của cô. Lúc ấy trong giỏ có ba con cá, tuy ở trên cạn đã lâu nhưng vẫn còn sống. Mã Lang cảm thấy có chi khó hiểu, tự hỏi từ đâu lại xuất hiện một cô gái như thế, thật là kỳ quái. Nhưng cô gái lại nhìn ngay Mã Lang mà hỏi:

- Sao, đại ca, có muốn mua cá phóng sinh làm phước không?

Bị hỏi thẳng mặt Mã Lang không biết phải trả lời thế nào, đâm ra luống cuống nên ấp úng trả lời:

- Cá tôi câu biết bao nhiêu, nếu muốn phóng sinh thì thả cá của mình chứ mua làm gì...

Nói xong, Mã Lang mau mau rời xa cô gái bán cá, sợ cô hỏi nữa thì không biết phải trả lời sao cho phải. Bồ Tát Quán Âm nhìn bộ dạng lúng ta lúng túng xa dần của Mã Lang, không khỏi muốn bật cười.

Mỗi ngày Bồ Tát Quán Âm vẫn đi bán cá phóng sinh, Mã Lang cùng rất nhiều chàng trai trẻ khác bị nhan sắc của cô gái bán cá làm cho mê mẩn tới hồn điên phách đảo. Ngày

ngày nhìn cô gái, vài chục anh thanh niên đã phải lòng, bèn đi tìm người mai mối đến cầu hôn với cô, ai cũng tranh nhau để cưới cô gái bán cá về làm vợ, và Mã Lang cũng là một trong số người ấy.

Đó chính là điều mà Bồ Tát Quán Âm đã dự liệu trước, Ngài thừa biết chỉ có cách đó mới lôi kéo được những người dân chài vô tri ấy đến gần mình để có thể thi hành kế hoạch, nghĩa là dần dần cải hóa đám thanh niên cứng đầu xấu tính ấy. Ngài bèn nói với những người đến cầu hôn rằng:

- Tiểu nữ xin cám ơn quý vị đã quan tâm đến. Trai lớn phải lấy vợ, gái lớn phải lấy chồng, tiểu nữ cũng muốn tìm một người tốt để nương thân suốt đời. Nhưng thân gái chỉ có thể có một chồng, mà quý vị đến cầu hôn lại đông như thế này, làm sao một mình tiểu nữ có thể cưới được cả mấy chục người đây?

Những người cầu hôn đều thấy cô gái bán cá nói đúng, không ai có thể trả lời câu hỏi cô gái. Phải rồi, bây giờ làm sao đây? Cô gái nói tiếp:

- Tôi có biện pháp này, không biết nói ra rồi, quý vị có làm theo được không?

Thấy cô gái bán cá chủ động đưa ra biện pháp ai cũng muốn nghe theo, nên nhao nhao trả lời:

- Cô cứ nói, chúng tôi quyết y theo lời cô mà hành động.

Bồ Tát Quán Âm nói:

- Biện pháp của tôi rất công bình, nghĩa là ai muốn cầu hôn cũng phải học thuộc lòng một cuốn sách, một cuốn kinh Phật. Quý vị chưa ai từng đọc qua kinh Phật phải không, nhưng điều ấy không quan hệ. Tôi sẽ chỉ cho quý vị tụng kinh. Đây tôi có đem theo cuốn "Quán Thế Âm Bồ Tát Phổ Môn phẩm", là một phẩm trong kinh Diệu Pháp Liên Hoa.

Tôi sẽ chỉ theo lối truyền khẩu cho quý vị, hôm nay quý vị học cho nhớ, để xem trong một đêm ai học thuộc lòng được thì tôi sẽ làm vợ người đó.

Mọi người nói:

- Hay, biện pháp hay, xin cô mau mau dạy!

Thế là Bồ Tát Quán Âm dạy cho họ từng câu, từng câu. Đám thanh niên học từng câu, từng câu và cũng ghi nhớ từng câu, từng câu. Sau đó, Bồ Tát Quán Âm nói:

- Quý vị nhớ hết chưa? Bây giờ hãy về nhà, sáng mai đến đây đọc.

Đám thanh niên ai cũng nhất tâm nhất chí, sợ quên mất nên ráng học thuộc lòng cẩn thận, nhưng mỗi người trời cho một trí nhớ tốt xấu khác nhau. Do vì muốn cưới cô gái bán cá xinh đẹp về làm vợ nên đêm ấy hầu như không ai ngủ, ai cũng đi qua đi lại trong nhà, chuyên chú đọc tụng điều đã học cho thuộc lòng, nhưng sau một đêm, chỉ còn có phân nửa số người có thể đọc thuộc làu làu. Phân nửa kia ra sức đến đâu cũng không sao nhớ được, chỉ biết buồn phiền rầu rĩ than thở vì đã đánh mất đi một cơ hội.

Còn phân nửa học được thuộc lòng thì vô cùng phấn khởi, người nào cũng đọc như cháo phẩm "Quán Thế Âm Bồ Tát Phổ Môn" cho cô gái bán cá nghe, và người nào cũng khoe mình học thuộc kỹ nhất, tụng hay nhất. Người nào cũng thấy rằng cô gái bán cá phải về làm vợ mình, tranh cãi nhau loạn cả chợ, người nào cũng đỏ mặt tía tai, thiếu điều đánh lộn nhau.

Ngài Quán Âm sợ đám thanh niên quá giận dữ mà đánh nhau thật, vội nói:

- Các anh đừng cãi nhau nữa. Người thuộc kinh này đông như thế, không thể phân biệt cao thấp, thật là khó xử, chúng ta phải tìm biện pháp giải quyết vậy. Các anh đã học thuộc được phẩm "Quán Thế Âm Bồ Tát Phổ Môn", phẩm này là sơ thừa của Phật giáo, bài kinh ngắn gọn, văn vẻ dễ học. Hôm nay có kinh này dài hơn, đó là kinh "Kim Cang", tôi cũng sẽ đọc lên cho mọi người ghi nhớ, cũng lấy hạn định là một đêm, trong một đêm ai học thuộc kinh này, tôi sẽ làm vợ của người đó.

Chừng khoảng mười người chân chính muốn cưới cô gái bán cá xinh đẹp này về làm vợ nên không tranh cãi nhau nữa, chân thành học với ngài Quán Âm một cách rất chuyên chú. Dĩ nhiên học kinh Kim Cang khó thuộc hơn, mười chàng trai trẻ ấy lại trải qua một đêm khổ ải, dốc hết tâm lực để học nhưng cuối cùng chỉ còn có bốn người là có thể học thuộc. Hôm sau bốn người ấy đi gặp ngài Quán Âm. Họ lại nhìn nhau, không biết phải làm thế nào. Sau đó bốn người thương lượng với nhau để lấy một quyết định. Mã Lang là một trong bốn người ấy, đứng ra nói:

- Chúng tôi còn có bốn người, không muốn tranh giành với nhau nữa. Cô muốn chọn người nào trong bọn chúng tôi? Cô hãy quyết định, chúng tôi sẽ theo ý của cô, tuyệt đối không có ý kiến nào khác.

Ngài Quán Âm nghe xong rất vui mừng. Mới có hai đêm tụng kinh Phật mà tâm địa bọn thanh niên này đã thanh tịnh được rất nhiều, tâm ích kỷ tham lam đã giảm xuống không ít. Nhưng Ngài đến đây không phải vì vấn đề hôn nhân mà vì muốn tìm cách cải hóa họ thêm một tầng bậc nữa. Ngài bèn nói với bốn anh chàng thanh niên rằng:

- Tôi nhìn bốn người còn lại cũng thấy khó xử, người nào cũng xứng đáng cả, nếu do tôi quyết định chọn lựa thì e không được công bình. Tôi nghĩ tốt nhất là mình tiếp tục phương pháp cũ, lại học thuộc kinh Phật một lần nữa, lần này tôi chọn một bộ kinh dài hơn, ai thuộc thì tôi sẽ làm vợ người ấy.

Bốn người không còn cách nào khác hơn là nghe theo. Ngài Quán Âm bèn lấy ra bộ kinh dài tới 10 vạn chữ là kinh "Diệu Pháp Liên Hoa" và nói với bốn người rằng:

- Bộ kinh lớn này tên là kinh "Diệu Pháp Liên Hoa", các vị đã học thuộc một phẩm trong bộ kinh này rồi, tức là phẩm "Quán Thế Âm Bồ Tát Phổ Môn". Bây giờ các vị về nhà học thuộc bộ kinh lớn này, nội trong 3 ngày sau, ai học thuộc được thì tôi nguyện làm vợ người ấy.

Bốn người đều đồng ý rằng biện pháp ấy rất công bình, hơn nữa chỉ còn lại có bốn người, người nào cũng còn giữ hy vọng, có ai lại không muốn cưới mỹ nhân về làm vợ? Thế là bốn người lại chăm chỉ ghi nhớ học từng chữ, từng chữ với Ngài Quán Âm.

Về tới nhà, bốn người lại thêm một lần nữa gian nan khổ sở ba ngày ba đêm. Bộ kinh này rất khó thuộc, trong số ấy 3 người học không nổi vì lòng nóng như lửa đốt, mà càng nóng nảy thì càng học sai, họ chỉ đành tự nhận rằng mình dở, buồn bã chấp nhận sự thất bại. Có ai ngờ anh chàng Mã Lang lỗ mãng ấy lại quá giỏi, đọc thuộc làu bộ kinh không sai một chữ. Nhìn Mã Lang đọc tụng bộ kinh lớn ấy làu làu, Ngài Quán Âm cũng phải thầm khen là giỏi. Vì ngay từ đầu đã giao ước rõ ràng, Bồ Tát Quán Âm vui vẻ nhận lời cầu hôn và nói với Mã Lang rằng:

- Tôi nói là làm, anh cứ về chuẩn bị và định ngày hôn lễ.

Mã Lang thấy mình sắp cưới được cô gái bán cá xinh đẹp, thôi thì miệng cười không ngớt. Mấy ngày vừa qua Mã Lang đã thay đổi rất nhiều mà không biết, nhờ chuyên tâm đọc kinh Phật, không còn tranh giành gây gổ ngoài chợ nữa, nhờ thế chợ cá cũng trở nên yên ổn hơn. Bây giờ anh chàng lại hân hoan chuẩn bị lễ cưới, trong nhà từ già tới trẻ ai cũng vui mừng hớn hở, chờ đợi đón nàng dâu tuyệt sắc giai nhân về.

Ngày hôn lễ, giăng đèn kết hoa rực rỡ, vô cùng nhiệt náo nhưng có ai ngờ khi cô gái bán cá được các cô phù dâu quây quần xúm xít đưa đến phòng hoa chúc, khi mọi người trong làng đang vui vẻ chọc phá trước cửa phòng thì tân nương đột nhiên ngã xỉu xuống đất, chẳng bao lâu sau tắt thở mà chết.

Đương nhiên rõ ràng chuyện xảy ra như thế là do Bồ Tát Quán Âm dùng một chút thần thông mà làm nên. Niềm vui của Mã Lang chưa tàn mà bi thương đã ập đến, chỉ biết đem thi thể người vợ chưa cưới đi tẩm liệm. Mã Lang thương nhớ cô gái bán cá xinh đẹp nên quyết tâm không lấy vợ khác, mỗi ngày còn âm thầm đọc tụng và học thuộc kinh Phật khác cho bớt buồn khổ. Hơn nữa, ban đầu anh chàng học kinh một cách mù quáng nhưng bây giờ thì đã bắt đầu tìm hiểu nghiền ngẫm Phật Pháp, ngộ được rất nhiều đạo lý, và cuối cùng, cả con người chàng biến đổi, không còn hung hãn ngang ngược, không còn ức hiếp người làng nữa.

Mấy tháng sau, Bồ Tát Quán Âm thấy Mã Lang đã tỉnh ngộ nhiều, lại hoá thành vị tăng hành cước đến thị trấn để giáo hóa thêm một bước cho Mã Lang, chỉ cho anh chàng thấy đâu là bến mê, đâu là bờ giác.

Nhờ nhiều ngày tụng kinh tin Phật nên gặp vị tăng hành cước, Mã Lang cảm thấy có gì rất thân thiết, hai người nói chuyện với nhau rất tâm đầu ý hợp. Mã Lang bùi ngùi thương tiếc đem chuyện tụng kinh cưới vợ cho vị tăng nghe. Lúc ấy Bồ Tát Quán Âm mới nói với Mã Lang:

- Cậu đừng buồn chuyện ấy nữa, cậu có biết cô gái đánh cá ấy là ai không? Chính là Bồ Tát Quán Âm ở Nam Hải Phổ Đà đấy. Ngài đến thôn chài này chỉ là để cảm hóa các vị mà thôi. Nếu không tin hãy quật mồ lên xem, lúc ấy sẽ rõ.

Mã Lang nghe lời vị tăng, đi quật mồ lên xem và giật mình thấy trong mồ không hề có thi thể của cô gái bán cá nào cả, mà chỉ có một khúc xương đòn bằng vàng ròng. Bồ Tát Quán Âm lại bảo:

- Sao? Bây giờ cậu biết Pháp lực của Bồ Tát rồi chứ? Chỉ vì dân chúng các vị ở đây không biết lễ nghĩa, không tin Phật Pháp, ngang ngược hiếu chiến, vô tri ngu muội nên Ngài mới hóa thành cô gái bán cá đến đây cảm hóa các vị. Mà chính cậu là người có Pháp duyên nhiều nhất, đã được nghe và học hai bộ kinh Kim Cang và Pháp Hoa. Từ nay về sau, cậu nên theo sự chỉ dẫn của Bồ Tát mà hoằng dương Phật Pháp, hướng dẫn chúng sinh, sau này công đức viên mãn, hậu vận rất tốt.

Mã Lang gật đầu đồng ý, vâng dạ luôn mồm. Đang lúc nói chuyện, vị tăng đột ngột biến mất, Mã Lang hiểu rằng đây cũng chính là Bồ Tát Quán Âm về giáo hóa mình, nên nhìn lên không trung bái tạ không ngừng.

Từ đó trở đi, Mã Lang dùng căn nhà tranh ba gian của mình sửa thành cái miếu, dựa theo hình cô gái bán cá mà tạc bức tượng ngài Quán Âm. Vì tay Ngài cầm giỏ nên mới đặt tên là "Ngư lam Quán Âm"[1] (Quán Âm cầm giỏ cá), lại vì Bồ Tát Quán Âm thời ấy đã từng hóa hiện làm hôn lễ với Mã Lang nên còn gọi là "Mã Lang phụ Quán Âm" (Quán Âm vợ Mã Lang).

---

[1] Ngư lam Quán Âm (魚籃觀音): hình tượng ngài Quán Âm cầm giỏ cá, cũng gọi là tượng Mã Lang phụ Quán Âm (馬郎婦觀音).

36. QUÁN ÂM BA MẶT

Xưa thật là xưa, ở thành Lạc Dương, quan lại thì tham ô, thanh thiếu niên thì hư hỏng. Bồ Tát Quán Âm có ý định muốn giáo hóa họ, nên biến thành một người đàn bà nhà quê, tay cầm một cái hộp gấm, trong hộp có một tấm kính bằng đồng đen quý báu, đem đến chợ Lạc Dương bán.

Có người tới hỏi giá, người đàn bà nhà quê đáp:

- Tấm kính của tôi đây là một bảo vật rất quý hiếm có trên thế gian này, giá là một ngàn lượng bạc ròng, dư một hào không lấy, thiếu một hào không bán, không bớt không trừ, già trẻ lớn bé ai muốn mua cũng được. Người nào có mắt tinh đời hãy mau đem tiền tới mua, bỏ lỡ cơ hội này thì về sau có mười vạn tám ngàn lượng bạc cũng không mua được!

Có một thiếu niên muốn kiếm chuyện nên chỏ mồm vô hỏi:

- Tấm kính bằng đồng có chút xíu mà đòi giá cao quá vậy, thật là nói thách quá cỡ! Đâu bà nói cho tôi nghe thử, tấm kính này có cái gì hay?

Người đàn bà nhà quê trả lời:

- Tấm kính của tôi có nhiều cái hay lắm chứ! Thứ nhất, nó có thể soi được tâm người thiện hay ác; thứ hai, có thể chiếu ra tất cả quá khứ và vị lai. Tốt thì chiếu ra tốt, xấu thì chiếu ra xấu, không sai một ly một tí nào. Quý vị nghĩ xem, với hai đặc điểm ấy, không lẽ tấm kính này không đáng giá một ngàn lượng bạc hay sao?

Người thiếu niên kia nói:

- Khoác lác vừa thôi chứ, bà nội! Thế gian này làm gì có một bảo vật như thế, chúng tôi không tin đâu, trừ khi nào bà cho chúng tôi soi thử một cái!

Ngài Quán Âm đáp:

- Soi một cái thì được, nhưng theo lệ thì mượn kính soi một cái phải trả tôi ba đồng.

Thiếu niên nọ bèn móc túi ra ba đồng trao cho Bồ Tát Quán Âm. Ngài Quán Âm lấy kính trong hộp ra, cầm trong tay và nói với thiếu niên nọ:

- Soi đi. Nhưng phải nhớ, không được suy nghĩ loạn xạ lung tung, phải tập trung tinh thần mà soi một cách nghiêm chỉnh, có thế kết quả mới rõ ràng được.

Thiếu niên nghe lời Bồ Tát, soi một cách nghiêm chỉnh. Quả nhiên trong kính hiện ra một cách rõ rệt từng cảnh, từng cảnh đã xảy ra trong quá khứ. Chuyện quá khứ chiếu xong, lại hiện ra đủ thứ các chuyện sẽ phát sinh trong tương lai, cho tới đoạn cuối là thiếu niên chết rồi sẽ đọa vào đường súc sinh, đầu thai thành một con chó cái.

Thiếu niên soi xong, kinh hãi không cùng, không ngờ rằng thành tích xấu xa hư hỏng của mình lại hiện lên hết trong kính, và hắn càng hoảng kinh hơn nữa khi thấy kiếp tới mình sẽ biến thành một con chó cái. May mà những điều hắn thấy người khác lại không trông thấy, người khác chỉ thấy mặt trái của kính, hoàn toàn trống rỗng, không có gì trên ấy cả.

Ngài Quán Âm lấy lại kính và hỏi:

- Sao, đáng giá ba đồng bạc không?

Thiếu niên nọ xuất mồ hôi trán, mặt mày tái mét, trả lời liên thanh:

- Đáng lắm! Đáng lắm!

Người xung quanh hỏi hắn đã thấy được những gì, hắn sợ làm trò cười cho thiên hạ, không dám trả lời sự thật nên chỉ lầu bầu:

- Mấy người đừng hỏi tôi, cứ bỏ ra ba đồng mà tự soi lấy, bảo đảm mấy người sẽ vừa ý.

Cuối cùng người hiếu kỳ rất đông, nghe lời thiếu niên nọ nên tranh nhau thử món đồ chơi mới này. Người này bỏ ra ba đồng, người kia cũng móc ra ba đồng, thay phiên nhau mà soi kính. Người nào chưa được soi thì dành soi trước, nhưng một khi soi rồi thì không khóc lóc thê thảm cũng nhíu mày nhăn mặt, tâm sự trùng trùng. Mọi người ngẩn ngơ nhìn nhau, không ai thốt lên lời nào.

Bồ Tát Quán Âm cười thật tươi đứng thủ đằng trước, nhưng cũng không nói lên một tiếng. Từ giờ thìn đến giờ dậu, thấm thoát ba ngàn người đã soi kính rồi. Trong số ba ngàn người ấy, hơn chín phần mười soi xong thì mặt mày buồn hiu, không tới một phần mười còn lại là vui vẻ hân hoan.

Tri phủ thành Lạc Dương thời ấy là một tên quan rất tham ô, chỉ chạy theo danh lợi, tâm tâm niệm niệm chỉ nghĩ làm sao để thăng quan tiến chức. Nghe nói ngoài đường có người bán kính báu, soi một cái là thấy ngay chuyện hên xui họa phúc của mình, ông rất muốn thử soi một phen, xem mình rồi sẽ được chức quan lớn tới đâu, và phát tài giàu đến chừng nào?

Nghĩ thế ông cũng chạy ra chợ. Khi ông chạy tới thì Ngài Quán Âm cũng vừa đang thu xếp để trở về. Nhưng người mới đến là quan tri phủ đại nhân, đâu có thể không ngó ngàng đến, nên Ngài Quán Âm lại lấy kính ra để ông soi cho kỹ càng.

Lần này Ngài Quán Âm để cho ông soi tha hồ, không gấp gáp, và quan tri phủ mới soi đã kinh hoàng, mồ hôi lạnh toát ra dầm dề.

Trong kính bắt đầu xuất hiện từng cảnh từng cảnh một, lúc ông ăn hối lộ, vi phạm luật pháp, vu oan giá hoạ hại người, kết án người vô tội. Về sau bị oan hồn uổng tử báo thù, chết bất đắc kỳ tử, đọa xuống địa ngục, chịu đủ các cực hình tàn khốc. Sau đó nữa lại tái sinh làm lợn, được nuôi cho mập rồi vào tay đồ tể cắt mổ. Tri phủ càng nhìn càng sợ hãi, trong tâm dần dần có chút tỉnh ngộ. Lúc ấy người đàn bà nhà quê đã lấy lại tấm kính cất vào hộp, và thở dài:

- Một bảo vật như thế chỉ có ngàn lượng bạc, rẻ thế mà chỉ có người soi chứ chẳng có người mua, thế mới biết là ở thành Lạc Dương này thật ra không có ai có mắt tinh đời!

Nói xong bèn cầm hộp lên đứng dậy sửa soạn rời đi.

Khi Ngài Quán Âm đứng dậy thì đột nhiên khuôn mặt người đàn bà nhà quê biến mất nhường chỗ cho pháp tướng của Bồ Tát. Lúc ấy những người đứng nhìn, mỗi người thấy Bồ Tát một cách khác nhau: người ác thì thấy người đàn bà nhà quê kia biến thành một hung thần vô cùng bạo ác, nhìn thấy là kinh hồn khiếp vía. Người bình thường thì thấy bà lộ vẻ giận dữ, cũng đủ khiến họ cũng phải hết hồn. Chỉ có người hiền mới thấy bà mang khuôn mặt dịu hiền từ ái thân thiện, rõ ràng là Đại Từ Đại Bi Cứu Khổ Cứu Nạn Quán Thế Âm Bồ Tát.

Ai nấy đều kinh dị, định thần nhìn kỹ, thì không còn thấy người đàn bà nhà quê bán kính ở đâu nữa. Tri phủ như người mê chợt tỉnh, lập tức quỳ xuống đất cáo bạch:

- Trượng thừa Bồ Tát đến giáo hóa, hạ quan đã biết lỗi rồi.

Nghe tri phủ nói thế, mọi người mới vỡ lẽ ra người đàn bà bán kính vừa rồi chính là Bồ Tát Quán Thế Âm. Từ đó, những kẻ chuyên làm ác đều tỉnh ngộ, bỏ ác làm lành. Những người làm quan đều trở nên thanh liêm, dân chúng cũng theo đó mà trở nên thuần hậu.

Sau đó, bá tánh thành Lạc Dương mới dùng số tiền mà

Ngài Quán Âm đã bỏ lại xây lên một cái miếu thờ Bồ Tát Quán Âm và tượng của Ngài được tạc theo mắt thấy của họ, nghĩa là có ba mặt: một mặt Bồ Tát Quán Âm từ bi hiền hậu, một mặt vô cùng giận dữ và một mặt hung tợn, trong tay cầm một tấm kính báu, soi sáng cả đại thiên thế giới.

Bức tượng này, trong Phật giáo gọi là "Quán Âm du hí tam muội" và người phàm thì gọi là "Quán Âm ba mặt".

37. CÁ NGAO KÉO KINH PHẬT

Những năm đầu đời nhà Thanh, có một vị tăng người Nhật đến hành hương ở Phổ Đà Sơn, tá túc ở chùa Pháp Vũ. Khi nhìn thấy kinh sách ở lầu Tàng kinh từng bộ, từng bộ đầy đủ, chữ in tinh xảo đẹp đẽ thì trong lòng rất ao ước. Vì vậy thầy không đi chùa nào khác lễ Phật, cả ngày chỉ quanh quẩn trước lầu Tàng kinh, có giờ rảnh thì đứng trước cửa phòng ngây người ra mà nhìn kinh sách trong lầu kinh.

Bên cạnh phòng ngủ của thầy có một vị hương khách khác tên là Nguyễn Tuấn. Thật ra, đây là tên đầu sỏ của một bọn giặc cướp nổi danh. Mấy ngày vừa qua hắn đã đoán rõ tâm tư của vị tăng người Nhật.

Một buổi tối nọ, Nguyễn Tuấn đi qua phòng của vị tăng, thì thà thì thào nói chuyện to nhỏ với thầy cho tới nửa đêm. Lúc đầu thì vị tăng lắc đầu quầy quậy, một lúc sau thì thầy cúi mặt, và cuối cùng, thầy gật đầu. Lúc ấy Nguyễn Tuấn mới hài lòng bước ra khỏi phòng. Thì ra hai người đã bàn tính và ước định với nhau rằng Nguyễn Tuấn sẽ lấy trộm những bộ kinh quý báu từ lầu Tàng kinh, và vị tăng sẽ mua lại những bộ kinh ấy chở về Nhật Bản. Hôm sau, Nguyễn Tuấn kêu gọi đồng bọn chuẩn bị chiếc thuyền đến tiếp ứng. Đến ấy, hắn lẻn vào lầu Tàng kinh, lấy trộm ra chừng mười bộ kinh như kinh Hoa Nghiêm, kinh Kim Cang, kinh Đại Bi v.v..., và cùng vị tăng Nhật âm thầm chuyển ra thuyền, và ngay đêm ấy thuyền vượt sóng rời khỏi Phổ Đà Sơn.

Khi thuyền cướp đến gần núi Lạc Ca thì cũng vừa đúng lúc Ngài Quán Âm muốn đến chỗ ấy. Từ rừng trúc tím Ngài đến Triều Âm động, chỉ lướt mắt là nhìn thấy thuyền cướp và những bộ kinh bị lấy trộm, và đồng thời cũng khám phá ra là thuyền đã bị thủng một lỗ và nước đang tràn vào, bèn gọi lớn "Cá ngao đâu?"

Con cá ngao đã bị Ngài Quán Âm thu phục ngày xưa, đúng lúc ấy đang ngủ gà ngủ gật ở cửa động Triều Âm, nghe tiếng gọi của ngài hãy còn lười biếng thả người nổi lên mặt nước, mở con mắt ngái ngủ ra nhìn. Ngài Quán Âm dặn dò:

- Thuyền cướp bị thủng một lỗ rồi, bên trong lại có kinh Phật, con hãy mau đi kéo nó vào bãi cát Thiên bộ sa.

Con cá ngao nghe nói phải đi kéo thuyền cướp trong lòng không vui, nên còn nấn ná chưa muốn đi vội. Ngài Quán Âm nóng ruột, nghiêm giọng:

- Nghiệt súc, mi chưa đi thì kinh ướt hết còn chi! Mi mà làm hỏng việc thì ta sẽ phạt mi nhốt trong động, quay mặt vào tường 300 năm!

Con cá ngao nghe thế thì giật nẩy mình, vội vàng hướng về Ngài Quán Âm gật gật đầu rồi quay người lại hướng về Lạc Ca sơn.

Trở lại Nguyễn Tuấn, lái thuyền tới cửa núi Lạc Ca rồi, nhìn sóng đầy mặt biển như vô số nén bạc đang chạy lại phía mình, không khỏi cảm thấy vui thú mà cất lên tiếng ca, ca khẽ một câu hò chài lưới. Đột nhiên một tên đồng lõa la lên:

- Thuyền bị thủng! Thuyền bị thủng!

Nguyễn Tuấn cấp tốc hạ lệnh bịt chỗ thủng, nhưng càng bịt nước càng tràn vào nhiều hơn. Trong lúc cả thuyền cướp còn đang nhốn nháo và lúng túng, con thuyền bỗng từ từ được nâng lên cao, chỗ thủng từ từ bớt chảy nước, và một tia ánh sáng chiếu vào mạn thuyền. Bọn cướp nhìn nhau kinh ngạc. Nguyễn Tuấn nhô người ra nhìn, chỉ thấy một con vật khổng lồ, giống cá mà không phải cá, giống rùa mà không phải rùa đang kéo con thuyền đi ngược hướng, đáy thuyền dán sát trên mặt nước phăng phăng hướng về bãi cát Thiên Bộ sa.

Nguyễn Tuấn chưa kịp hiểu ất giáp chuyện gì đang xảy ra cho họ, con cá ngao đã kéo thuyền cướp đến gần bãi cát, dùng lưng ủi một cái, thuyền đã bị đẩy lên bãi.

Con kim ngao trút bỏ được gánh nặng, thấy nhẹ nhõm hẳn, đang muốn uốn mình lao vào dòng nước giỡn sóng một chút cho khuây khoả thì đã nghe Ngài Quán Âm đứng trên lưng hắn mắng rằng:

- Đừng có phá phách mà bẩn kinh Phật bây giờ!

Không còn cách nào hơn, con kim ngao chỉ biết chở ngài Quán Âm từ từ đến Lạc Ca sơn.

Bọn giặc cướp thấy tình cảnh chiếc thuyền như thế, đứa nào cũng run lẩy bẩy, bèn bỏ thuyền chạy trốn.

Những vị tăng giữ lầu Tàng kinh của chùa Pháp Vũ nghe tin ấy, chạy một mạch tới bãi cát, chỉ thấy vị tăng Nhật Bản đang đối diện với núi Lạc Ca, tụng kinh "Từ Bi" sang sảng, quỳ mọp xuống đất không ngẩng đầu lên. Các thầy đến Thiên Bộ sa xem xét, quả nhiên nhìn thấy những bộ Kinh bị mất cắp không thiếu bộ nào, bèn mừng rỡ đưa kinh Phật trở về lầu Tàng kinh.

38. TRUYỀN TÍCH AM MAI PHÚC

Những năm cuối triều Tây Hán có một vị quan huyện họ Mai tên Phúc, tự là Tử Chân. Ông là người cương chính, không biết a dua nịnh nọt, có mấy lần dâng biểu lên Hoàng Đế khuyến thỉnh vua nên trừ diệt bọn loạn thần phản tặc, trọng dụng những vị trung thần hiền lương, cải thiện những tệ đoan trong chính sách trị dân để trung hưng nhà Hán.

Nhưng ông khổ tâm khuyên giải mà chẳng có ích lợi gì. Một hôm Mai Phúc đi tản bộ dạo chơi ở ngoài thành, chợt thấy vài ba đứa bé trong thôn bắt được một chú chim nhỏ. Thấy dáng điệu chú chim tội nghiệp đáng thương, ông bèn đưa tiền cho mấy đứa bé xin chuộc nó. Càng nhìn ông càng thấy thương, bèn nhấc tay lên, chú chim tung cánh bay lên trên không, lượn vài vòng giống như một đóa mây ngũ sắc rực rỡ, rồi bay đi mất.

Mai Phúc quay bước trở về nhà, trong lòng cảm thấy hân hoan vui vẻ. Bỗng có hai tên lính lệ của nha môn ùa đến, dùng xiềng xích trói ông lại kéo đi.

Thì ra Vương Mãng soán vị lên ngôi vua, vì sợ dân chúng không thần phục nên hễ ai phản đối thì muốn giết cho tận gốc đi. Mai Phúc là một trong số những người đó. Thế là Mai Phúc biến thành một tên tội phạm, bị áp giải về kinh đô.

Một bữa trưa nọ, chú chim sặc sỡ ngày nào đột nhiên bay đến nhẹ nhàng đậu lên vai ông, gật gật đầu, vẫy vẫy cánh, rung rung bộ lông tuyệt đẹp của mình, rồi "phù" một tiếng, bay vút lên trên không. Ngay sau đó, có tiếng sét đánh "ầm", trời đất tối sầm, đất cát bay mù mịt. Gông cùm trên thân Mai Phúc bị một tảng đá bay lên đập nát, và hai tên công sai hai bên thì bị một trận cuồng phong cuốn đi mất.

Đến khi mây tan gió lặng thì Mai Phúc đã đến bờ biển Đông Hải không biết tự bao giờ. Đang lúng túng không biết phải làm gì, bỗng có một chiếc thuyền nhỏ không buồm không lái bồng bềnh trôi đến trước mặt ông. Thế là ông lồm cồm bò lên thuyền.

Khi Mai Phúc còn nằm trên thuyền nửa mê nửa tỉnh thì thuyền đã trôi đến bờ biển của Phổ Đà Sơn và dừng lại. Ông giương mắt nhìn, chỉ thấy trên đảo có những hàng cây xanh rì tỏa bóng mát, hoa trái sum suê. Thế là ông vội vàng trèo mau lên núi.

Hái quả trên cây dùng bữa xong, Mai Phúc cảm thấy toàn thân sảng khoái, chân tay nhẹ nhàng lanh lẹ. Trèo lên đến đỉnh núi, phóng tầm mắt nhìn ra xa, ông thấy những cánh buồm trắng dật dờ điểm trên mặt biển mênh mông, núi cao lên tận mây trời, xung quanh thì chim ca bướm lượn. Mai Phúc cảm thấy vui thích, bèn tìm đến một động đá vào đó ẩn cư, tĩnh tọa luyện đan.

Vài trăm năm sau, Bồ Tát Quán Âm tạo lập đạo tràng tại Phổ Đà Sơn. Một hôm, ngài đi tản bộ đến Tây Thiên, thấy Mai Phúc tóc bạc phau phau, da dẻ hồng hào, cốt cách phi phàm, biết rằng ông đã tu tiên đắc đạo, nên cố ý hỏi :

- Cửa Phật thuyết Pháp tụng kinh để siêu độ chúng sinh, còn ông ở đây xây vạc tu hành để làm gì thế ?

Mai Phúc nhìn ngài Quán Âm, không tìm ra lời để đáp. Ngài nói tiếp :

- Ông chỉ muốn trốn tránh thế giới loạn lạc để tự mình no đủ, có biết là chúng sinh phàm trần đang chịu khổ đau không? Sao không vì dân mà đi trừ yêu ma?

Ngài Quán Âm nói xong, quay lưng lướt đi.

Càng suy nghĩ, Mai Phúc càng thấy lời nói của Quán Âm Bồ Tát rất có lý. Thế là một đêm sáng trăng, ông bước ra khỏi động luyện đan, rời Phổ Đà Sơn, đi vân du phát thuốc cứu thế.

Mai Phúc làm được rất nhiều việc cứu tế trong dân gian. Vì thế, để kỷ niệm Mai Phúc, dân gian bèn dựng một cái am bên cạnh động luyện đan của ông, đặt tên là am Mai Phúc, rồi còn đắp tượng của ông, đặt ngồi bên cạnh ngài Quán Âm.

39. TRUYỀN TÍCH NÚI CẨM BÌNH

Phía sau chùa Pháp Vũ có ngọn núi Cẩm Bình, tương truyền rằng đó là gấm vóc do ngài Quán Âm dệt chồng chất lên mà thành. Núi Cẩm Bình nguyên là một bãi đất hoang. Trên bãi đất hoang đó có một ngôi nhà của hai mẹ con ở.

Đó là một bà mẹ với đứa con trai. Đứa con trai cưới vợ, cô con dâu là một người rất chịu khó làm lụng, nào giặt giũ thổi cơm, nào chặt củi trồng rau, việc trong việc ngoài, việc gì cô cũng làm được. Nào ngờ bà mẹ chồng lại là người vừa khắt khe vừa ác độc, hay vạch lá tìm sâu, hạch hỏi con dâu đủ chuyện, không bao giờ hài lòng. Cậu con trai là người con có hiếu, không dám trái ý mẹ, tuy biết vợ mình chịu oan ức, cậu buồn lắm nhưng chỉ biết an ủi khuyên giải vợ, khuyên vợ phải nhẫn nhục, nhẫn nhục hơn nữa.

Không lâu sau, cậu con trai phải rời nhà đi làm ăn xa. Trước khi đi, cậu trăm câu ngàn cú dặn dò khuyên nhủ vợ, khuyên cô hãy cố gắng nhẫn nhục chịu đựng mà chờ chồng về. Con trai đi rồi, bà mẹ chồng đối với con dâu trở nên hà khắc hơn, trong ngày hễ có chút giờ trống thì bắt cô bửa củi, buổi tối về nhà thì dệt gấm. Mỗi ngày làm việc như thế không phút nào ngừng mà bà mẹ chồng vẫn chưa vừa lòng, khi thì nói cô bửa củi không đủ, khi thì mắng cô dệt hư cả gấm. Lại có lúc mắng nhiếc con dâu mà chưa thấy đủ, bà còn đánh đập cô nữa. Cô con dâu thật sự hết chịu đựng nổi, bao lần nghĩ tới chuyện kết liễu cuộc đời, nhưng không nỡ bỏ người chồng đang xa nhà.

Có một hôm, cô con dâu gánh củi về nhà, vừa mệt vừa đói, toàn thân không còn chút sức lực. Bỗng nhiên trước mắt cô là một màn đen, cô ngã nhào xuống đất bất tỉnh nhân sự. Trong phút mông lung, cô nghe như có ai gọi cô bên tai, mở mắt ra nhìn thì thấy trước mắt là một thiếu phụ giống hệt mình từ áo quần đến mặt mũi. Thiếu phụ đỡ cô ngồi dậy, vui vẻ bảo:

- Xong rồi, xong rồi, vậy là cô tỉnh lại rồi ! Chồng cô đang chờ cô ở Ninh Ba đấy, cô mau đi gặp ông ấy đi!

Nói xong, người thiếu phụ gánh củi lên toan bỏ đi. Người con dâu lập cập bò dậy, chợt thấy khoẻ khoắn trong người, tràn đầy sức sống. Cô vội vàng chạy tới cản đường người thiếu phụ nọ, nói rằng:

- Chị ơi, cảm ơn chị giúp em, nhưng chị để em gánh củi về đi chị!

Người thiếu phụ đưa tay nhẹ điểm lên trán cô, nói:

- Biển khổ vô biên, quay đầu là bờ!

Cô con dâu chợt không giành giật nữa, quay đi đến bến tàu, bước lên một chiếc thuyền không buồm không lái, nhắm hướng Ninh Ba mà lướt sóng.

***

Bạn có biết người thiếu phụ nói trên là ai không? Chính là Bồ Tát Quán Thế Âm cứu khổ cứu nạn. Ngài biết được cô con dâu bị bà mẹ chồng hành hạ ngược đãi nên đặc biệt đến cứu.

Quán Âm Bồ Tát gánh củi về nhà. Bà mẹ chồng người phàm mắt thịt làm sao phân biệt được thật giả, chỉ nghĩ rằng con dâu mới bửa củi gánh về, nên bảo cô mau húp chén cháo lỗng để còn vào phòng dệt gấm.

- Hôm nay mi gánh củi về muộn nên ta phạt đêm nay phải dệt hai tấm.

Bà cho rằng trong một đêm cô con dâu không có cách nào dệt nổi hai tấm gấm. Lúc ấy bà sẽ có cớ để đánh mắng cô. Nào ngờ hôm sau mới tảng sáng, hai tấm gấm đã được trải ra ngay ngắn trước mắt bà.

Bà sững sờ, nhưng lại ra lệnh đêm sau phải dệt 4 tấm, rồi đêm thứ ba 8 tấm... Cứ như vậy, mỗi ngày một tăng thêm. Thế mà "nàng dâu" cũng cứ vậy mà hoàn thành theo đúng ý muốn của bà.

Bà mẹ chồng thấy sự việc quá kỳ quái, sinh lòng tò mò, nên nửa đêm lén bước đến phòng dệt nhìn trộm. Bà nhìn đến đờ đẫn, miệng há hốc không ngậm lại được! Thì ra "nàng dâu" mọc ra tới ngàn cánh tay, và trong mỗi bàn tay có một con mắt sáng lóng lánh. Cô dùng ngàn tay ngàn mắt mà dệt gấm nên dệt nhanh như bay, gấm vóc từ máy dệt tuôn ra như thác đổ cuồn cuộn.

Bà mẹ chồng cứ đứng như trời trồng, quên bảo "nàng dâu" ngừng lại nên gấm vóc càng lúc càng nhiều, chôn vùi cả bà và ngôi nhà nhỏ, rồi chất cao lên mãi thành một ngọn núi.

Từ đó Phổ Đà sơn có thêm một thắng cảnh. Đó là ngọn núi Cẩm Bình, chính là gấm vóc do ngài Quán Âm dệt chất lên mà thành.

40. CÕNG ĐÁ LUI QUÂN GIẶC

Ở Đại Lý, tỉnh Vân Nam, dân tộc Bạch Tộc sống quây quần với nhau trong một sơn trại. Trong sơn trại có một ngôi miếu thờ một bức tượng Quán Âm lưng cõng một tảng đá lớn. Nghe nói rằng ngôi miếu này đã được dân Bạch Tộc xây lên từ thời nhà Hán để tạ ơn ngài Quán Âm.

Đại Lý ở Vân Nam đất đai phì nhiêu, non xanh nước biếc. Người Bạch Tộc đã định cư ở đây từ không biết bao nhiêu thế hệ rồi. Đó là một sắc dân hiền lành chất phác, siêng năng cần mẫn và còn hát hay múa đẹp. Họ sống một đời sống thanh bình, đủ ăn đủ mặc. Nhưng những năm cuối của triều đại nhà Hán, thiên hạ loạn lạc, dân Bạch Tộc bị nạn đao binh đe dọa.

Số là có một vị tri phủ ở Quế Lâm, Quảng Tây, đã dấy binh làm loạn và muốn kiếm tiền mua binh khí và lương thực nên nhắm sơn trại Đại Lý của dân Bạch Tộc, quyết định kéo binh đến xâm chiếm sơn trại. Vị tri phủ nọ thừa biết dân Bạch Tộc hiền lành, không có phòng vệ, cho rằng xâm chiếm sơn trại cướp đoạt tiền tài của cải của dân Bạch Tộc là một việc dễ dàng như trở bàn tay, nên dẫn đầu một toán binh sĩ hăm hở rầm rộ lên núi.

Nghe tin này, dân Bạch Tộc kinh hoàng, không ai là không lo sợ bất an. Ngay đúng cái thời điểm nguy hiểm đó, Bồ Tát Quán Âm đặt chân lên sơn trại.

Đầu tiên, Ngài hóa thành một vị du tăng hành cước, tìm đến nhà trại chủ xin tá túc qua đêm. Trại chủ đang ưu sầu ủ ê, không biết sao đối phó với đám loạn binh đang kéo đến, nên nói với vị tăng hành cước:

- Sư phụ ơi, sư phụ đừng nghỉ chân đêm nay ở chỗ này

thì hơn. Sư phụ không thấy đám loạn binh đang muốn xâm chiếm sơn trại của chúng tôi đó sao? Chúng tôi đang bàn tính với nhau tìm cách chống cự, nhưng ở đây binh lính không đông, tướng tá cũng không nhiều, làm sao chống cự lại họ! Dân chúng trong làng đang kiếm đường chạy giặc tứ tán, sư phụ nên chạy trốn đi để khỏi mất mạng.

Ai ngờ vị tăng hành cước điềm nhiên trả lời:

- Xin trại chủ bớt lo phiền, bần tăng có cách làm cho họ lui binh.

Trại chủ nhìn vị tăng một cách kinh dị:

- Làm cho họ lui binh? Sư phụ chỉ có một mình, làm cách nào để đẩy lùi họ được?

Vị tăng đáp:

- Bần tăng có cách. Chỉ xin trại chủ y theo lời của bần tăng mà bố trí là được. Một là tứ bề xung quanh thôn trại, phải cắm cờ xí cho nhiều vào. Hai là đặt chừng một trăm người lính đứng thủ vệ cửa trại một cách chỉnh tề để cho địch tưởng rằng bên trong sơn trại có một số đông quân lính đang mai phục và phòng vệ cẩn mật. Một chút nữa khi địch quân tới, một mình bần tăng sẽ đi chận họ lại.

Nói xong vị tăng rời sơn trại. Trại chủ bán tín bán nghi nhưng cũng cho sắp đặt bố trí y như lời vị tăng dặn dò.

Lúc ấy, một toán quân do vị tri phủ lãnh đạo hùng hổ xông lên sơn trại. Ở một chỗ cách sơn trại chừng vài trăm thước, tri phủ thấy một một người đang chận lối đi, thì ra đó là một bà già đầu tóc bạc phơ, lưng cõng một khối đá to tướng. Khối đá này vuông vức mỗi bề chừng hai xích, nặng ước chừng một trăm mấy chục cân là ít. Thế mà hơi thở bà cụ vẫn đều đặn, chân bước thoăn thoắt, nhẹ nhàng ném khối đá lên mặt đất. Nhìn trên mặt đường thì đã có rất nhiều khối đá lớn như thế chồng thành một núi cao, ngăn trở không có đội quân nào tiến vào được. Những tên lính tiên phong cảm thấy kỳ dị bèn hỏi bà cụ rằng:

- Bà cụ kia, đang làm gì đó? Già cả như vậy làm sao khiêng nổi một tảng đá lớn như thế?

Bà cụ cười đáp:

- Mấy ông không thấy sao? Tôi chồng đá để chận đường quân địch đó mà! Tôi thì già rồi, mấy viên đá nhỏ này ăn thua gì, chứ mấy anh chàng thanh niên trẻ tuổi trong trại thì khác, họ khiêng đá tảng nào tảng nấy to hơn thế này nhiều!

Người binh sĩ tiên phong nghe bà cụ nói thế bèn nói riêng với tên lính bên cạnh:

- Nếu bà già này mà sung sức như vậy thì bọn trai trẻ trong trại chắc là sức mạnh vô địch! Thật là đáng sợ.

Nói xong vội vàng trình tự sự lên vị tri phủ. Tri phủ tiến đến gần đội quân tiên phong, nhìn thấy tường đá rồi thì sợ hãi vô cùng. Ngước lên nhìn lần nữa thì thấy xung quanh trại cờ xí phần phật trong gió, đội quân thủ vệ thì tề chỉnh nghiêm mật, uy phong lẫm lẫm, bỗng đâm ra rụt rè, thầm nghĩ:

- Dân trên núi này sức mạnh vô song, ta không phải là đối thủ của họ, tự nhiên tiến vào chiếm đất thế nào cũng bị thua to!

Nghĩ thế xong bèn lập tức hạ lệnh lui binh. Bọn lính rút về Quảng Tây, thầm lặng như những con rùa rụt đầu.

Dân chúng từ sơn trại nhìn xuống, thấy rõ ràng mọi sự đã xảy ra. Trước tiên, họ ngạc nhiên thấy có một bà lão không biết từ đâu xuất hiện, nhưng lại không thấy vị tăng hành cước đâu nữa. Sau đó họ thấy bà lão ung dung thư thái từ eo núi bước ra với những tảng đá lớn trên lưng, rồi lại thấy đoàn quân giặc lên núi, không đánh mà lui thì vừa kinh ngạc vừa mừng rỡ. Đợi quân địch rút lui xong, dân làng mới chạy túa ra đi tìm bà lão, nhưng bà đã biến đâu mất từ lâu!

Về sau, có một ông lão Phật tử duy nhất trong sơn trại bỗng nhiên đại ngộ, nghĩ ra rằng vị tăng hành cước và bà lão kia đều là Bồ Tát Quán Âm hiển thánh, và nói lên sự khám phá của mình cho mọi người nghe.

Dân làng ùn ùn quỳ xuống khấu đầu lễ tạ, tạ ơn Bồ Tát đã cứu họ khỏi nạn đạo binh, người mất nhà tan. Sau đó họ còn cùng nhau lập miếu thờ bức tượng Ngài Quán Âm cõng đá để đời đời ghi nhớ công ơn hóa độ của Ngài.

41. HÒA THƯỢNG GIẢ BỊ PHẠT

Ngày xưa có một nhà phú hộ, lớn tuổi rồi mới sinh được đứa con muộn, đặt tên là Thừa Tài.

Thời gian qua như thoi đưa, 18 năm sau Thừa Tài trở thành một thanh niên chơi bời phóng đãng, cả ngày ở ngoài đường rượu chè trai gái, chơi hoa bẻ cành, tiêu phí không biết bao nhiêu là tiền bạc. Lão phú hộ cưng con như ngọc, không những không trách mắng lấy nửa câu mà còn đắc ý nói rằng: "Tiền đi rồi tiền trở lại mà!"

Năm ấy lão phú hộ qua đời, gia tài kếch xù kia để lại hết cho Thừa Tài. Từ đấy, Thừa Tài mặc sức tiêu phí, nào cờ bạc, nào lầu xanh, càng chơi bời càng sa lầy, không thể nào quay về con đường thiện được nữa. Không đến ba năm sau, gia tài to lớn của cha để lại đã tiêu tán sạch sành sanh!

Từ một anh công tử con nhà phú hộ từ bé đến lớn chỉ biết ăn thịt uống rượu, trau tria chải chuốt, nay Thừa Tài đã biến thành một kẻ áo quần lam lũ, tóc tai bờm xờm như ăn mày, láng giềng không buồn ngó ngàng đến, bạn bè cũ cũng xoay mặt làm ngơ, ai nhìn cũng thấy phát ghét.

Thừa Tài nghĩ:

- Tiếp tục sống kiểu này thì thật là sống cũng như chết, phải tìm một con đường khác mới được.

Một hôm, hắn thấy một vị xuất gia đến làng của mình hóa duyên, được bất luận người giàu hay nghèo, ai ai cũng kính cẩn cúng dường. Thừa Tài thấy thế tròng mắt láo liên, nghĩ ra một kế:

- Đúng rồi! Giả dạng làm thầy chùa đi xin tiền, đúng là làm ăn không cần vốn!

Thế là hắn cạo đầu nhẵn thín, ăn mặc như thầy tu, đi sang làng khác hóa duyên. Nhưng mấy ngày sau, bụng no thì có no nhưng cặp đùi thì nhức nhối, chân đi khập khiễng, hắn biến thành một "ông thầy cà thọt".

Hóa duyên thật là khổ, Thừa Tài bèn nghĩ đến chuyện để tóc lại. Hôm ấy đang đi trên đường, bỗng thấy một ni cô trẻ tuổi đi ngang, chắp tay nói với hắn:

- Chưa thoát được tục lụy, đến Nam Hải lễ Phật, trước tiên phải bỏ ác, sau mới trở thành thiện.

Thừa Tài thấy đột nhiên xuất hiện một ni cô xinh đẹp mỹ miều, đến gặp mình nói chuyện có câu có kệ thì lập tức tươi cười hí hởn, tà niệm nảy sinh. Vị ni cô trừng mắt một cái và bỏ đi lập tức, Thừa Tài chưa đi được mấy bước cà thọt mà người đẹp đã biến mất đằng xa.

Thừa Tài nhìn theo bóng dáng của cô, hai con mắt cứ xoay tít:

- A, Nam Hải Phổ Đà Sơn, chính là chốn Cực Lạc của các đệ tử nương thân cửa Phật đây mà!

Càng nghĩ hắn càng thích thú, thế là hắn vượt biển đến đảo Phổ Đà. Tuy nhiên, hắn biết mình là một ông sư giả, không dám đến các chùa lớn xin tá túc mà chỉ dựng một túp lều tranh nhỏ ở ngã rẽ đường Ngọc Đường, bày một bức tượng Bồ Tát Quán Âm, gõ mõ thật to và tụng kinh Phật thì lí nhí trong họng, hóa duyên với khách hành hương qua lại.

Quả nhiên chuyện "làm ăn" của hắn cũng phát đạt, cuộc sống trở nên dư dả, nhưng tâm thì càng ngày càng gian tà. Không lâu sau, hắn bỏ túp lều tranh và chỉ chuyên môn theo đuổi các nữ hương khách trẻ tuổi, làm ô uế cửa Phật bằng những hành động đồi phong bại tục.

Một hôm Thừa Tài đến động Triều Âm, nham nhở nhìn ngắm những cô khách hành hương trẻ, có lúc dùng lời cợt nhã sàm sỡ để trêu ghẹo, có khi tìm cách kề vai sát vế, khiến cho các cô sợ hãi lúng túng, chỉ ráng trốn tránh mà không dám phản đối ra mặt.

Từ rừng Trúc Tím bỗng nhiên có một ni cô trẻ tuổi bước ra, trừng mắt nhìn Thừa Tài một cái rồi quay đi về phía động Quán Âm.

Thừa Tài nhận ra vị ni cô xinh đẹp mà mình đã có lần gặp bèn la lớn:

- Cô ấy đây rồi! Đúng là "hữu duyên thiên lý năng tương ngộ" mà!

Ba hồn chín vía của hắn đê mê, con mắt háo sắc của hắn như bị thôi miên, rồi như thể có một sợi dây vô hình nào kéo đi, hắn đi theo ni cô không rời nửa bước.

Một ni một tăng, người trước người sau, đi từ Quán Âm Động đến tảng đá Bàn Đà ở Tây Thiên, đi ngang Am Mai Phúc, vượt qua tảng đá có khắc chữ Tâm, chùa Phổ Tế, động Triều Dương, rồi ven theo bãi cát ngàn bộ (Thiên bộ sa), xuyên qua đình Vọng Hải, đi ngược về thung lũng cát bay

(Phi sa áo), và cuối cùng đến động Phạm Âm.

Đi một vòng như thế khiến Thừa Tài nhức nhối tới long cả xương chân, mũi thở phì phì.

Trời bắt đầu tối, xung quanh không có một bóng người. Thừa Tài thấy ni cô ngồi xuống một cái lan can bằng đá, cúi đầu chăm chú nhìn cảnh chiều trên biển, bèn bổ xông tới như con chó đói. Nào ngờ đầu hắn bị va vào thành đá lan can nghe cái "rầm", máu chảy dầm dề. Vị ni cô nọ đã ngồi trên hoa sen từ bao giờ, đưa tay về phía Phạm Âm động phất nhẹ, từ trong động chợt vọt ra một ngọn sóng cao cả trăm trượng, cuốn Thừa Tài ra biển Liên Hoa biến thành con cá heo.

Thừa Tài hối hận cũng đã muộn. Từ đó mỗi kỳ nước lũ mùa xuân người ta lại nghe "bõm, bõm", đó là con cá heo từ ngoài biển khơi hướng về Phổ Đà Sơn mà lễ bái, cầu xin Bồ Tát Quán Âm phát từ bi tâm xá tội cho nó. Nhưng tội nó tà tâm làm chuyện xấu xa, ô uế đất Phật hẳn còn phải chịu hình phạt đó thêm nhiều đời nữa.

42. LẦU QUÁN ÂM

Vào thời Đông chinh, vua Đường Thái Tông mỗi lần đi hay về cũng đều ngừng chân lại ở Kế Châu. Về tới Trường An rồi, để chứng tỏ sự lưu tâm của mình đối với dân chúng ở Kế Châu, vua đặc biệt phái Uất Trì Kính Đức[1] đến đấy trông coi việc xây cất một ngôi chùa.

Lệnh của vua là phải xây một ngôi chùa to nhất nước, và khắc một pho tượng Phật cũng lớn nhất nước, toàn quốc không có ngôi chùa nào hay pho tượng Phật nào lớn bằng.

---

[1] Uất Trì Kính Đức: một võ tướng nổi danh đời Đường.

Uất Trì Kính Đức phụng mệnh vua, bèn triệu tập hơn mười người thợ nổi tiếng, bảo họ phác thảo mô hình một cái lầu Quán Âm cho chùa Đại Phật. Ông đòi hỏi rằng:

- Tượng Phật cao nên lầu cũng phải cao. Không được dùng đinh, không được dùng ốc. Bây giờ các ông cũng như Bát Tiên sang sông vậy, mỗi người hãy về thi thố tài năng của mình đi!

Một tháng sau, những người thợ trình lên cho ông một vài mô hình, nhưng ông xem một lúc, lắc đầu không ngừng, không có cái nào được ông chấm cả. Cái thì bắt chước những kiến trúc bằng gỗ đã từng xây ở chỗ khác rồi nên không có cá tính gì cả; cái thì quá cứng ngắc, không đủ đẹp mắt và trang nhã; cái thì tạm có thể gọi là tinh xảo nhưng lại không thể chứa được một pho tượng Phật cao năm, sáu trượng.[1]

Một tháng lại trôi qua, đám thợ lại trình lên một vài mô hình khác. Uất Trì Kính Đức mới thoạt nhìn đã giận quá, râu xõa ra hết, vì mấy cái mô hình ấy, cái nào cũng như cái nấy, chỉ là những đồ bỏ đi không hơn không kém! Ông lớn tiếng quát lên:

- Đồ ngu! Đồ ngu!

Không có mô hình nào của lầu Quán Âm làm cho Uất Trì Kính Đức vừa ý, khiến ông lo lắng sủi cả bọt mép, ăn thì nuốt không xuống, ngủ thì không chợp mắt được.

Buổi chiều hôm ấy, ông ngồi nốc một mình hai lượng rượu giải sầu, mê mê tỉnh tỉnh dựa vào chồng mền được xếp ngay ngắn đằng sau lưng, đột nhiên thấy một ông lão râu đen đẩy cửa bước vào phòng, tay cầm một cái lồng dế. Uất Trì Kính Đức nhìn cái lồng, nó không giống một cái lồng dế bình thường mà lại tinh xảo đặc thù, hình dáng như một cái lầu các, từ ngoài nhìn thì thấy có hai gian, từ trong nhìn thì thấy có ba tầng, ở giữa trống không thông lên tới đỉnh. Mắt ông

---

[1] Khoảng 17 đến 20 thước tây.

chợt sáng lên, đây đúng là một mô hình của lầu Quán Âm mà ông thấy trúng ý mình nhất. Ông vội hỏi:

- Sư phụ à, cái lồng dế này bao nhiêu tiền?

Ông lão râu đen đáp:

- Bao nhiêu cũng không bán.

Uất Trì Kính Đức lo quá:

- Tôi đặc biệt cần một cái lồng dế như thế này.

- Tôi đặc biệt đem cái lồng này đến tặng ngài đó chứ!

Nói xong ông lão râu đen đặt lồng dế lên bàn, quay người bỏ đi ra ngoài.

- Ông ơi khoan đi đã, để tôi trả tiền cho ông!

Uất Trì Kính Đức đưa chân lên toan chạy đuổi theo thì "huỵch" một tiếng, ông từ giường lăn xuống đất, thì ra đó chỉ là một giấc mộng!

Ông đứng dậy, lượt qua một lần trong óc những gì đã mộng thấy, mừng rỡ quá chạy ra khỏi phòng và ngay đêm ấy, cho gọi bọn thợ đến, tả lại cho họ nghe tỉ mỉ hình dáng cái lồng dế mà ông đã thấy trong mộng.

Bọn thợ nghe xong thì hiểu ý ông một cách rõ ràng. Họ làm việc ngày đêm không ngừng, chẳng lâu sau đã tạo được một cái mô hình của lầu Quán Âm. Uất Trì Kính Đức nhìn qua là vừa lòng ngay, thế là chỉ mấy ngày sau họ khởi công xây cất.

Ba tháng nữa trôi qua, sườn cốt của lầu Quán Âm đã được dựng lên, họ bắt đầu đóng cái rui. Một buổi trưa nọ, bọn thợ đang ngồi dưới đất vừa ăn cơm vừa cười nói vui vẻ, thì có một ông lão râu đen bước đến vái chào và nói:

- Tôi là thợ mộc, đi cùng với gia đình ngang qua đây nhưng hết tiền lộ phí, xin quý ông vui lòng cho tôi xin một chút cơm.

Bọn thợ nói:

- Mời ông ngồi xuống đây ăn chung với chúng tôi.

Ông lão đưa chén lên, và mấy miếng cơm rồi gắp một gắp rau bỏ vào miệng, vừa nhồm nhoàm nhai vừa nói:

- Thiếu muối!

- Ông ăn mặn quá nhỉ, chúng tôi đã bỏ muối vào rau nhiều rồi đấy!

Một người thợ vừa nói vừa đưa cho ông một nhúm muối.

Ông lão lại gắp rau rồi nói một lần nữa:

- Thiếu muối!

Một người thợ khác lại bốc muối đưa cho ông. Sau một lúc ông lại gắp rau ăn, dùng tay lau mồm, ngẩng cổ lên nhìn lầu Quán Âm, lắc đầu bước ra ngoài bỏ đi, vừa đi vừa lầu bầu:

- Thiếu muối! Thiếu muối!

Sau đó bọn thợ kể lại chuyện này cho Uất Trì Kính Đức nghe, ông này giật mình và nhận ra ngay: vóc người cùng mặt mũi của ông lão râu đen này giống y hệt với ông lão đã đem lồng dế lại cho mình trong mộng, không phải là thầy Lỗ Ban hiển thánh đó sao?

Ông đứng trước lầu Quán Âm, một mặt nhìn cái rui đã đóng xong, một mặt suy nghĩ đến hai chữ "thiếu muối". Thật lâu sau, ông chợt tìm ra đáp số cho bài toán đố trên: thì ra cái rui đỡ mái hiên ngắn quá![1]

Ông bảo thợ leo lên giàn, nối cái rui dài ra một xích.[2] Ôi! Tuyệt vời! Chống cái đấu xong thì mái hiên lầu dường như

---

[1] Chữ diêm (鹽) là muối đồng âm với chữ diêm (檐) là cái mái hiên, cũng đọc là thiềm; chữ đoản (短) là thiếu, cũng có nghĩa là ngắn. Ông lão luôn miệng chê "thiếu muối" là ý muốn nói mái hiên quá ngắn.

[2] Khoảng 33 cm.

muốn cất cánh bay lên vậy! Thế là Uất Trì Kính Đức ra lệnh chỗ nào của rui mái hiên có dáng hất lên như nét "khiêu"[1] thì đều nối dài ra một xích.

Một năm sau, lầu Quán Âm xây xong, Uất Trì Kính Đức muốn mời người đến viết cho một tấm biển, nhưng những nhà thư pháp nổi danh không phải dễ tìm.

Đêm hôm ấy ông vừa chợp mắt ngủ thì Lỗ Ban lại đến trong mộng bảo rằng:

- Chuyện viết biển đó, ông khoan hãy gấp. Hiện nay có một ngôi sao Thái Bạch vừa mới giáng trần, sinh ra sẽ là một nhà thơ rất lừng danh, hãy đợi ông ta viết biển cho!

Thế là Uất Trì Kính Đức không làm biển, và quả nhiên về sau khi nhà thơ Lý Bạch nổi tiếng rồi thì có người mời viết cho bốn chữ "Quán Âm chi các" trên một tấm biển vuông.

Uất Trì Kính Đức cung kính lễ lạy Lỗ Ban, vị thợ tài ba ấy. Xây xong lầu Quán Âm rồi, ông bèn dặn thợ lập một cái miếu cho Lỗ Ban ở phía đông cách đó không xa. Vì Lỗ Ban tên thật là Công Thâu Ban, là người nước Lỗ nên dân chúng quen gọi là Lỗ Ban, do đó miếu có tên là "Công Thâu tử miếu".

Hiện nay cái miếu tinh xảo, đặc thù ấy hãy còn tồn tại.

43. QUÁN ÂM TRÌ KINH

Những năm cuối đời nhà Đường, thiên hạ rất loạn lạc. Nào Hoàng Sào, nào Lý Khắc Dụng v.v... dấy binh ở Trung Nguyên làm cho sinh linh lầm than khốn khổ, người chết, người bị thương nằm ngổn ngang la liệt, thật là một cảnh tượng thương tâm!

---

[1] Là nét hất từ dưới lên trên trong thư pháp.

Thời ấy, dân chúng vùng Tô Châu, Hàng Châu bị nạn đao binh nhiễu hại nên lúc nào cũng sống trong phập phồng lo sợ. Ở Lâm An (Triết Giang), có một người tên là Tiền Lưu, là một người rất lương thiện chính trực, lại dũng cảm nghĩa khí, tự mình luyện tập võ công thâm hậu, nhìn thấy hoàn cảnh hỗn loạn, nhìn thấy dân chúng của cả vùng Tô Châu, Hàng Châu lúc nào cũng nơm nớp lo sợ, sự an toàn không được bảo đảm, nên rất muốn khởi binh để bảo vệ họ và để bảo toàn an ninh cho toàn vùng Đông Nam, tuy nhiên ông sợ không trù bị được lương thực khí giới, lại sợ việc không thành mà còn bị gán cho tội phạm thượng làm loạn. Vì thế ông do dự mãi không dám quyết định.

Một hôm bỗng nhiên ông nằm mộng thấy Bồ Tát Quán Âm nói với ông rằng:

- Tiền Lưu, ông đừng lưỡng lự nữa, ông đã có ý muốn bảo toàn an ninh cho dân chúng miền Đông Nam và có tâm muốn cứu dân thoát khỏi cảnh binh lửa, thì đó là một thiện tâm hiếm có. Trời luôn luôn phù hộ người thiện nên sẽ phù hộ cho ông trăm trận trăm thắng, ông hãy mau khởi binh đi!

Tiền Lưu bèn đem nỗi lo âu của mình bạch với Bồ Tát, Ngài trả lời:

- Ông đừng lo những chuyện đó, đừng rụt rè nhát gan, mà phải biết rằng một người thôi mà cũng có thể có ngàn tay ngàn mắt. Không tin, ông hãy xem ta.

Bồ Tát nói xong, Tiền Lưu thấy trước mặt mình là một vùng ánh sáng chói lòa, rồi lại thấy kim thân Bồ Tát ngàn tay ngàn mắt, cao một trượng sáu hiện ra trong vùng ánh sáng ấy. Ngài Quán Âm còn nói thêm để thuyết phục ông:

- Tiền Lưu, ông phải biết, nếu vì người khác mà có ngàn tay ngàn mắt thì sẽ lập được sự nghiệp thiên thu. Ông đừng chần chờ nữa, cứ dũng cảm mà ra tay, tính mệnh của sinh tinh toàn vùng Đông Nam nay đã trói buộc vào chỉ một mình ông mà thôi đó! Khởi binh thành công rồi, mong ông quy y tin tưởng Phật Pháp, lấy từ bi làm tôn chỉ để lợi ích cho quần sinh. Nếu được như thế thì hai mươi năm nữa, ông hãy đến núi Thiên Trúc tìm ta.

Tiền Lưu tỉnh dậy rồi thì rất kinh ngạc, tự nghĩ rằng:

- Bồ Tát đã chỉ dạy, lời Ngài nói chắc chắn không sai.

Thế là ông lập kế khởi binh, chiêu tập các thanh niên tráng kiện dũng cảm trong các xóm làng. Ông còn bảo người vẽ cho ông một tấm tranh Bồ Tát Quán Âm ngàn tay ngàn mắt để treo trong nhà, và kể cho những thanh niên dưới trướng nghe chuyện Bồ Tát Quán Âm đã ứng mộng bảo ông khởi binh bảo vệ an ninh cho dân chúng ở miền Đông Nam.

Nghe nói chính Bồ Tát Quán Âm đã chỉ dạy, có Bồ Tát Quán Âm phù hộ, người nào cũng phấn khởi và can đảm lên, tin tưởng bội phần, tham gia nườm nượp, chẳng bao lâu đã tổ chức thành một đoàn quân hùng hậu. Dưới sự chỉ huy của Tiền Lưu, quả nhiên đoàn quân hùng hậu này đánh tới đâu thắng tới đó, lập kỳ công dồn dập, bảo vệ được nửa dải giang sơn miền Đông Nam và mang lại cảnh thái bình an lạc cho trăm họ. Từ Thái thú Tô Châu, Tiền Lưu đã lên ngôi Ngô Việt Vương, danh tiếng truyền đến ngàn đời.

Tiền Lưu vẫn khắc ghi trong lòng lời dặn dò của Bồ Tát Quán Âm, tin kính Phật thuần thành, một lòng hướng thiện, thương yêu bảo bọc dân như con ruột, biến vùng Tô Châu Hàng Châu thành một dải đất phồn vinh thịnh vượng, trăm họ an cư lạc nghiệp.

Hai mươi năm sau, Tiền Lưu nhớ đến lời dặn của Bồ Tát phải lên núi Thiên Trúc tìm, bèn lên đó cố gắng tìm kiếm khắp nơi, nhưng biết Bồ Tát Quán Âm sẽ hiển thánh ở nơi nào? Tìm tới tìm lui, đột nhiên ông nhìn thấy trước mắt, trên một tảng đá cao, có một vị tăng đang ngồi ngay ngắn chăm chú đọc một quyển kinh trong tay.

Tin chắc rằng đây chính là Bồ Tát hóa thân, ông vội vàng đến trước mặt vị tăng nhân sụp xuống lạy, bạch rằng:

- Bồ Tát trên cao, trong hai mươi năm qua đệ tử đã tuân lời giáo huấn của Bồ Tát, khởi binh dẹp loạn, tạo được công nghiệp. Nay dải đất Đông Nam đã bình an, cuộc thế bắt đầu ổn định. Đệ tử đã mệt mỏi với cảnh phồn hoa thế tục, quyết tâm nương cửa Phật, kính mong Bồ Tát phương tiện thâu nạp đệ tử.

Vị tăng nhân kia vội bỏ cuốn kinh trong tay xuống, đỡ Tiền Lưu dậy, cung kính trả lễ mà rằng:

- Đại vương, tôi không phải là Bồ Tát, ngài đã nhận lầm rồi. Bần tăng tên là Nhất Không, hành cước lên núi đi ngang qua đây, đã gặp được Bồ Tát tại đây, cũng chính Bồ Tát dạy tôi phải ở đây chờ đợi Đại Vương.

Tiền Lưu mừng rỡ hỏi:

- Bồ Tát đã đến thật rồi, vậy Bồ Tát đã dạy những gì?

Vị tăng nhân đáp:

- Hôm ấy ở đây cũng có một vị tăng nhân ngồi trên tảng đá này xem kinh. Lúc ấy tôi không biết đó là Bồ Tát, đến hỏi thăm Ngài, thì Ngài bảo có nhân duyên với bần tăng, muốn đem kinh "Đại Bi Tâm Đà La Ni" và kinh "Đại Bi" truyền trao cho bần tăng.

Ngài lại bảo hôm nay Đại vương sẽ đến nơi này, dạy bần tăng phải ở đây chờ đợi, nếu gặp Đại vương thì phải chuyển lời của Ngài cho Đại vương như sau: "Đại vương đã công thành danh toại, trăm họ tôn kính, nếu như Đại vương có thể hoằng dương Phật Pháp thì ảnh hưởng sẽ rất lớn, mong Đại vương tạo thêm công đức từ nay."

Hiện thời Bồ Tát sẽ không thâu nạp ngài vì chưa phải là lúc Đại vương nương thân cửa Phật. Trong tương lai, khi cơ duyên đầy đủ thì Bồ Tát sẽ đến độ ngài.

Lúc đó bần tăng mới biết là được gặp Bồ Tát, vội vàng khấu đầu lễ bái nhưng Bồ Tát đã ẩn thân rồi. Vì thế bần tăng vâng lời dạy của Bồ Tát, cung kính ở đây chờ Đại vương đến.

Tiền Lưu nghe thế, vui mừng không bút nào kể xiết.

- Bồ Tát đã quan tâm đến đệ tử như thế, lại một lần nữa chỉ bày đường đi nước bước, đệ thử thật là tri ân vô tận. Bồ Tát đã chỉ dạy rồi thì tôi sẽ tuân mệnh của Ngài và quyết tâm hoằng dương Phật Pháp một cách sâu rộng. Nhất Không đại sư, đại sư và tôi gặp nhau nơi đây thì đó cũng là nhân duyên giữa hai chúng ta. Để kỷ niệm Bồ Tát thị hiện trên núi này, tôi muốn lập một cái Am Xem Kinh ở đây. Tôi muốn thỉnh đại sư trụ trì am này, không biết đại sư có đồng ý hay không? Nếu đại sư đồng ý, kính xin đại sư ở lại nơi đây.

Pháp Sư Nhất Không nói:

- Đại vương tuân lời chỉ dạy của Bồ Tát mà hoằng dương Phật Pháp, muốn bần tăng trụ trì đại nghiệp thiên thu này, thật là một vinh hạnh lớn cho bần tăng, vậy bần tăng quyết sẽ giúp sức cho đại sư.

Ngô Việt Vương Tiền Lưu trở về Lâm An, không lâu sau, hạ lệnh xuất ra một khoản tiền, kêu gọi thợ đến núi Thiên Trúc xây một cái am trì kinh ngay chỗ mà Bồ Tát đã hiển thánh, dưới sự điều khiển của Pháp sư Nhất Không. Vài tháng sau, một cái am hùng vĩ tráng lệ được dựng lên một cách đồ sộ.

Trong am có pháp tượng trang nghiêm của Bồ Tát Quán Âm ngồi xếp bằng xem kinh, tòa sen của Ngài là lấy tảng đá trắng chỗ Ngài đã từng ngồi lên mà khắc thành. Đó là tượng

"Trì Kinh Quán Âm", hay còn được gọi là "Độc Kinh Quán Âm".

Ngoài việc xây "Am Xem Kinh" nói trên, Ngô Việt Vương Tiền Lưu còn hoằng dương Phật Pháp một cách rộng rãi ở vùng Tô Châu, Hàng Châu, đâu đâu cũng trùng tu lại các chùa chiền lớn nhỏ, tính ra cũng hơn trăm cái.

Dân chúng nhờ ông bảo bọc mà được sống cảnh an cư lạc nghiệp nên rất ủng hộ và yêu mến ông. Ngô Việt Vương tin Phật nên trăm họ ai ai cũng tin Phật, vì thế ở vùng Tô Châu, Hàng Châu tỷ số Phật tử cao hơn những chỗ khác. Phật giáo hưng thịnh ở Tô Châu, Hàng Châu chính là bắt đầu từ cuối đời Đường vậy.

44. QUÁN ÂM TRỊ CHUỘT TINH

Tương truyền rằng đời xưa, ở dưới lòng đất có một con chuột đã thành tinh, biết rằng trên nhân gian năm nào gặt hái cũng trúng mùa, nghĩ đến cuộc đời lạnh lẽo vắng teo của mình thì bèn lén tìm đến nhân gian, hy vọng có cách nào sống một cuộc sống ăn không ngồi rồi cho khoẻ!

Nhưng lên đến trần gian thì người nào thấy nó cũng miệng la tay đánh. Tuy con chuột này có phép thần thông, nhưng nó cũng biết là nếu làm cho dân chúng ghét thì nó sẽ bị bất lợi nhiều hơn là thắng lợi, vì thế nó cứ phải trốn chui trốn nhủi, có khi suýt phải mất mạng. Con chuột tinh càng nghĩ càng oán hận, nên mới tìm ra một độc kế để giết chết hết loài người trên trần thế mới hả giận!

Một hôm, con chuột tinh biến thành một thanh niên có cái mồm nhọn hoắc, đến chỗ Long Vương ở Đông Hải xin mượn đòn quang gánh với hai thùng nước biển để gánh đi bán trong nhân gian. Nó có phép thần thông nên tuy nói là chỉ một có một đòn quang gánh mà thôi, nhưng thật ra nó đã múc phân nửa số nước biển Đông đựng trong hai thùng nước rồi, chờ khi nào bán xong nước thì thế giới này sẽ bị đại hồng thủy làm cho ngập lụt và loài người sẽ chết hết không còn một ai sống sót.

Vừa khéo, Quán Âm Đại sĩ đi vân du bốn biển mới về tới, chỉ đảo mắt nhìn là Ngài thấy xuyên thấu bụng dạ tâm cang của con chuột tinh. Ngài bèn bỏ ý định trở về Triều Âm Động, mà âm thầm tìm đến gặp nó.

Trở lại con chuột tinh, xiêu xiêu vẹo vẹo gánh đôi gánh nước đi từ thôn này xuyên qua làng khác, vừa đi vừa rao hàng. Gánh nặng sưng cả bả vai, rao hàng đến khàn cả tiếng mà không một ai thèm mua nước biển của nó.

Hôm ấy nó gánh nước đến một ngã ba đường, đứng trước một mái nhà tranh đặt gánh xuống rao hàng. Trong nhà có một bà cụ đang ngồi xe chỉ dệt vải, nghe nó rao bèn vỗ vỗ áo, phủi phủi quần, gù lưng bước ra cửa nói rằng:

- Tôi đang muốn làm dưa cải muối đây, ông bán nước biển thật là vừa khéo! Gánh tới đây, tôi mua hết cho!

Con chuột tinh mừng thầm trong bụng, hỏi:

- Lu nước đâu?

Bà lão cười tươi như hoa, chìa ra một cái bình nhỏ trả lời:

- Đổ trước vào đây đầy bình cho tôi!

Con chuột tinh cảm thấy buồn cười, nghĩ bụng rằng:

- Cái bà già ăn mày này đến lạ, cái bình cỡ này thì chứa được bao nhiêu giọt nước?

Vừa nghĩ, nó vừa tiếp lấy bình đổ nước vào. "Ọc ọc, ọc

ọc…” đổ nửa thùng nước vào bình rồi mà sao bình vẫn chưa đầy? “Ọc ọc, ọc ọc…”, nửa thùng nước còn lại đã đổ vào nốt mà bình hãy còn trống. Con chuột kinh hoàng hỏi:

- Cái bình này là bình gì vậy?

Bà lão chỉ cười mà không đáp. Con chuột tinh lại nghĩ:

- Bình gì thì bình, trước sau gì bà cũng sẽ là người chết chìm trước!

Nó khiêng thùng nước kia đổ tiếp vào bình. Chỉ nghe tiếng nước róc rách mà vẫn chưa thấy nước tràn ra ngoài. Con chuột phát hoảng, đứng đực người ra. Bà lão cười nhạt một tiếng, nhẹ nhàng lấy bình về và quát:

- Nghiệt súc! Còn chờ gì mà chưa nhận tội?

Con chuột tinh định thần nhìn kỹ, thấy người cầm tịnh bình đứng trước mặt nó không còn là bà lão lưng gù mà lại là Quán Âm Đại sĩ! Nó sợ hãi thất sắc, vội quay đầu chạy trốn.

Chạy, chạy, chạy thôi là chạy! Chạy một đỗi thì con chuột tinh cảm thấy vừa đói vừa khát. May quá, đầu đường có một quầy hàng trà bánh, đúng lúc ấy có rất nhiều người đang đứng đấy uống trà ăn bánh. Con chuột oán hận quá gây gổ ngay:

- Giỏi cho bọn bây! Ông thì phải trốn chui trốn nhủi, còn bọn bây thì ở đây mà tiêu dao tự tại!

Bất cần mọi sự, nó đưa tay tính chộp lấy trà bánh nhưng cô chủ quầy không bằng lòng bán chịu, bắt nó phải trả tiền trước rồi mới được ăn. Trong thân đã không có một đồng một xu, vừa đói lại vừa khát, con chuột thẹn quá hóa khùng, trong nháy mắt bỗng nghe “chít chít” loạn xạ, và vô số chuột không biết từ đâu chui ra ùn ùn trèo lên quầy tranh ăn. Nào ngờ cô chủ quầy phóng ra mấy chú mèo và cười ha hả:

- Mèo bắt chuột! Mèo bắt chuột!

Đàn chuột sợ hãi chạy trốn tán loạn, trong chớp mắt không còn một con.

Con chuột tinh không chịu thua, tính trút cơn giận lên đầu cô chủ, nhưng nào ngờ mới nhìn lên thì rõ ràng trước mặt mình lại là phạm tướng của Bồ Tát Quán Thế Âm! Con chuột tinh như bị điện giật, vừa lăn vừa bò ra chạy trốn.

Chạy, chạy, chạy thôi là chạy! Chạy một đỗi thì con chuột tinh cảm thấy vừa mỏi vừa mệt, bèn nhủi vào một quán ăn nhỏ nghỉ chân. Ông lão chủ quán đến hỏi nó muốn ăn gì, nó thấy rằng mì nước vừa làm cho no bụng vừa giải khát bèn gọi một tô mì nước. Làm sao nó biết được lão chủ quán cũng chính là Quán Thế Âm Bồ Tát hóa thân! Đang lúc nó xì xà xì xụp húp tô mì nóng đến nỗi mồ hôi tuôn đầy đầu, lão chủ quán nhẹ đưa ngón tay lên quẹt mặt bàn một cái là từng sợi từng sợi mì biến thành từng sợi dây sắt khiến nó nghẽn họng như thể mắc xương cá, đau quá lăn đùng xuống đất, lăn tới lăn lui mấy lần thì hiện nguyên hình con chuột to màu xám, kêu chít chít loạn xạ, khẩn cầu Quán Âm tha mạng.

Quán Âm vốn từ bi, chỉ giam nó vào trong một động đá không đáy, khiến nó vĩnh viễn không thể ra ngoài nhiễu hại chúng sinh nữa.

45. TRÓI QUỶ LA SÁT

Bồ Tát Quán Âm, một lòng chỉ nghĩ đến chuyện cứu độ trăm họ trong thiên hạ, thường hay quan sát những áng mây lững lờ bay trên trời. Một hôm, Ngài thấy bầu không khí ở bên trên vùng tây bắc tỉnh Vân Nam nổi lên từng cuộn mây mịt mù nồng nặc ác khí, và những đám mây ấy tụ thật lâu không tan, Ngài biết ngay rằng ở đấy chắc chắn đang xảy ra chuyện không lành. Ngài liền gọi Thiện Tài và Long Nữ lại bảo rằng:

– Hôm nay ta quán thấy trời Vân Nam đầy mây oan khí ác, chắc chắn rằng dân chúng chỗ ấy đang bị tai ương, chúng ta hãy đến đó xem có chuyện chi và giúp đỡ trăm họ thoát khỏi ách nạn.

Ba người lập tức cưỡi mây lành đến Vân Nam, và giáng hạ vào một ngôi làng trên núi. Ngài Quán Âm hóa thành một ông lão, Thiện Tài Long Nữ hóa thành hai đứa con trai và con gái của ông. Lúc ấy hoàng hôn đã phủ xuống vạn vật, nhưng sao không thấy nhà nào lên đèn, cửa nhà nào cũng đóng chặt kín, không một tiếng động, ngay cả tiếng chim kêu chó sủa cũng rất hiếm. Cả một ngôi làng chìm trong bầu yên lặng rùng rợn như cõi chết.

Ngài Quán Âm cảm thấy có điều gì bất ổn, không biết có chuyện quái đản gì đã xảy ra ở chỗ này khiến cho dân chúng phải sống trong cảnh thê lương như vậy, nên nhất định tìm hiểu nguyên do.

Ba người tìm đến trước cửa một ngôi nhà bề ngoài trông có vẻ giàu sang sung túc, nhưng gõ cửa thật lâu mà không hề nghe động tĩnh gì bên trong. Ngài Quán Âm lại gõ cửa, vừa gõ vừa nói lớn:

– Ba cha con chúng tôi là người từ xa đi ngang làng này, trời đã tối, xin cho chúng tôi ngủ nhờ một đêm!

Thật lâu sau mới nghe tiếng chân người, rồi cánh cửa mở ra he hé, và giọng một bà lão hỏi vọng ra:

– Mấy người từ đâu tới? Tới đây để làm gì?

Ngài Quán Âm trả lời:

– Chúng tôi từ miền đông đến đây thăm người thân, chiều nay đi ngang nhà bà, xin bà rộng lòng cho chúng tôi tá túc một đêm.

Qua khe cửa mở hé, bà lão nhìn thấy một ông lão và hai đứa bé, vốn là người phúc hậu nên bà mở rộng cửa ra cho ba người bước vào nhà. Ngồi vào nhà khách rồi, ngài Quán Âm mới hỏi bà lão:

- Thưa cụ, thôn ta có chuyện chi xảy ra vậy, tại sao ngoài đường không có lấy một bóng người, cửa nhà nào cũng đóng cửa im ỉm, đèn đuốc cũng không ai thắp nữa là vì sao?

Bà lão thở dài nói:

- Quý vị không biết mấy tháng nay làng chúng tôi bị một chướng nghiệp thê thảm đến dường nào! Ôi! Trước kia làng chúng tôi đâu có như thế này, vùng Thương Sơn Nhĩ Hải này đất đai thì màu mỡ phì nhiêu, nhà nhà sinh sống trong cảnh yên vui khá giả, đồng thời ai cũng tốt bụng và hiếu khách, khách lạ phương xa đến làng lúc nào cũng được tiếp đãi nồng nhiệt, có đâu như bây giờ, mọi nhà đều sống trong phập phồng bất an, ai còn tâm trí đâu mà tiếp đãi khách...

Thiện Tài đứng ở bên cạnh, hỏi:

- Thưa cụ, ở đây xảy ra chuyện gì đáng sợ đến thế?

Bà cụ đáp:

- Năm ngoái có một con yêu quái đến đây. Con yêu này không biết từ đâu đến, nó đặc biệt độc hại và hung ác, chỉ chuyên ăn cặp mắt của những đứa trẻ, hoặc là con trai, hoặc là con gái nhưng phải là con một duy nhất trong một gia đình. Hiện nay, xung quanh cả vùng này không thể tính đếm được những người đã bị nó hãm hại, có những đứa trẻ bị nó móc mắt đã trở thành mù loà, đi khắp nơi để ăn xin. Có những đứa trẻ không muốn sống nữa nên nhảy xuống sông tự sát. Có những đứa khác trở nên điên loạn, thật là thê thảm. Con yêu quái này có nhiều thần thông nên biết đi mây lướt gió, biến hóa muôn hình, đi lại không để dấu vết. Nó rất hung ác, lại có sức mạnh vô song, nó có thể bắt một con bò xé làm hai mảnh, hay dùng chân đá một khối đá lớn văng ra xa một vài dặm. Nó đã cưỡng bách dân làng xây riêng cho nó một cái miếu, quy định rằng cứ ngày 30 mỗi tháng phải cống hiến cho nó một đứa bé, mà phải là con một trong gia đình, bỏ đứa bé trong miếu để nửa đêm nó về ăn. Nhà nào chỉ có một đứa con trai hay con gái duy nhất thì nhà ấy xui xẻo, có ai có thể đành đoạn đem con mình tới miếu cống hiến cho yêu quái bao giờ! Nhưng nó đã rêu rao rằng nếu ai dám không tuân, nếu tháng nào nó không có mắt trẻ con để ăn, nó sẽ đạp thôn này thành bình địa. Cho nên chúng tôi không có cách nào khác hơn là rút thăm, ai xui xẻo bắt trúng thăm chỉ đành đưa đứa con độc nhất của mình đến miếu để bảo toàn sự sống cho dân làng.

Thật ra, không nhà nào có thể chịu đựng được, nửa đêm nghe tiếng thét thảm thiết của đứa bé trong miếu vọng ra, ai nghe cũng cảm thấy ruột đứt làm trăm mảnh! Tháng trước xảy ra chuyện bất thường, đứa bé bị bắt thăm đã được đưa vào miếu rồi nhưng trốn ra được, con quái vật thấy nó bỏ trốn bèn nổi trận lôi đình chạy vào làng giết chết hơn mười người, người nào cũng chết không toàn thây, tim và phổi bị móc phơi ra ngoài, thật là khủng khiếp và thê thảm. Con yêu quái còn hăm rằng nếu còn xảy ra chuyện này một lần nữa thì nó sẽ giết trọn cả làng. Vì thế dân làng nghe nói đến con quỷ ấy thì vừa hận vừa sợ, rất nhiều người đã đem gia đình con cái lưu lạc sang xứ khác, những người còn lại không đi được thì lúc nào cũng nơm nớp lo sợ. Trời ơi nếu không trừ con yêu quái này thì làm sao chúng tôi tiếp tục sống nổi đây? Tuy nhiên, ai là người trừ khử nó được? Cách đây vài ngày có một thầy tu, phẫn nộ quá nên liều mình tìm cách trừ con yêu quái, suýt nữa mất mạng. Tại sao không có Bồ Tát nào đến cứu chúng tôi hở trời?

Nghe bà lão vừa khóc vừa kể, Bồ Tát Quán Âm rất căm giận. Ngài nghĩ rằng: "Con yêu quái này độc hại như thế thì chắc chắn phải là một loại hung thần ác sát nào đây. Loại yêu quái này rất có thể từ địa ngục lên. Trước hết, ta phải điều tra cho rõ ràng mới được". Nghĩ thế xong, Ngài an ủi bà lão:

- Cụ không phải sợ hãi nữa, rồi con yêu quái này thế nào cũng sẽ bị hàng phục.

Bồ Tát Quán Âm ngầm ra hiệu cho Thiện Tài, Long Nữ ở lại bầu bạn bên cạnh bà lão, còn mình thì lưu lại một thân giả, còn thân thật thì nhảy vọt lên mây. Ngài cưỡi mây lập tức đến cửa địa ngục. Diêm La Vương vội vàng bước ra nghênh tiếp:

- Quán Âm Đại sĩ giá lâm mà chúng tôi không ra nghênh đón từ xa, thật là thiếu sót! Lâu quá không thấy Đại sĩ quang lâm địa ngục, không biết hôm nay Ngài đến đây có điều chi dạy bảo?

Bồ Tát Quán Âm nói:

- Tôi đến đây điều tra một việc, vừa rồi ở Thương Sơn Nhĩ Hải xuất hiện một con quỷ chỉ chuyên ăn mắt của những đứa trẻ con một trong gia đình. Tôi ước chừng loại hung thần ác sát ấy có thể từ địa ngục các ông trốn lên. Vậy cách đây vài tháng, có con quỷ nào trốn thoát ra không?

Diêm La Vương nghe thế không ngừng dập đầu lạy mà nói:

- Cách đây ba tháng, quả nhiên có một con quỷ chuyên việc gác ngục đã chạy thoát ra khỏi chốn này. Điều này do tôi canh quản không đủ nghiêm mật, xin Bồ Tát tha tội, tôi xin đi bắt nó trở về đây ngay.

Ngài Quán Âm nói:

- Quả nhiên là như thế. Con ác quỷ làm đủ tội ác ở nơi ấy, không thể dễ dàng tha thứ cho nó được. Tôi nghĩ ông không cần phải đi bắt, để tôi khắc phục nó và giam nó ở trên đỉnh

Ngũ Đài, để đời đời nó không bao giờ chạy thoát và làm ác được nữa.

Diêm La Vương gật đầu liền liền biểu lộ sự đồng ý:

- Đại sĩ dạy thế cũng phải, xin Bồ Tát tùy tiện xử trị con ác quỷ La sát ấy. Từ đây về sau tôi quyết sẽ canh chừng cẩn mật hơn để không có con quỷ nào khác có thể trốn ra.

Ngài Quán Âm dùng mây lành trở về, nhập vào cái thân giả đang ở nhà bà cụ già và hỏi:

- Bao giờ con yêu quái trở lại làng này? Cụ đừng sợ nữa, chúng tôi sẽ đi bắt nó.

Bà lão vừa kinh ngạc vừa nghi ngờ:

- Cụ và hai cháu đây chỉ có ba người mà đòi đi bắt yêu quái sao được? Các vị nên cẩn thận là hơn.

Rồi bà chỉ Thiện Tài mà nói:

- Nếu cậu đây là con trai duy nhất trong nhà thì nguy hiểm lắm, các vị nên bỏ trốn là tốt hơn cả.

Ngài Quán Âm đáp:

- Cụ không phải lo cho chúng tôi, chúng tôi đã có cách. Chỉ xin cụ cho biết bao giờ con yêu quái trở lại đây là được.

Bà lão bán tín bán nghi trả lời:

- Ngày mai là đúng ngày 30, con yêu quái thế nào cũng trở lại. Chúng tôi đã rút thăm, rút trúng đứa con trai duy nhất của nhà lão Tôn. Nếu các vị thật sự có bản lĩnh thì xin cứu con trai của lão Tôn.

Nói xong bà dọn cơm cho ba cha con ăn, ăn xong mọi người trở về chỗ ngủ của mình nghỉ ngơi.

Hôm sau, Ngài Quán Âm cùng Thiện Tài, Long Nữ đi bộ một vòng trong thôn làng, thấy có vài đứa trẻ mù loà ngồi trước cửa nhà mình, trông thật là đáng thương, ai nhìn cũng đau lòng. Long Nữ, Thiện Tài thấy chúng như thế cảm thấy quá thương tâm, lắc đầu thở dài mà hỏi ngài Quán Âm:

- Sư phụ, những đứa trẻ này có thể sáng mắt lại không?

Bồ Tát Quán Âm nói:

- Chiều nay, sau khi hàng phục yêu quái, ta sẽ bắt nó nhả ra lại tất cả những đôi mắt mà nó đã nuốt, rắc chút nước cam lồ lên rồi gắn trả lại cho những đứa trẻ ấy, chúng nó sẽ sáng mắt trở lại, các con đừng lo.

Ba người đến trước cái miếu mà dân làng đã xây riêng cho ác quỷ, thấy nơi ấy đã tụ tập nhiều người dân làng, họ nghe nói ba cha con này tình nguyện đi hàng phục yêu quái nên họ rủ nhau kéo đến. Họ cũng biết rằng nơi đây sẽ xảy ra một trận chiến ác liệt, nên họ đến cầu nguyện cho yêu quái bị hàng phục và cho ba cha con được bình yên vô sự.

Dân làng nói với Bồ Tát Quán Âm rằng:

- Thưa cụ, ba cha con cụ một già hai trẻ làm sao có thể hàng phục yêu quái được?

Rồi họ lại đem những chuyện tàn ác độc hại của yêu quái ra kể lại một lần nữa. Bồ Tát Quán Âm nói với mọi người:

- Các vị là người lương thiện, người lương thiện tự nhiên sẽ được Bồ Tát che chở bảo hộ, còn yêu quái làm ác thì thế nào cũng bị thu phục, xin quý vị hãy tin tôi.

Dân làng lại hỏi:

- Nhưng Bồ Tát ở đâu? Nếu không hàng phục được yêu quái thì chúng tôi sẽ không chịu đựng được nổi nữa, con em chúng tôi bị tàn hại nhiều rồi!

Bồ Tát Quán Âm nói:

- Hỡi dân làng, xin hãy nhìn kìa, Bồ Tát đến rồi.

Ngài đưa tay chỉ, mọi người nhìn theo hướng ngón tay của ngài, thấy một luồng ánh sáng vàng rực từ trời chiếu xuống, trong nháy mắt đã trở thành một vòng tròn ánh sáng, bên trong có một thiên tướng mặc áo giáp, đội mũ sắt, tay cầm chùy báu, thật là nghiêm trang uy dũng. Khi dân làng thấy có thiên tướng xuất hiện, ai cũng quỳ xuống đất lễ lạy, nhưng khi họ ngẩng đầu đứng dậy thì thiên tướng và vòng tròn ánh sáng đã ẩn mất. Khi thấy được thiên tướng rồi dân làng mới biết rằng ba cha con này không phải là người tầm thường, nên tỏ vẻ tin cậy. Ngài Quán Âm nói với mọi người:

- Bây giờ thì quý vị có thể an tâm rồi. Tối nay, xin mọi người đừng ra đây tìm cách giúp đỡ, chỉ cần quý vị chuẩn bị cho chúng tôi một cây côn dài và dấu đằng sau cửa, rồi sau đó ai về nhà nấy ngủ, sáng mai thức dậy sẽ có tin vui.

Dân làng biết ba cha con nhà này thật sự phi phàm, họ bèn kéo tay ngài Quán Âm cám ơn nhiều lần, nhắc nhở Ngài phải hết sức cẩn thận.

Đêm hôm ấy trời không trăng sao, bốn bề tĩnh lặng.

Đúng nửa đêm, một luồng ánh sáng xanh xẹt ngang trời, âm u rùng rợn, sau đó là một làn gió quái lạ thổi đến mang theo một luồng yêu khí nồng nặc. Lúc ấy Bồ Tát Quán Âm đã hóa thành một đứa bé trai ngồi trong miếu của La Sát, Thiện Tài hóa thành một vị thiên tướng cao lớn uy nghi, mai phục ở một bên miếu, còn Long Nữ thì lo bảo vệ đứa bé trai thật đã bị đem vào cống hiến làm mồi cho quỷ.

Gió quái và yêu khí càng lúc càng nồng, tiếp theo liền là một tiếng kêu thảm thiết xé màn đêm, và một con quái vật khổng lồ từ trời rơi xuống, xồng xộc chạy vào miếu. Trong nháy mắt con quái vật biến thành một con ác quỷ la sát đầu có mọc hai sừng, thân mọc sáu tay, đi thẳng tới trước mặt đứa bé. Vừa thấy đứa bé trong miếu, ác quỷ bèn rú lên một tràng cười hiểm độc, sáu cánh tay quờ quạng một cách hung ác. Nhưng sao hôm nay con yêu quái cảm thấy đứa bé trong miếu dường như có điều chi lạ lạ. Thường khi, những đứa trẻ khác thấy nó thì sợ hãi khóc thét lên, nhưng hôm nay đứa bé trai này không những không khóc mà còn đưa ngón tay chỉ thẳng vào người nó.

Con yêu quái chưa kịp có phản ứng cũng không biết điều chi đang xảy ra, đã thấy cả vạn tia ánh sáng vàng bắn tới thân, sáu bàn tay của nó lập tức bị những tia ánh sáng ấy cột chặt lại không động đậy được. La sát giật mình kinh hãi, dùng hết sức mình để vùng vẫy nhưng sáu bàn tay đã bị trói chặt cứng, toàn thân cũng bị ánh sáng vàng ấy khóa lại không sao cử động. La sát cảm thấy không xong, muốn chạy trốn ra khỏi lưới ánh sáng vàng, nhưng ngay lúc ấy liền thấy trước mặt mình có một vị thiên tướng vô cùng cao lớn, trợn tròn đôi mắt giận dữ, tay cầm chùy báu chận lại và đánh xuống. La sát bị đánh ngã nhào xuống đất, khi nó lồm cồm bò dậy nhìn lại một lần nữa thì thấy đứa bé ban nãy đã biến thành Quán Thế Âm Bồ Tát, tay cầm tịnh bình, đầu đội mũ báu, chân đạp hoa sen. Hắn bèn dập đầu không ngừng xin tha mệnh: "Bồ Tát thứ tội! Bồ Tát thứ tội!"

Ngài Quán Âm giận dữ mắng một tiếng "Súc sinh!" rồi dùng tay chỉ một cái, những tia ánh sáng đang trói thân ác quỷ liền biến thành những sợi dây thừng bằng sắt cột lại thật chặt, khiến nó đau đớn kêu lên:

- Bồ Tát tha tội cho con, con không dám hại người nữa!

Bồ Tát Quán Âm đứng trên hoa sen, nhìn xuống ác quỷ đang quỳ dưới đất mà nói:

- Súc sinh kia, tại sao không lo canh gác dưới địa phủ mà lên cõi nhân gian tạo tội ác, tàn hại không biết bao nhiêu đứa trẻ, vạn ác không từ, đáng lẽ phải đập tan thân mi thành vạn mảnh để giải hận cho những người đã bị mi hãm hại. Nhưng nay ta cho mi một cơ hội chuộc tội, mi phải nhả ra hết đây những cặp mắt mà mi đã nuốt!

Ác quỷ La sát lập tức nhận lời, khấu đầu không ngừng:

- Vâng, con xin nhả ra hết, chỉ xin đại sĩ khai ân, tha cho con mạng sống này!

Ngài Quán Âm dùng tịnh bình tiếp lấy từng con, từng con mắt một. Sau đó Ngài vẫy tay, một đóa mây đen bọc kín La sát lại lôi về đỉnh Ngũ Đài, nhốt dưới một tảng đá lớn, vĩnh viễn không xoay trở được.

Ngài Quán Âm bắt giam La sát ra sao, dân làng đều trông thấy rõ ràng từng chi tiết. Thì ra Ngài đã dùng thần lực khiến cho dân làng nằm mộng thấy cuộc đấu giữa Ngài và La sát, cho nên tuy họ không có mặt trong miếu mà cũng như có mặt vậy. Hơn nữa, trong mộng họ còn thấy, sau khi La sát bị trói quỳ dưới đất, họ đã ùn ùn chạy tới đánh nó một trận để hả nỗi căm hờn.

Hôm sau trời vừa sáng, dân làng thức dậy thì lại thấy một điều lạ lùng khác: những đứa trẻ mù đã sáng mắt lại! Thì ra Bồ Tát Quán Âm đem những con mắt đã thu được trong tịnh bình gắn trả lại cho những đứa trẻ mù, khiến chúng trở lại hoàn hảo như xưa. Dân làng vô cùng hân hoan, nhốn nháo kéo nhau đến miếu La sát, nhưng trong miếu không có lấy một bóng người, ngay cả ba cha con ông già cũng không thấy nữa!

Trong lúc dân làng còn đang ngạc nhiên, thì rán nắng hồng tỏa ra trên một đỉnh núi xa, trong ánh rán nắng xuất hiện bảo tướng trang nghiêm của Bồ Tát Quán Âm, tay Ngài cầm tịnh bình, trong bình có cắm nhành dương liễu. Ngài đi chân không đứng trên tòa sen báu, có Thiện Tài và Long Nữ đứng hai bên. Dân làng lập tức quỳ xuống lễ bái, và những đứa bé mù đã sáng mắt cũng dập đầu nghe "cốp, cốp" liên tục lớn tiếng kêu lên: "Đa tạ đại ân đại đức Bồ Tát Quán Âm!".

Trong không trung xa xa có tiếng Ngài Quán Âm vọng lại:

- Hỡi dân làng, các vị hãy nhớ kỹ, chỉ cần các vị nhất tâm hướng thiện, tất nhiên sẽ được Bồ Tát bảo hộ.

Khi dân làng ngước lên thì rán nắng hồng trong không trung đã biến mất, Bồ Tát Quán Âm cùng Thiện Tài, Long Nữ cũng không thấy nữa. Dân làng cùng những đứa bé đều cảm kích, một lần nữa nhìn lên không trung mà bái lạy.

Để ghi tạc trong lòng ân đức Bồ Tát Quán Âm đã hàng phục La sát, dân làng bèn quyên tiền quyên vật biến miếu La sát thành am Quán Âm, bên trong có tạc lại bảo tướng của Quán Âm Đại sĩ. Bức tượng này vẫn giữ nguyên vẹn vẻ đẹp bên ngoài của đức Quán Âm môi hồng mắt liễu mày ngài, nhưng lại căn cứ vào hình dáng ông lão do ngài Quán Âm hóa thân đương thời để hàng phục La sát, nên họ còn vẽ thêm hai hàng râu mép nhỏ rức như hai dấu phẩy.

Từ đó về sau ở khu vực Thương Sơn Nhĩ Hải, phần đông dân chúng đều quy y Phật, tạo nên phong khí một vùng mà ai cũng nhất tâm hướng thiện, kính thờ Phật Pháp, dân chúng trở nên thuần hậu. Con quỷ La sát một thời lộng hành ở Thương Sơn Nhĩ Hải chuyên ăn mắt những đứa trẻ con một trong gia đình, vĩnh viễn bị giam giữ trên đỉnh Ngũ Đài của Thương Sơn. Dân làng còn xây một cái "gác La Sát" ở ngay trên ấy, bên trong có tạc hình một vị thiên tướng Kim Cang để canh giữ nó.

Tòa gác La Sát này vẫn còn tồn tại cho đến ngày nay, du khách có dịp đến Thương Sơn có thể nhìn thấy. Ở vùng ấy, ai ai cũng biết chuyện Ngài Quán Âm hàng phục La sát, đến nay vẫn còn được lưu truyền.

46. QUÁN ÂM ĐI CHÂN ĐẤT

Thời xưa tại đảo Lục Hoành ở Châu Sơn có một gia đình họ Trương, gồm hai vợ chồng và một cô con gái duy nhất tên là Thụy Châu. Năm ấy, Thụy Châu vừa tròn 20 tuổi. Người ta thường ví nhan sắc của cô gái đôi tám như một đóa hoa, nhưng Thụy Châu thì đẹp không khác gì một tiên nữ cõi trời. Người trong đảo thường tự hỏi ai sẽ là người có diễm phúc cưới được một cô gái xinh đẹp đến dường ấy về làm vợ!

Nào có ngờ đâu một ngày kia, trời chạng vạng tối, đột nhiên có một bọn cướp xông vào nhà ông bà Trương bắt cóc Thụy Châu đem về cho đại vương của họ làm áp trại phu nhân. Hai vợ chồng ông bà Trương van xin thế nào chúng cũng không nghe. Đối với một bọn cướp thì có lý lẽ nào mà chúng chịu nghe? Cuối cùng Thụy Châu cũng bị bắt mang đi.

Bọn cướp đưa Thụy Châu đến một con thuyền cập ở bến đò, nhưng lúc ấy thủy triều đang xuống, thuyền mắc cạn, không thể đi được. Bọn cướp đành kiếm một lữ điếm tạm trú đêm ấy.

Thụy Châu bị nhốt trong một căn phòng nhỏ trong lữ điếm. Đêm đã khuya, cô nằm trên giường khóc lóc bi thương, không tài nào nhắm mắt ngủ. Bỗng nhiên giữa tiếng khóc của cô, có tiếng "két" của cánh cửa vừa mở ra. Một bà lão đầu tóc bạc phơ bước vào nói:

- Cô nương, xin cô làm ơn làm phước... tôi già cả không nơi nương tựa, cô giúp tôi được không?

Thụy Châu nhìn bà lão đói khổ kia, lòng rất cảm thương, không ngờ trên thế gian này cũng có người khổ không kém gì mình. Cô vội vàng lấy chút lương khô mà bọn cướp mang đến cho cô ban nãy, nói với bà lão:

- Bà ơi, cháu cũng đang trong cơn hoạn nạn, nhưng có chút lương khô đây, bà dùng cho đỡ đói.

Bà lão đỡ lấy nắm lương khô, không một lời cám ơn, từ từ ăn hết. Ăn xong bà lại thở ra:

- Ui chao! Đêm nay không biết ngủ ở đâu đây!

Thụy Châu nói:

- Bà ở lại đây mà ngủ đi!

Nói xong cô đỡ bà lão lên giường nằm. Bà lão cũng chẳng làm khách, buông gậy, cởi dép, vừa đặt lưng xuống giường là ngủ ngay, chẳng mấy chốc đã ngáy pho pho!

Trong phòng chỉ có mỗi một cái giường đã nhường cho bà lão ngủ rồi, Thụy Châu chỉ còn biết ngồi trong góc phòng mà khóc thương cho thân phận khổ nạn của mình.

Khóc cho đến nửa đêm thì cô mệt quá ngủ thiếp đi, khi bừng tỉnh thì trời cũng vừa hừng sáng. Cô ngẩng đầu lên nhìn thì không thấy bà lão nằm trên giường nữa, nhưng dưới đất thì còn lại đôi dép của bà. Thụy Châu thầm nghĩ:

- Bà lão vô ý quá đi thôi, làm sao lại quên đôi dép ở đây! Già cả như thế mà không có dép làm sao mà đi?

Nghĩ đến đây cô bèn lấy đôi dép của bà lão giấu trong người, định rằng khi nào gặp lại sẽ trao trả cho bà. Chẳng bao lâu, bọn cướp đưa Thụy Châu lên thuyền.

Thuyền vừa mới rời Lục Hoành, mặt biển đang êm bỗng nổi gió lớn. Từng ngọn sóng khổng lồ ập xuống tứ phía, chẳng bao lâu thuyền đã lật nhào. Khi Thụy Châu rơi xuống nước thì đôi dép kia cũng rơi theo sau, nhưng lại bỗng nhiên biến thành hai chiếc lá sen, nâng Thụy Châu lên khỏi mặt nước. Toàn thể bọn cướp đều bị chết chìm làm mồi cho cá biển, còn Thụy Châu thì đứng trên lá sen, nương theo gió mà rẽ sóng trôi giạt thẳng về đảo Lục Hoành.

Thụy Châu vừa bước lên bờ thì hai chiếc lá sen nọ bỗng biến thành một luồng khói, bay bay theo gió hướng về Phổ Đà Sơn.

Thế là Thụy Châu được về đoàn tụ với cha mẹ. Người trong làng ai cũng đến chúc mừng. Khi nghe Thụy Châu kể lại chuyện mình làm sao thoát hiểm, và đến đoạn bà lão đi chân đất, tất cả mọi người đồng thanh nói:

- Bà lão ấy chắc chắn là hóa thân của đức Quán Thế Âm.

Từ đó chuyện "Quán Âm đi chân đất" được loan truyền khắp nơi.

47. QUÁN ÂM BÁN DẦU

Xưa thật là xưa, Đông Hải là một vùng đất liền, và trên vùng đất liền ấy có một tòa đô thành rất lớn tên là Đông Kinh. Tương truyền rằng vua của thành Đông Kinh là một tên hôn quân vô đạo, đã giày xéo đất nước khiến Đông Kinh trở thành một quốc gia vô cùng hỗn loạn, đạo đức suy đồi, phong khí bại hoại.

Thổ thần của vùng đất ấy bèn đem tình cảnh này trình tấu lên thiên đình, khiến Ngọc Hoàng Thượng Đế nổi cơn thịnh nộ, cho rằng đất Đông Kinh không còn cứu vãn được nữa, thôi thì chi bằng lấy quyết định tối hậu là nhận chìm cả thành này xuống đáy biển sâu!

Ngài Quán Âm nghe tin này vội vàng đến can gián: Một đô thị to lớn như thành Đông Kinh không thể nào không có một người tốt, nếu phá hủy toàn bộ mà không phân biệt trắng đen thì thật là không ổn thỏa chút nào! Ngài bằng lòng đến thành Đông Kinh quan sát điều tra xem thử, vì không muốn người tốt bị họa lây.

Bồ Tát Quán Âm đến thành Đông Kinh, hóa thành một bà lão mù lòa, tại ngã tư đường mở một quán bán dầu. Ngài lấy nhánh dương liễu từ trong tịnh bình ra, rảy một vài giọt nước tiên, thế là vại dầu lập tức đầy ắp một thứ dầu thượng hảo hạng màu vàng trong vắt. Ngoài cửa tiệm còn treo một tấm bảng ghi rằng: "Một bình nhỏ 3 đồng, ba bình lớn 1 đồng".

Người trong thành Đông Kinh đọc tấm bảng ấy đều cảm thấy buồn cười: Nếu chỉ có một đồng mà mua được đến ba bình dầu lớn thì ai tội gì mà bỏ ra ba đồng mua một bình dầu nhỏ! Thế là người mua dầu dồn dập kéo tới, múc ba bình dầu lớn, vứt xuống một đồng rồi bỏ đi. Thậm chí có kẻ thấy chủ quán là một bà lão mù lòa, cứ thế ngang nhiên đến múc dầu mà chẳng thèm trả tiền.

Ngày nào người mua dầu cũng lũ lượt kéo đến không ngừng, may mà dầu trong vại của bà lão mù múc hoài không hết, múc xong vại lại đầy như cũ, múc tới múc lui mà mực dầu không chút suy suyển.

Tình trạng này cứ thế mà kéo dài trong nhiều ngày, khách đến mua dầu ai cũng tham lam đến nỗi Ngài Quán Âm vô cùng thất vọng.

Một hôm, có một anh chàng rất trẻ tuổi, làm nghề bán đậu phụ, đến trả ba đồng tiền mà chỉ múc có một bình dầu nhỏ, rồi còn nói:

- Bà lão ơi, cháu múc dầu rồi bây giờ đi đây, bà nhớ thâu tiền nhé!

Bồ Tát Quán Âm vừa ngạc nhiên vừa mừng rỡ, vội gọi anh chàng lại:

- Cậu em này, người ta ai cũng trả một đồng múc ba bình dầu lớn, còn sao cậu lại trả ba đồng mà chỉ múc có một bình nhỏ mà thôi vậy?

Anh chàng bán đậu phụ nói:

- Bà lão tuổi đã già nua, mắt lại mù loà thật là bất tiện, mà còn mở quán bán dầu không phải là chuyện dễ. Ba đồng một bình dầu nhỏ giá đã phải chăng lắm rồi, làm sao cháu có thể đành đoạn lợi dụng bà cho được?

Bồ Tát Quán Âm nói:

- Người ta làm được, tại sao cậu không làm được?

Anh chàng bán đậu phụ đáp:

- Mẹ cháu có nói: "Làm người phải có lương tâm, không nên bắt chước kẻ ác làm điều bất lương."

Thì ra anh chàng bán đậu phụ còn là một người con hiếu thảo. Ngài Quán Âm lại càng hoan hỉ hơn, bèn nói nhỏ với anh chàng:

- Nói cho cậu biết, thành Đông Kinh sắp sụp đổ.

Anh chàng bán đậu phụ nghe thế thì giật bắn người, mở to cặp mắt ngây dại nhìn bà lão đăm đăm không chịu tin. Bồ Tát Quán Âm nói:

- Tôi nói thật đấy, tôi thấy cậu là người lương thiện tốt bụng nên mới báo trước cho cậu biết. Cậu hãy nhớ kỹ: ngày nào con sư tử đá trước cửa nha môn trào máu miệng là ngày ấy thành Đông Kinh sẽ sụp đổ. Lúc ấy cậu hãy mau mau nhắm hướng đông mà chạy. Hãy nhớ kỹ lấy! Đừng quên!

Từ ngày ấy trở đi, sáng nào anh chàng bán đậu phụ cũng chạy đến cửa nha môn nhìn con sư tử đá, và cũng từ ngày ấy trở đi, quán bán dầu của bà lão mù tại ngã tư đường cũng không còn nữa.

Một buổi sáng nọ, anh chàng bán đậu phụ lại chạy đi nhìn con sư tử đá, thì gặp một người làm nghề đồ tể chuyên mổ lợn. Đồ tể hỏi:

- Sao sáng nào cũng thấy cậu chạy tới đây nhìn con sử tử đá vậy?

Anh chàng bán đậu phụ là một người thật thà nên đem lời báo trước của bà lão mù ra kể lại cho đồ tể nghe.

- Cái gì? Mồm con sư tử đá trào máu? Cái cậu này, sao ngốc quá là ngốc!

Đồ tể vừa cười ha hả vừa bỏ đi. Hôm sau, đồ tể muốn phá anh chàng bán đậu phụ một phen, nên trời còn tờ mờ sáng, đã đem máu lợn mới giết bôi lên mồm con sư tử đá. Chẳng bao lâu sau, anh chàng bán đậu phụ cũng vừa đến nơi, thấy mồm con sư tử đá có máu vội vàng cắm đầu chạy về nhà, vừa chạy vừa la:

- Làng xóm ơi! Thành Đông Kinh sắp sụp đổ, hãy chạy mau!

Người trong thành cho rằng anh chàng này khùng nên chẳng một ai buồn để ý đến.

Anh chàng bán đậu phụ chạy một mạch tới nhà, cõng mẹ già nhắm hướng đông mà chạy. Chạy mới được một đoạn đường thì nghe "rầm!" một tiếng, quả nhiên thành Đông Kinh sụp đổ. Chạy được vài bước, thì đất ở phía sau cũng theo những bước ấy mà sụp đổ xuống. Anh chàng chạy không ngừng, thì đất phía sau sụp đổ cũng không ngừng. Cứ thế mà chạy thôi là chạy, tới một lúc anh chàng bán đậu phụ chạy không nổi nữa, đành đặt mẹ già xuống để nghỉ ngơi thở một chút. Kỳ lạ thay, anh chàng ngừng lại nghỉ thì phía sau cũng không nghe tiếng sụp đổ nữa. Anh chàng bán đậu phụ quay đầu lại thì thấy sau lưng mình là cả một mặt biển mênh mông, thành Đông Kinh phồn hoa nay không còn nữa!

Hai mẹ con anh chàng bán đậu phụ bèn cất nhà ở ngay chỗ đã dừng chân nghỉ ngơi. Dần dần, vùng đất này cũng trở nên thịnh vượng.

Vì hai mẹ con anh chàng bán đậu phụ ngừng chân nghỉ ngơi rồi mặt biển mới định lại nên chỗ này có tên là "Định Hải". Còn chỗ anh chàng bán đậu phụ đặt mẹ già xuống nghỉ chân ban đầu có tên là "Phóng Nương Tiêm" (mũi Đặt mẹ xuống), sau này, người ta đổi lại thành "Hoàng Dương Tiêm".

48. HÒA THƯỢNG TRÚC THIỀN
VẼ BỒ TÁT QUÁN ÂM

Năm Đồng Trị đời nhà Thanh,[1] có một vị cao tăng ở Phổ Đà Sơn, pháp hiệu là Trúc Thiền. Hoà thượng Trúc Thiền từ bé đã thích vẽ, học vẽ tới mức nét vẽ tinh vi tuyệt diệu.

Có một năm nọ, Hòa thượng Trúc Thiền được đương gia hòa thượng phái lên kinh thành lấy kinh Phật. Tới kinh thành, vừa đúng lúc trống điểm canh năm, trong cung chuông Cảnh Dương, trống Long Phụng cũng vừa gióng lên, hoàng thượng lâm triều. Hòa thượng Trúc Thiền bèn theo bá quan văn võ đi vào cung gặp vua.

Hoàng đế biết được đạo tràng Phổ Đà Sơn gởi Hòa thượng Trúc Thiền đến thỉnh kinh, vô cùng hoan hỉ, tuyên chỉ mở yến tiệc ở khắp các điện làm lễ "tiếp phong".[2] Giữa buổi tiệc, có một vị tiểu thái giám đem tới một cuộn giấy lụa trắng dâng lên Hòa thượng Trúc Thiền, bảo rằng Lão Phật gia[3] từ lâu ngưỡng mộ danh tiếng của Phổ Đà Sơn, đặc biệt tuyên

---

[1] Là giai đoạn từ năm 1862 (Đồng Trị nguyên niên) đến 1874 (Đồng Trị năm thứ 13).

[2] Là lễ mời khách từ xa tới ăn cơm.

[3] Tức Từ Hi Thái Hậu.

chỉ muốn Hòa thượng vẽ cho bà một bức hình ngài Quán Âm cao một trượng hai chỉ.

Hòa thượng về đến Phổ Đà Sơn, không dám trễ nãi, lập tức mài mực sửa soạn vẽ tranh. Khi ngài trải cuộn giấy trắng ra đo thì ngạc nhiên đứng sững! Tại sao vậy? Vì cuộn giấy lụa bề dài tổng cộng chỉ có một trượng, làm cách nào để vẽ một bức hình ngài Quán Âm một trượng hai đây? Cuộn giấy lụa này lại chính tự tay Lão Phật gia ban tặng, làm sao tùy tiện đem đi đổi? Tuy nói rằng kỹ thuật của Hòa thượng Trúc Thiền rất cao siêu, và ngài là người cực kỳ thông minh trí tuệ nhưng đến lúc này cũng phải bó tay!

Hòa thượng bèn định tâm lại, tĩnh tọa trên bồ đoàn nhắm mắt khấn nguyện rằng:

- Bồ Tát ơi, giả như đệ tử không vẽ được bảo tượng thì khó mà phụng chỉ vua ban, làm sao tránh khỏi tổn hoại thanh danh của Phổ Đà Sơn, đạo tràng của Bồ Tát đây? Xin Bồ Tát cho đệ tử linh cảm để vẽ được một bức tranh cao một trượng hai trên một tấm giấy chỉ dài có một trượng!

Ngài cứ khấn nguyện như thế mãi, từ từ thấm mệt. Đột nhiên, bảo tướng trang nghiêm của Bồ Tát Quán Âm hiện ra trước mắt ngài, thoắt nhiên biến thành hình dáng của một cô gái bán cá chầm chậm bước tới, tay cầm giỏ tre, trong giỏ có một con cá đang nhảy lung tung. Hòa thượng Trúc Thiền đón chào nói:

- Cô thí chủ à, cô bán cho tôi con cá này đi!

Cô gái bán cá đáp:

- Ông là thầy tu, mua cá làm gì?

- Mua cá phóng sinh.

- Nếu như mua cá phóng sinh thì tôi xin tặng ông con cá này.

Cô gái vừa nói vừa khom lưng xuống để lấy con cá từ trong giỏ ra. Ngay giây phút ấy, cô gái bán cá giữ nguyên vị thế không động đậy nữa. Hòa thượng bắt đầu cảm thấy bối rối, tại sao lại nói cho tôi con cá rồi lại cứ đứng khom lưng không động đậy nữa? Ngài vừa nhìn vừa suy nghĩ, bỗng nhiên tâm trí như khai mở, giật mình thức giấc, trước mắt không còn thấy cô gái bán cá nào hết.

- Tuyệt diệu! Tuyệt diệu!

Hòa thượng tán thán không ngừng. Vừa rồi chính là Bồ Tát ứng mộng, dạy rằng chỉ cần vẽ hình ngài Quán Âm dưới lốt một cô bái bán cá đang đứng khom lưng cầm giỏ, thì cuộn giấy một trượng dư sức dung chứa hình ngài Quán Âm cao một trượng hai.

Hòa thượng Trúc Thiền lập tức thắp một ngọn nến lớn, trải dài cuộn giấy, vung bút thoăn thoắt vẽ. Ngày hôm sau, một bức hình ngài Quán Âm rất khác thường được trình lên Lão Phật gia. Bức hình vẽ ngài Quán Âm, đầu phủ khăn tơ trắng, eo thắt dây vải, cúi đầu khom lưng chăm chú nhìn một con cá chép trong giỏ, dáng vẻ giản dị thanh tao, linh động như người sống.

Từ Hi Thái hậu nhìn bức hình không ngớt tán thán, tự tay cầm bút đề lên bốn chữ "Ngư Lam Quán Âm" (Quán Âm cầm giỏ cá), truyền chỉ sao lại bức hình ấy để ban hành trong dân gian, cho các chùa viện và bách tính có thể đem về thờ phụng, lại còn ban thưởng cho Hòa thượng Trúc Thiền một bộ cà sa đỏ thắm, và cho ngài đặc chế vào cung không phải hành đại lễ.

49. CHUYỆN LẠ CỦA HÒA THƯỢNG NHẤT PHONG

Cuối đời Đường, đầu nhà Tống, chuyện Bồ Tát Quán Âm giúp đỡ một người hiền lương thoát khỏi bàn tay gian ác hãm hại được lưu truyền rộng rãi trong khắp khu vực thành Cô Tô.

Người hiền lương nói trên tên là Yêu Nhất Phong, chủ một cửa tiệm tạp hóa. Đó là một người thành thật, lương thiện, tốt bụng, đối với người khác thì vui vẻ tử tế, không bao giờ so bì tị nạnh, không tranh giành hơn thua. Vì thế người ta thường gọi ông là "người hiền".

Ông thâm tín Phật giáo, trong nhà hay ngoài tiệm đều có thờ Bồ Tát Quán Âm, mỗi ngày sớm chiều thành tâm lễ bái, rảnh thì ngồi trước bàn thờ tụng kinh niệm Phật, không ngày nào giải đãi.

Tuy Yêu Nhất Phong là người tốt nhưng có một bà vợ đẹp thì lại rất dâm đãng. Bà thừa lúc chồng phải đi xa buôn hàng để thông gian với một tên vô lại ở ngay bên cạnh nhà tên là Khang Thất. Những chuyện tình cảm lăng nhăng như vậy thường không qua mắt được ai, vì thế người ngoài ai cũng biết, chỉ trừ có Yêu Nhất Phong thật thà khờ khạo là trước sau không hề hay biết gì cả.

Mọi người ai cũng than thở và bất bình giùm ông. Họ nói rằng: "Ai cũng nói là thiện hữu thiện báo, ác hữu ác báo, mà sao người tốt bụng này, đã không có quả báo thiện thì thôi, đằng này còn phải chịu ác báo? Huống chi ông lại là người tin Phật, không lẽ Bồ Tát không linh ứng hay sao?"

Không phải là Bồ Tát không linh ứng, vì đúng lúc đó Bồ Tát Quán Âm vừa vặn đến Cô Tô. Không những Ngài biết hết chuyện nhà của Yêu Nhất Phong, mà còn biết sau này Yêu Nhất Phong phải chịu nhiều tai ách.

Hôm ấy, Yêu Nhất Phong lại đi ra khỏi tỉnh để buôn hàng, ban đêm bỗng nhiên nằm mộng thấy Bồ Tát Quán Âm xuất hiện trong nhà của mình. Tay Ngài cầm ngọc Như Ý, trên đỉnh đầu lại có một con rồng xanh. Ngài đặt viên ngọc Như Ý lên đỉnh đầu Yêu Nhất Phong và nói:

- Yêu Nhất Phong, nghe ta nói đây, không lâu nữa ông sẽ gặp đại họa. Ta thấy ông là người chân thành tin Phật, không nhẫn tâm để cho ông bị tai nạn nên tới đây cứu ông. Ta dạy cho ông bốn câu kệ, ông hãy nhớ cho kỹ:

Gặp cầu chớ dừng tàu,
Gặp dầu trét lên đầu.
Đấu thóc ba thăng gạo,
Ruồi xanh bu bút đầu.

Bằng bất cứ giá nào ông cũng không được quên bốn câu kệ này.

Quán Âm nói xong liền ẩn mất. Yêu Nhất Phong giật mình thức giấc, những gì xảy ra trong mộng còn rành rành trước mắt. Nghĩ tới sự Bồ Tát ứng mộng để cứu mình, Nhất Phong vừa mừng rỡ vừa kinh sợ, biết rằng điều Bồ Tát nói tất nhiên không thể sai, ông vội quỳ xuống đất nhìn lên không trung khấu đầu lễ lạy. Rồi tuân lời dặn dò của Bồ Tát, ông nhẩm đi nhẩm lại bốn câu kệ cho tới thuộc lòng như cháo, ghi khắc trong đầu không làm sao quên được.

Hôm sau ông đáp tàu ra đi, mới khởi hành thì sóng yên gió thuận, tiết trời quang đãng. Nhưng đến khoảng chừng nửa ngày đường thì đột nhiên mây đen giăng mịt, sấm chớp ngang trời, mưa như trút nước. Cũng vừa đúng lúc ấy, tàu hướng tới một cái cầu trước mặt. Người phu lái tàu sợ ướt, nghĩ rằng gặp cái cầu này thật đúng lúc, tốt nhất là dừng tàu ở dưới cầu để trốn mưa nên tính gác mái chèo đậu lại ngay ở đấy. Còn Nhất Phong thì lúc nào cũng nghĩ tới bốn câu kệ của Bồ Tát dạy, tuy không mấy gì hiểu nghĩa, nay thấy tàu muốn dừng lại dưới một cái cầu thì câu "gặp cầu chớ dừng tàu" chợt loé lên trong óc khiến ông lập tức nhận ra, vội lớn tiếng la người phu lái tàu:

- Không thể dừng lại ở đây, mau chèo tiếp!

Tuy ông không hiểu rõ tại sao gặp cầu lại không được dừng tàu, nhưng ông nghĩ cứ làm đúng theo lời Bồ Tát dạy thì không thể sai lầm. Ông không cần biết người phu lái chịu hay không chịu, cứ bắt buộc ông ta phải chèo tiếp để ra khỏi gầm cầu.

Khi tàu rời khỏi gầm cầu không tới một tầm tên bắn thì một tiếng "rầm" long trời lở đất đập vào tai họ chát chúa, những ngọn sóng tung toé lên tới trời, người phu lái tàu cùng Yêu Nhất Phong quay đầu lại nhìn thì thấy cái cầu mình mới đi ngang đã sập xuống quá nửa. Nếu tàu ngừng lại tránh mưa ở dưới ấy thì có lẽ giờ này đã bị đập nát!

Người phu tàu líu lưỡi lại vì sợ hãi:

- Ghê quá! Ghê quá! Nếu không có ông hối phải chèo tiếp thì giờ này chết toi rồi! Ông Phong ơi, ông có phải là thần tiên không mà biết trước vậy?

Yêu Nhất Phong bèn kể lại chuyện Bồ Tát ứng mộng cho phu lái tàu biết. Người này cũng cảm tạ ơn đức của Bồ Tát, nên từ đấy cũng trở thành một Phật tử thuần thành.

Yêu Nhất Phong đến thị trấn nọ, buôn xong hàng hóa rồi lên đường trở về. Mỗi lần đi, về như vậy phải tính vắng nhà hai tháng trời. Trong suốt hai tháng trời ấy, vợ ông cùng tên du đãng Khang Thất đã sống những ngày trăng hoa nóng bỏng. Khi Nhất Phong về nhà thì trời đã hoàng hôn, nhờ có Bồ Tát báo mộng sập cầu cứu ông nên việc đầu tiên sau khi vào nhà là đến trước bàn thờ Bồ Tát Quán Âm chí thành đảnh lễ bái tạ.

Lễ xong đứng dậy, đột nhiên cây đèn lưu ly treo trên xà nhà bị đứt dây rơi xuống, ông bị dầu bắn lên khắp cả người, và vì bị dầu bắn lên người như thế nên ông lập tức nhớ đến câu kệ thứ hai "gặp dầu trét lên đầu", thế là còn bao nhiêu dầu trong đèn ông bèn đổ cả lên đầu lên tóc.

Lễ Phật xong, ông mới gặp vợ hỏi han việc nhà và sau khi ăn cơm, hai vợ chồng vào phòng thay quần áo đi ngủ.

Tên du đãng Khang Thất biết rằng Yêu Nhất Phong đã về rồi. Trong hai tháng vừa qua, hắn đã cùng người đàn bà kia mặn nồng trăng gió với nhau, một phút cũng không muốn rời. Nay Yêu Nhất Phong trở lại rồi thì đêm nay hắn không thể qua nhà người đàn bà để cùng nhau mây mưa, về sau cũng sẽ khó mà tiếp tục dan díu với nhau lâu dài. Đêm hôm ấy hắn không ngủ được, cứ trăn qua trở lại, lửa ghen thiêu đốt tâm can, càng nghĩ càng căm giận, hận là không thể tức khắc xông qua nhà bên cạnh bắt con dâm phụ ấy về với mình.

Ý nghĩ giết người manh nha trong đầu từ đấy, hắn nghĩ rằng giải pháp gọn nhất là giết quách Yêu Nhất Phong đi, giấu thi thể để phi tang rồi sau đó mới có thể cùng tình phụ ăn ở với nhau lâu dài được. Nghĩ xong là làm, hắn xuống bếp lấy một con dao nhọn và bén, trèo tường qua nhà hàng xóm, lẻn vào phòng ngủ của Yêu Nhất Phong.

Trong phòng tối đen như mực, Khang Thất cầm dao mò mẫm đến trước giường, nhưng hắn không thể phân biệt ai là Yêu Nhất Phong ai là người đàn bà. Hắn lại nghĩ, trong đêm tối không nên giết lầm người, đàn bà vốn thường hay xoa dầu thơm lên đầu nên phân biệt hai người có lẽ cũng dễ thôi. Hắn đưa mũi đánh hơi, thấy rằng người ngủ phía ngoài có mùi dầu sực nức, thì chắc chắn đây là người đàn bà rồi, vậy người nằm trong ắt phải là Yêu Nhất Phong. Tức thời hắn vung dao lên chém mạnh xuống, chỉ nghe "phập!" một tiếng, đầu dâm phụ bị chẻ làm hai mảnh. Yêu Nhất Phong nghe tiếng chém thì giật mình thức dậy, hô hoán lên ầm ĩ, khoác áo vào ngồi dậy đốt đèn. Tên sát nhân Khang Thất biết mình giết lầm người, vội vàng trèo cửa sổ chạy trốn mất.

Yêu Nhất Phong thấy đầu vợ bị bửa ra thành hai mảnh thì thương tâm quá khóc rống lên, tìm kiếm khắp nơi mà hung thủ thì đã biệt tăm biệt tích. Ông bèn sai người đi liền đêm ấy báo cho nhạc phụ biết tin dữ.

Khi nhạc phụ tới nhà Yêu Nhất Phong xem xét thì không cần biết trắng đen phải trái ra sao, nhất định buộc tội Yêu Nhất Phong giết vợ, lồng lộn tra vấn con rể:

- Cửa ngoài vẫn đóng, cửa nhà không mở, ngay trên giường mi xảy ra án mạng, không phải mi giết thì còn ai vào đây?

Yêu Nhất Phong tình ngay lý gian, có miệng mà không cãi được.

Hôm sau người nhạc phụ ra nha môn trình cáo, vị quan huyện đến điều tra rồi cũng nghi rằng hung thủ chính là Yêu Nhất Phong.

Đây là một vị quan huyện rất hà khắc, ưa dùng hình phạt tàn khốc để bắt tù nhân khai tội, nên cho tra tấn Yêu Nhất Phong trong lúc thẩm vấn. Yêu Nhất Phong là một thương nhân, một chủ tiệm, làm sao chịu nổi cuộc tra tấn đau đớn ấy, chỉ biết tự than rằng kiếp trước đã gây tội, vận mệnh đã an bài như thế rồi, thôi thì cứ nhận tội oan, dẫu có chết cũng còn đỡ khổ hơn là sống mà phải chịu đọa đày như vậy. Quyết định như thế rồi ông bèn nhận tội.

Quan huyện thấy Yêu Nhất Phong đã nhận tội rồi bèn một mặt cho giam ông vào ngục tối, một mặt chuẩn bị pháp thảo tờ công văn để xử án tử hình. Ngờ đâu khi ông cầm bút lông lên vừa tính đặt xuống giấy thì đột nhiên có vài con ruồi xanh bay tới, vây chặt lấy đầu bút khiến cho ông không thể nào đặt bút xuống. Ông đưa tay xua ruồi, nhưng vừa tính hạ bút thì chúng lại bay tới bu lấy đầu bút, cứ thế nhiều lần nên tờ công văn không sao viết được. Vị quan huyện cảm thấy kỳ quái, bèn nghĩ rằng ruồi xanh bu vào đầu bút không cho ông viết công văn để xử tội, phải chăng có oan tình chi đây? Ông bèn cho mời vị quan cố vấn tới thỉnh ý. Quan cố vấn nói:

– Để tôi vào ngục hỏi lại Yêu Nhất Phong rồi sau đó hãy tính.

Quan cố vấn vào ngục, thấy Yêu Nhất Phong ngồi bình tâm niệm Phật lại càng thấy quái lạ, bèn hỏi:

– Ông đã khai rồi, tội giết người đã định, niệm Phật có ích gì?

Nhất Phong đáp:

– Tôi không chịu nổi tra khảo nên phải nhận tội chứ sự thật oan cho tôi lắm. Tôi không hề giết người! Bồ Tát có nói sẽ cứu tôi nên tôi niệm Phật cầu Ngài đến cứu, vì Bồ Tát tuyệt đối không bao giờ gạt người.

Tới đây ông kể lại chuyện được Bồ Tát báo mộng và đem bốn câu kệ lặp lại cho quan cố vấn nghe. Quan cố vấn nghe rồi vô cùng kinh dị, nghĩ thầm:

– "Ruồi xanh bu bút đầu" phải chăng là ứng cho chuyện quan huyện mới gặp vừa rồi chăng? Vậy thì câu thứ ba "đấu thóc ba thăng gạo" có nghĩa là gì?

Ông suy nghĩ, nghiền ngẫm, trở đi trở lại vấn đề trong đầu nhưng vẫn nghĩ không ra. Cuối cùng bỗng nhiên ông đại ngộ:

– Một đấu là mười thăng, nếu một đấu thóc mà chỉ cho có

ba thăng gạo thì phải chăng còn lại bảy thăng cám? Chữ cám (khang - 糠), bỏ bộ mễ (米 - gạo) ra còn lại họ Khang (康). Bảy là Thất (七), vậy phải chăng hung thủ tên là Khang Thất?

Nghĩ thế xong ông bèn hỏi Yêu Nhất Phong:

- Ở chỗ ông ở có ai tên là Khang Thất không? Ông có quen ai tên đó không?

Yêu Nhất Phong đáp:

- Có, có người tên đó, mà tôi cũng biết ông ta nữa. Đó là người hàng xóm bên tay trái của nhà tôi, đúng tên là Khang Thất.

Quan cố vấn gật đầu bỏ đi, đem hết câu chuyện trình lại cho quan huyện nghe. Hôm sau, tên gian phu Khang Thất bị bắt đem lên nha môn, và bị tra vấn ngay tại chỗ. Khang Thất bèn khai thật mọi sự, Yêu Nhất Phong được xử trắng án.

Qua tai nạn bất ngờ nói trên và tuy được xử trắng án, thoát được họa bị xử tử hình, nhưng Yêu Nhất Phong cảm thấy thế sự biến đổi vô thường, chán nản cùng cực, bèn đem tài sản ra bố thí hết cho người nghèo và quyết định đến Hàng Châu, vào chùa Linh Ẩn xuất gia.

Ông đi bộ suốt cả đoạn đường, một hôm đến Gia Hưng, nghỉ lại trong một lữ điếm. Trong đêm sâu ông mơ hồ nghe ai gọi tên mình, mở mắt ra nhìn thì thấy vợ mình cùng Khang Thất, hai người mỗi người đều ôm cái đầu lâu đẫm máu xông tới đòi mạng. Nhất Phong sợ quá run bần bật, vội vàng nhắm nghiền đôi mắt niệm thầm danh hiệu Quán Thế Âm Bồ Tát, sau một lúc không nghe động tĩnh gì nữa, bèn mở mắt ra nhìn, không thấy hai con quỷ đâu mà lại thấy một vị Bồ Tát đứng trên một chiếc lá sen, bên cạnh có một cậu bé trai thân trần, đứng chắp tay hướng về Bồ Tát như thể đang lễ bái. Chỉ trong sát na, cảnh ấy cũng biến mất luôn.

Lúc ấy Nhất Phong mới biết là mình mới nằm mộng. Nhớ lại chuyện vừa qua, biết rằng Bồ Tát Quán Âm đã một lần nữa hiển linh để cứu mình, ông thấy mình quá sức có phúc nên quyết định xuất gia nương cửa Phật càng thêm kiên cố.

Hôm sau ông rời huyện Gia Hưng, tiếp tục nhắm hướng Hàng Châu mau lẹ tiến bước. Gần tới Hồ gia trang, thấy có một đám người đang đứng vây xung quanh một luống ruộng, chẳng biết xảy ra chuyện gì, ông bèn nhanh chân tiến đến gần xem.

Thì ra có một người nông phu họ Vương, trong lúc cuốc đất, cuốc phải một pho tượng Phật cao cỡ một xích rưỡi.[1] Pho tượng này làm bằng ngói lưu ly màu xanh ngọc bích, điêu khắc rất tinh vi đẹp mắt, mọi người tranh nhau nhìn ngắm nên mới tụ lại vây quanh đông đảo như vậy. Nhưng tượng Phật này là Phật nào?

Yêu Nhất Phong chen vào nhìn, nhìn kỹ càng rồi thì mới nhận ra rằng tuy tượng Phật có tướng người nam nhưng mắt mũi diện mục thì đích thị là Bồ Tát Quán Âm. Ông hân hoan thấy rằng giữa Bồ Tát và mình quả thật có duyên nên đã được gặp Ngài mấy lần, vì thế ông vui vẻ nói với mọi người rằng:

- Quý vị ở đây thật có phúc nên hôm nay được gặp Bồ Tát. Quý vị hãy mau thỉnh Bồ Tát về ngôi chùa nào trong thành mà cúng dường, Bồ Tát sẽ hộ trì cho quý vị được bình an và năm nào gặt hái cũng được mùa.

Người nông phu họ Vương hỏi:

- Ông nói đây là Bồ Tát, vậy chứ tôi hỏi ông, ông có biết đây là Bồ Tát nào không chứ chúng tôi nhìn mãi mà không biết?

Yêu Nhất Phong nói:

---

[1] Mỗi xích bằng khoảng 1/3 mét.

- Đây là Bồ Tát Quán Thế Âm.

Mọi người nghe thế nhao nhao lên cãi:

- Không phải, không phải, pháp tượng của Bồ Tát Quán Âm như thế nào chúng tôi đây ai cũng đã từng nhìn thấy, không phải là lối ăn mặc như thế này, là người nữ chứ không phải là người nam. Còn tượng này là tướng người nam, làm sao là Bồ Tát Quán Âm được?

Nhất Phong nói:

- Sau khi đắc đạo rồi, vì muốn cứu độ người đời và đi khắp thế gian nên Bồ Tát tùy thời tùy nơi mà ứng hóa, có khi thân nam có khi thân nữ, có khi già có khi trẻ không nhất định, có khi lại còn ứng hóa đủ thứ thân để cảnh báo thế gian. Sao quý vị lại còn nghi ngờ?

Sau đó ông đem chuyện mình hai lần gặp Bồ Tát hiển linh kể cho mọi người nghe. Lúc ấy mọi người mới chịu tin và đem pháp tượng Bồ Tát vào chùa thờ phụng. Vì tượng Bồ Tát này từ luống cày xuất hiện nên mọi người đặt tên là "Lũng Kiến Quán Âm" (Quán Âm gặp trong luống cày).

Yêu Nhất Phong đi suốt ngày lẫn đêm, cuối cùng cũng đến chùa Linh Ẩn ở Hàng Châu. Có một vị thiền sư pháp hiệu là Nguyên Tịch, thấy ông chí thành muốn xuất gia nên thâu nhận ông làm đệ tử. Từ đó Nhất Phong xuống tóc xuất gia làm tăng, theo chúng mà tu hành, về sau người ta gọi ông là Nhất Phong Hòa thượng.

Nhất Phong mới xả bỏ phàm trần nên tuy có nhiều thiện căn, nhưng vì đã lăn lộn nhiều trong thế gian nên trong tâm hãy còn nhiều tạp niệm, lục căn chưa thanh tịnh, lúc mới học ngồi thiền ông không cách nào định tâm được. Thường thường hễ ngồi xuống lại thấy hồn ma Khang Thất cùng vợ mình bưng đầu lâu đẫm máu đến phá quấy. Buổi thiền tọa hôm ấy hai hồn ma lại về quấy nhiễu nhưng lần này hung tợn hơn, Khang Thất dẫn đầu một đoàn quỷ sứ không đầu ào ào ùa tới khiến Nhất Phong hồn phi phách tán, vội niệm thầm danh hiệu Quán Thế Âm Bồ Tát.

Một lúc sau ông thấy một vị Bồ Tát xuất hiện trước mặt, vị Bồ Tát này có cái cổ màu xanh, một đầu mà ba khuôn mặt, mặt chính ở giữa là mặt từ bi của một vị Bồ Tát, mặt tay phải là mặt sư tử, mặt tay trái là mặt heo. Đầu Ngài đội mũ báu, trên mũ có hóa thân của Vô Lượng Thọ Phật. Ngài có tới 4 cánh tay, tay thứ nhất bên phải cầm tích trượng, tay thứ hai cầm hoa sen: tay thứ nhất bên trái cầm bánh xe, tay thứ hai cầm loa ốc. Ngài mặc áo bằng da cọp, tua ren là những con rắn đen, đứng trên một hoa sen tám lá, tay đeo vòng anh lạc, xung quanh có hào quang, trông rất là uy dũng.

Vị Bồ Tát cổ xanh này tóm lấy những con quỷ không đầu mà ăn, chỉ trong thoáng chốc là ăn trọn hết bầy quỷ. Ăn xong, Ngài dùng tích trượng gõ Nhất Phong hoà thượng một cái, Nhất Phong chợt thấy tâm mình trở nên minh mẫn sáng suốt, từ đó trong tâm không còn cấu nhiễm, trần duyên cắt tuyệt.

Ngày hôm sau, Nhất Phong hòa thượng đem chuyện đêm qua trình lên Nguyên Tịch Thiền sư, Thiền sư nói:

- Đêm qua ông thấy Thanh Cảnh Quán Tự Tại Bồ Tát (Bồ Tát Quán Tự Tại cổ xanh), chính là Bồ Tát Quán Âm dưới hình tướng của Minh Vương, ông hãy thành tâm trì niệm danh hiệu vị Bồ Tát này thì có thể thoát khỏi mọi sợ hãi khủng bố.

Nói xong ngài lấy ra một quyển kinh "Thanh Cảnh Quán Tự Tại Bồ Tát Đà La Ni" trao cho Nhất Phong, dặn ông khi nào còn gặp cảnh khủng bố thì đọc tụng kinh này để giải trừ.

Hoà Thượng Nhất Phong tu hành tại chùa Linh Ẩn một cách chí thành, công hạnh tinh tiến, vài năm sau trở thành một vị cao tăng nổi danh. Ngài đi khắp nơi đảnh lễ các danh sơn, vì nhớ ân sâu của đức Quán Âm đã nhiều lần cứu hộ cho mình nên cứ thấy những tảng đá lạ ở danh sơn nào đều lấy để tạc tôn tượng của ngài Quán Âm lưu truyền cho hậu thế. Ngài đã bốn lần được thấy Bồ Tát Quán Âm hiển hóa: một lần thấy trong mộng thị hiện trên đầu có con rồng xanh, một lần thấy Ngài đứng trên chiếc lá sen, một lần thấy pháp tượng của Ngài giữa một luống cày và một lần thấy Quán Âm cổ xanh, vì thế những bức tượng ngài khắc nếu không là "Thanh Long Quán Âm", thì cũng là "Lũng kiến Quán Âm", nếu không là "Nhất Diệp Quán Âm" hoặc "Đồng Tử bái Quán Âm" thì cũng là "Thanh Cảnh Quán Âm".

Về sau, Nhất Phong hòa thượng đi triều bái ở Nam Hải, đứng trên bờ bất ngờ nhìn thấy trong sóng to một pho tượng Quán Âm bằng lưu ly dài một xích ba thốn, toàn thân trong suốt, bảy báu trang nghiêm. Nhất Phong Hoà thượng cung kính cẩn thận vớt pho tượng lên đem về chùa Linh Ẩn ở Hàng Châu thờ phụng. Bức tượng này được đặt tên là "Lưu Ly Quán Âm". Vì tượng này đã bồng bềnh trên sóng nên cũng có tên là "Thổn Lai Quán Âm" (Quán Âm bồng bềnh trôi đến).

Cho đến ngày nay, chuyện Nhất Phong hòa thượng được Bồ Tát Quán Âm cứu độ rồi xuất gia tu hành cho đến thành một vị cao tăng, suốt đời có những kỳ duyên hạnh ngộ với ngài Bồ Tát Quán Âm vẫn còn được lưu truyền.

50. ĐẢO BỒNG LAI BỊ NHẬN CHÌM

Tương truyền rằng thời xưa, ở trong biển lớn phía đông của Phổ Đà Sơn có một hải đảo với phong cảnh diệu kỳ, trên bờ thì trăm chim thi nhau ca hót, dưới biển thì cá tôm bơi lội thành đoàn, trai thì bắt cá, gái thì đan lưới, tất cả đều sống một đời sống tự do tự tại nên được gọi là đảo Bồng Lai.

Đến một năm nọ, có một ông vua tham lam hung ác lên ngôi trị vì, muốn xây hoàng cung nên nay thì bức bách dân chúng phải lên núi đốn cây đập đá, mai thì ức hiếp trăm họ bắt xuống biển sâu mò san hô, ngọc trai... Nếu có ai tỏ ý phản kháng thì nhẹ nhất cũng bị roi đòn, nặng hơn thì chém đầu. Từ đấy chim muông bay đi hết, cá tôm cũng bỏ trốn, và trăm hoa đều tàn tạ. Dân chúng không chịu đựng nổi những khổ nạn như thế nữa nên cũng rầm rộ kéo nhau đi tìm đất khác mà nương thân.

Vua thấy như vậy thì nổi trận lôi đình, sai một đại tướng quân dẫn binh đi bắt dân chúng phải trở lại, đồng thời phải tìm chim, cá và hoa tươi mang về đảo. Đại tướng quân nọ lên tàu lênh đênh trên biển cả tìm kiếm khắp nơi nhưng chẳng kiếm được gì.

Một hôm, đại tướng quân đột nhiên thấy trên mặt biển xa xa có một hòn đảo nhỏ, bầu trời ở phía trên hòn đảo ấy lác đác những đám mây ngũ sắc, ráng trời đủ màu chói sáng cả mắt. Ông vội vàng giương buồm, cho tàu chạy mau về nơi ấy. Lên đảo hỏi han rồi mới biết đây là Phổ Đà Sơn.

Ông thấy trên đảo cây cao chọc trời tỏa hương ngào ngạt, trăm hoa nở rộ, từng bầy chim tung bay xòe cánh khoe màu, tranh nhau hót líu lo. Bên cạnh biển xanh thì cát vàng óng ánh, trúc tím thành rừng, và dưới đất thì có những búp măng non vàng ngậy hấp dẫn.

Đại tướng quân mừng quá chạy xồng xộc vào rừng trúc tím lắc những búp măng hấp dẫn ấy để kéo chúng lên. Nhưng lắc tới lắc lui, lắc đến mồ hôi ướt đẫm cả lưng mà búp măng không hề suy suyển, ông tức qua xoay qua nhổ trúc tím, nhổ tới nhổ lui, nhổ tới đau lưng mỏi tay mà trúc tím không hề lay động.

Đại tướng quân tức giận quá độ, "xoẹt" một tiếng rút dao ra bổ bên phải, chém bên trái, "phập, phập, phập", chém vào măng vàng, măng vàng bắn ra những ngôi sao chói lọi, bổ vào trúc tím, trúc tím tóe ra những tia sáng rực rỡ. Ông đã dùng hết sức lực mà măng vàng chém không đứt, trúc tím bổ không ngã, mệt quá bèn ngồi bệt xuống đất thở phù phù.

Ở đầu bên kia của rừng trúc tím có một ni cô đang ngồi giặt áo. Khi cô nghe tiếng dao chém vào thân trúc thì đứng dậy hỏi:

- Ai chém thần trúc loạn lên vậy?

Đại tướng quân hướng theo âm thanh tiếng nói mà nhìn thì thấy một ni cô vô cùng xinh đẹp, bèn bước tới gần gân cổ lên hét:

- Ta là đại tướng quân của vua đảo Bồng Lai sai đến đây tìm kỳ hoa dị thảo, phượng hoàng chim chóc đem về!

Ni cô nói:

- Núi này là thánh địa, là đất Phật, dẫu một nhánh cây hay một cọng cỏ cũng được tưới tẩm bằng nước cam lồ, xin ông đừng xúc phạm vào lề lối nhà Phật!

Đại tướng quân cười gằn:

- Lề lối nhà Phật cái gì? Quốc vương đã truyền lệnh hoa nào tươi đẹp nhất, cô nương nào diễm lệ nhất cũng đều phải đem về cống hiến lên cung vua. Một cô gái đẹp như cô chắc chắn sẽ làm cho quốc vương vừa lòng lắm đấy!

Ni cô nào có ai khác lạ, chính là hóa thân của Bồ Tát Quán Âm. Ngài thấy ông đại tướng quân vô lễ quá, hơi bực mình bèn nhổ trên đầu mình một sợi tóc đen nhánh, đặt xuống một khối đá bằng phẳng và nói:

- Nếu ông nhặt được sợi tóc này lên thì trăm loài chim

muông trong rừng này ông đều có quyền lựa chọn, trăm loài hoa tươi trên núi ông đều có quyền hái.

Đại tướng quân nghe thế thì ôm bụng cười ngất:

- Ta có sức mạnh nhấc được ngàn cân, xá gì một sợi tóc cỏn con như vậy! Một sợi tóc như vậy mà nhặt không lên thì sao gọi là đại tướng quân!

Không nói thêm lời nào, ông đưa tay ra nhặt. Nhưng bàn tay của ông thô kệch như cán xẻng, bốc tới bốc lui mà nhặt không lên khiến ông nóng nảy mồ hôi dầm dề.

Ngài Quán Âm đứng một bên lạnh lùng nhìn, lúc ấy mới thổi nhẹ một hơi, sợi tóc nọ vờn bay lên trước mặt đại tướng quân, bay thẳng lên đầu Ngài trở lại.

Đại tướng quân mở banh hai con mắt to như cái chén uống rượu, hoảng hốt nói:

- Cái này không tính! Tay ta hơi lớn mà sợi tóc thì quá nhỏ nên ta mới nhặt không lên!

Ni cô cười một cách châm biếm, chỉ một bồn nước rửa chân sơn màu vàng óng ánh trên mặt đất mà nói:

- Nếu ông có thể bưng được bồn nước này lên mà không đổ nước ra ngoài thì trăm loài chim muông trong rừng này ông đều có quyền lựa chọn, trăm loài hoa tươi trên núi ông đều có quyền hái.

Tên đại tướng quân ngây thơ liếc xéo ni cô một cái rồi mừng rỡ trở lại, nghĩ bụng rằng bồn nước rửa chân bé nhỏ như thế làm gì mà đại tướng quân ta không bưng lên nổi!

Ông không thèm nói lời nào, đưa tay ra bưng.

Nào ngờ bồn nước rửa chân sơn vàng này vừa trơn vừa bóng, nếu ông quá dùng sức với tay phải thì nước sẽ đổ xuống hết qua bên trái, còn nếu quá dùng sức với tay trái thì nước sẽ đổ hết lên tảng đá. Ông tìm thế bưng tới bưng lui mà nước cứ tròng trành một cách nguy hiểm. Ông đỏ mặt tía tai, tròng mắt lòi ra ngoài mà chỉ bưng bồn nước lên tới lưng bàn chân, lên cao hơn nữa thì không nổi.

Bồ Tát Quán Âm thấy bộ dạng lố bịch của ông ta bất giác cười phì một tiếng. Nghe tiếng cười, đại tướng quân ngước mặt lên nhìn, người ni cô ban nãy không còn nữa mà đứng trước mặt ông là Bồ Tát Quán Âm, với chuỗi anh lạc đầy người, phóng ánh sáng huyền diệu. Ông sợ quá sững cả người, hai tay run bần bật, hai chân mềm nhũn, "bình" một tiếng, ông quỳ xuống, nguyên cái đầu ụp vô chậu nước rửa chân. Vị đại tướng quân đần độn ấy kinh hãi ú ớ muốn kêu lên nên bị uống mấy hớp nước lạnh.

Ngài Quán Âm đưa chân ra nhẹ khều chậu nước, cả đại tướng quân cả chậu nước đều bị lật ngửa. Mà lạ thay, nước trong chậu sao chảy hoài không ngừng, càng chảy càng mạnh, chẳng mấy chốc như cả vạn thác nước đổ xuống biển Đông. Trong chớp mắt thủy triều dâng cao lên, cuồng phong đẩy những ngọn sóng lên thật cao rồi "ầm" một tiếng, đổ xuống cung điện ở đảo Bồng Lai.

Ngay lúc ấy nhà vua đang vui hưởng ngũ dục trong một buổi yến tiệc linh đình với rượu ngon thịt béo, bỗng nhiên thấy cuồng phong rồi nước biển ào ạt đổ xuống, những ngọn sóng khổng lồ cuốn sập bức tường rào xung quanh cung điện. Nhà vua sợ quá há hốc miệng, các đại thần cũng sợ quá ôm đầu chạy trốn, tạo nên một cảnh vô cùng hỗn loạn. Thủy triều mỗi lúc mỗi to, mỗi lúc một cao, thêm một tiếng động long trời lở đất, ngọn sóng thần đã nhận chìm cả cung điện xuống đáy đại dương mênh mông.

Ông vua tàn ác đã theo cung điện của mình chìm xuống đáy biển. Cái chậu rửa chân sơn vàng ban nãy biến thành một con tàu lớn, cứu vớt dân lành đáng thương trên đảo Bồng

Lai, nương theo gió rẽ sóng lướt đến gần Phổ Đà Sơn rồi thoắt biến thành một hòn đảo. Dân chúng xây nhà đắp vườn trên hòn đảo này, và sinh sôi nảy nở tạo lập một cuộc sống mới.

Bởi vì hòn đảo này do một con tàu biến thành nên người dân di cư đến đấy đặt tên cho nó là "Châu Đảo".[1]

51. QUÁN ÂM NGÀN MẮT NGÀN TAY

Ở Đại Phật Loan, huyện Đại Túc, tỉnh Tứ Xuyên, có một bức tượng Quán Âm Thiên Thủ Thiên Nhãn nổi tiếng khắp hoàn cầu.

Trên một bức tường vuông vắn mỗi bề mười trượng, có khắc tượng Ngài Quán Âm ngồi, cao khoảng ba thước và sau lưng Ngài, duỗi ra một ngàn cánh tay dài ngắn không đều, không cùng góc độ, không cùng vị trí, xen lẫn với nhau không theo thứ tự nào nhưng rất hài hòa.

Mỗi một bàn tay trong một ngàn bàn tay ấy đều có khắc một con mắt, và tay nào cũng cầm một pháp khí khác nhau, thiên hình vạn trạng, không tay nào giống tay nào, to lớn một cách tự nhiên.

Toàn bộ đều màu hoàng kim và màu bích ngọc, huy hoàng chói lọi khiến ai nhìn cũng phải kinh dị tán thán, khen rằng đó là một đại kỳ quan trong lịch sử điêu khắc thế giới.

Tượng Thiên Thủ Thiên Nhãn này làm sao mà khắc được như vậy?

Ở huyện Đại Ấp có nhiều câu chuyện được lưu truyền về bức tượng này, và sau đây là một trong những câu chuyện ấy.

---

[1] Chữ châu (舟) cũng đọc là chu, nghĩa là chiếc thuyền.

Tương truyền rằng lúc công trình điêu khắc tượng Phật bằng đá ở Đại Phật Loan mới hoàn thành được phân nửa thì vị pháp sư trụ trì chùa Bảo Đỉnh tên là Triệu Trí Thông quyết tâm tạo một bức tượng Bồ Tát Quán Âm với đủ 1.000 cánh tay.

Quyết định này của ngài làm cho người thợ điêu khắc là Lưu Tư Cửu cảm thấy khó xử vô cùng. Lưu Tư Cửu đã từng theo anh là Lưu Bát Lang đi chu du đó đây và đã từng thấy rất nhiều tượng đá, trong đó có ít nhất là 10 tượng Thiên thủ Quán Âm, nhưng những bức tượng này, ít thì có 7 cánh tay, nhiều thì 49, nhưng chưa hề thấy tượng nào có tới 1.000 cánh tay! Vì tuy nói là 1.000 cánh tay nhưng thông thường chỉ cần thêm một vài cánh tay tượng trưng là đủ chứ không ai đòi hỏi là phải có đúng 1.000 cánh tay bao giờ. Điều mà trưởng lão Triệu Trí Thông đòi hỏi thật là viển vông và thái quá. Lưu Tư Cửu hỏi:

- Sư phụ, bức tường chỉ cao có chừng đó, sắp xếp một ngàn cánh tay, cánh tay này bên cạnh cánh tay kia thì sẽ không đủ chỗ. Nhiều quá thì sẽ thấy chật, mà chật thì sẽ thấy lộn xộn, và lộn xộn thì không còn tổ chức kết cấu gì nữa. Theo tôi nghĩ ta nên lấy một tượng trưng cho mười, sư phụ bằng lòng không?

- Không!

Quyết tâm của ngài Triệu Trí Thông chắc như bàn thạch. Phải làm đúng 1.000 cánh tay và 1.000 bàn tay, trong lòng mỗi bàn tay phải có một con mắt huệ, và mỗi bàn tay phải cầm một pháp khí khác nhau, có thế mới hiển bày được pháp lực vô biên của Bồ Tát Quán Âm đại từ đại bi.

Lưu Tư Cửu lùi lại:

- Trừ phi Bồ Tát hiển linh, phải mời anh tôi về thì mới làm nổi một bức tượng như thầy muốn.

Lưu Bát Lang là một điêu khắc sư lừng danh đời nhà Tống, một đời đem tâm huyết và tài trí cống hiến cho nghệ thuật điêu khắc đá. Nhưng năm ngoái, đương lúc làm việc trên một vách núi cao, muốn làm cho kịp công việc nên ông đã phải thức thật khuya, quá mệt mỏi ông đã từ giàn tre ngã xuống chân núi và lìa đời.

Trưởng lão Triệu Trí Thông có giữ một bức họa của Lưu Bát Lang. Hôm sau, ngài đưa cuộn hình cho Lưu Tư Cửu mà nói:

- Tạ ơn Bồ Tát hiển linh, đưa anh Bát Lang của ông về đây!

Lưu Tư Cửu nhìn hình của anh mà cảm thấy xấu hổ. Ông biết rằng nghệ thuật của mình không đến nỗi dở, nhưng thiếu hẳn cái linh hồn, cái tinh thần mà người ta có thể cảm nhận được trong những tác phẩm của anh mình. Ông đem bức hình treo trong lều chỗ đang tá túc trong lúc làm việc và thấy là lúc nào anh cũng có mặt để thúc giục, khuyến khích mình.

"Trong thiên hạ không có việc gì khó, chỉ sợ người không quyết tâm làm mà thôi", đó là câu mà anh ông thường nói lúc còn sinh tiền.

Đêm ấy, Lưu Tư Cửu không ngủ được thẳng giấc, trong lúc nửa thức nửa ngủ, ông bỗng thấy mông lung dưới ánh sáng trăng có một con công bay đến và đậu dưới cửa sổ, xòe rộng đôi cánh để khoe bộ lông rực rỡ của nó. Những đốm hoa trên từng chiếc lông của nó lấp lánh dao động, màu sắc chan hòa, huyễn hoặc thay đổi bất định. Phảng phất đâu đây như có ai chỉ bày cho Lưu Tư Cửu: Mỗi chiếc lông là một cánh tay, mỗi đốm màu là một con mắt trong lòng bàn tay, cao thấp không đồng, xen lẫn hài hòa, tạo nên hình một cái quạt bầu dục, khéo léo như một nữ thần diễm lệ với 1.000 cánh tay.

Lưu Tư Cửu giật mình thức giấc, chợt hiểu ra rằng chính Bồ Tát Quán Âm Thiên Thủ Thiên Nhãn đến ứng mộng cho mình! Dưới ánh trăng, ông ngước mắt nhìn lên hình của Bát Lang, và dường như anh của ông cũng đang mỉm cười nhìn lại.

Hôm sau, Lưu Tư Cửu bắt đầu vẽ sơ đồ của công trình, làm việc ngày đêm vì công trình này đòi hỏi rất nhiều công phu. Bản phác thảo này không đẹp thì ông làm ngay một bản khác, lần thứ chín thất bại thì ông vẽ lại lần thứ mười.

Sau 7 ngày 7 đêm khổ công vùi đầu không ăn không nghỉ như thế, cuối cùng ông cũng thành công, đưa ra một mô hình của Ngài Thiên Thủ Thiên Nhãn Quán Âm rất hoàn mỹ, cấu trúc chặt chẽ. Trưởng lão Triệu Trí Thông cũng rất vừa ý.

Vẽ sơ đồ đã không dễ, mà khắc tượng lại còn khó hơn! Tường đá cứng chắc không phải là bùn, một bức tượng bằng bùn mà thất bại thì có thể phá đi khắc lại, còn tường đá mà hư thì rất khó có thể sửa đổi.

Lưu Tư Cửu cùng ba người đệ tử tâm phúc ra công điêu khắc, thể theo các chiều dài ngắn mà đẽo mà đục, dùng chùy dùng búa mà chẳng khác gì dùng kim thêu lên đá... và như thế ròng rã suốt 9 mùa xuân hạ thu đông, một bức tượng Bồ Tát Quán Âm chưa từng có trên thế gian xuất hiện: Đó là một bức tượng Bồ Tát ngồi với đầy đủ 1.000 cánh tay và 1.000 bàn tay!

Hãy nhìn xem một ngàn cánh tay của Bồ Tát: những cánh tay ấy hoặc duỗi ra, hoặc cong lại; hoặc ngay, hoặc nghiêng; hoặc đưa lên, hoặc buông xuống; hoặc dơ cao, hoặc đưa ngang; hoặc vòng, hoặc rũ; hoặc thẳng, hoặc uốn.. thật là cả trăm cả ngàn tư thế khác nhau mà tư thế nào cũng hoàn mỹ và vi diệu. Trên mỗi lòng bàn tay có một con mắt huệ sáng ngời, và tay nào cũng có một pháp khí như cung tên, gương báu, rìu, kiếm, nhạc khí v.v..., muôn hình muôn vẻ, sắc màu tươi thắm, đặc biệt là sau khi được tô màu và giát vàng rồi thì hai màu vàng ròng cùng màu ngọc bích làm cho bức tượng càng thêm huy hoàng rực rỡ, tăng vẻ trang nghiêm và từ bi, pháp lực vô cùng của Bồ Tát, thu hút cả vạn hương khách đến triều bái dâng hương, còn du khách thì bị nhiếp phục và chấn động, trở nên thành tâm và tin kính.

Tương truyền rằng khi tượng của kim thân Thiên Thủ Quán Âm ở lầu Đại Bi, Đại Phật Loan, Bảo Đỉnh Sơn được hình thành thì có chúng tăng vân tập về rất đông để dự lễ khai quang. Thiện nam tín nữ cũng đông như kiến, hương khói mịt mù, chuông trống vang trời, thật là linh đình nhiệt náo. Đêm ấy vừa vặn rơi đúng rằm tháng bảy, tức là hội Ô Thước, cầu được bắc ngang sông Ngân Hà để Ngưu Lang Chức Nữ có thể gặp nhau. Bảy tiên cô có phận sự hộ tống Chức Nữ cũng nhân dịp đó xuống trần, thấy lễ lớn cũng chen vào tham dự.

Đứng trước tượng Thiên Thủ Quán Âm xán lạn hùng vĩ, bảy vị tiên cô kinh ngạc tán thán không ngừng. Vị tiên cô lớn nhất nói:

- Thật là tuyệt vời! Đúng là một kiệt tác! Dư một cánh tay không được mà thiếu một cánh tay cũng không xong!

Cô út Thất tiên nữ phụng phịu không đồng ý:

- Nhưng em cứ muốn thêm vào một cánh tay nữa cơ!

Nói xong cô chọn vị trí, và thêm vào một cánh tay bằng vàng ròng một cách tinh xảo. Sáu tiên cô còn lại ngắm nghía và công nhận rằng bức tượng không những đã không bị hư hoại mà còn tăng thêm vẻ đẹp. Thế là sáu cô tiên chị cũng muốn mỗi người thêm một cánh tay vào kiệt tác ấy. Thật là vi diệu, mỗi cô thêm một cánh tay một cách quá khéo léo nên bức tượng càng thêm tuyệt mỹ, thần quang của những cánh tay bằng vàng ròng khiến bức tượng như tỏa ánh sáng vạn dặm, chói lọi rực rỡ.

Truyền rằng tượng Thiên Thủ Quán Âm của Đại Phật Loan, Bảo Đỉnh Sơn được tạo thành như thế, tổng cộng là có 1.007 cánh tay, trong số đó có 7 cánh tay bằng vàng ròng. Nếu không tin, mời quý vị đến đấy đếm thử.

Nếu ai đếm được và phân biệt được 7 cánh tay bằng vàng ròng ấy, thì người đó phải là người thông minh nhất và may mắn nhất trần gian này!

MỤC LỤC

www.ingramcontent.com/pod-product-compliance
Lightning Source LLC
Chambersburg PA
CBHW021944120726
47992CB00001B/141